U0153381

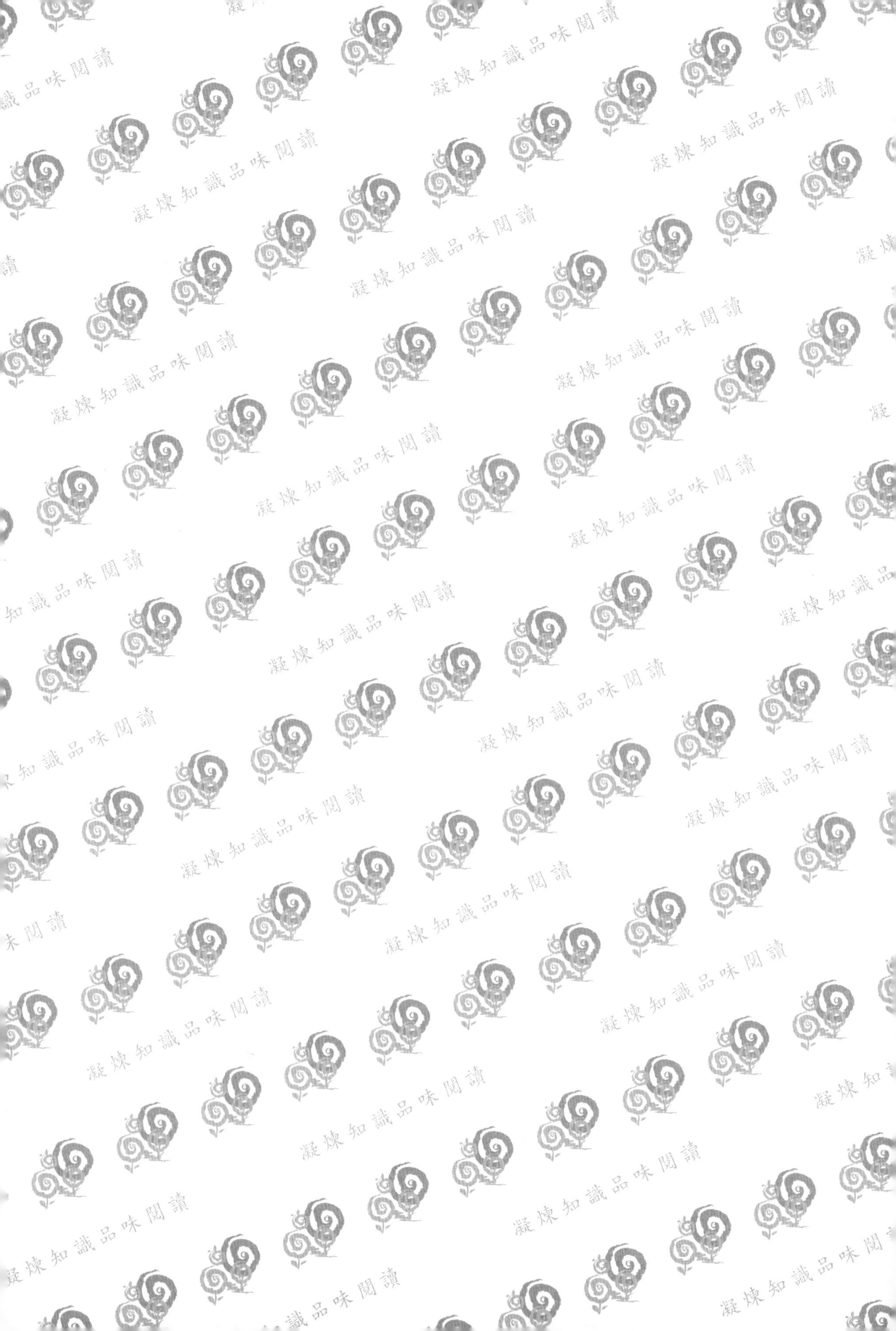

ภาษาจีนในชีวิตประจำวัน (ระดับกลาง) (ฉบับภาษาไทย)

實用生活華語不打烊

（中級篇）

泰語版

หยาง ซิ่ว ฮุ่ย 楊琇惠——著 ผู้แต่ง
ญาณินท์ ทัศนะบรรจง 劉文華——譯 แปล

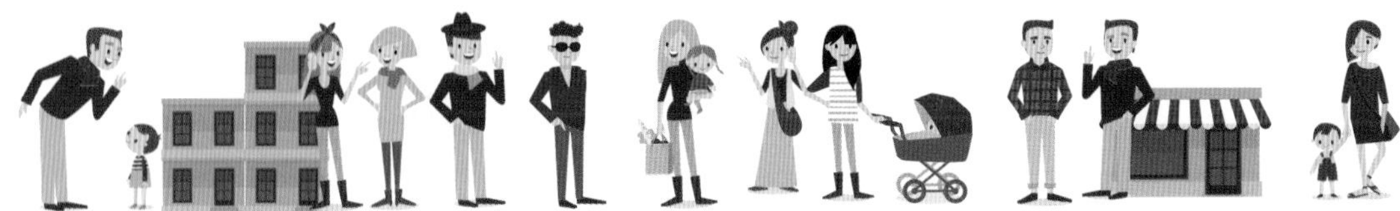

五南圖書出版公司 印行

序

在耕耘華語教材十二年之後的今天，終於有機會跨出英文版本，開始出版越語、泰語及印尼語三種新版本，以服務不同語系的學習者。此刻的心情，真是雀躍而歡欣，感覺努力終於有了些成果。

這次之所以能同時出版三個東南亞語系的版本，除了要感謝夏淑賢主任、林漢發老師、劉文華老師（泰語）、李良珊老師（印尼語）及陳瑞祥雲老師（越南語）的翻譯外，最主要的，還是要感謝五南圖書出版社！五南帶著社企的精神，一心想要回饋社會，想要為臺灣做點事，所以才能促成此次的出版。五南的楊榮川董事長因為心疼許多嫁到臺灣的新住民朋友，因為對臺灣語言、文化的不熟悉，導致適應困難，甚至自我封閉。有鑑於此，便思考當如何才能幫助來到寶島和我們一起生活，一起養兒育女的新住民，讓他們能早日融入這個地方，安心地在這裡生活，自在地與臺灣人溝通，甚至教導下一代關於中華文化的種種。思索再三，還是覺得必須從語言文化下手，是以不計成本地開闢了這個書系。

回想半年前，當五南的黃惠娟副總編跟筆者傳達這個消息時，內心實在是既興奮又激動，開心之餘，感覺有股暖流在心裡蕩漾。是以當下，筆者便和副總編一同挑選了五本適合新住民的華語書籍，當中除了有基礎會話、中級會話的教學外，還有些著名的中國寓言，及實用有趣的成語專書，可以說從最基礎到高級都含括了。希望新住民朋友能夠透過這個書系來增進華語聽、說、讀、寫的能力，讓自己能順利地與中華文化接軌。

這是個充滿愛與關懷的書系，希望新住民朋友能感受到五南的用心，以及臺灣人的熱情。在研習這套書後，衷心期盼新住民朋友能和我們一起愛上這個寶島，一同在這個島上築夢，並創造屬於自己的未來。

楊琇惠

於林口臺北新境

คำนำ

หลังจากที่ได้ศึกษาค้นคว้าทางด้านภาษาจีนมายาวนานกว่า **12** ปี ในที่สุดก็ได้มีโอกาสจัดทำหนังสือในฉบับภาษาอังกฤษเป็นที่เรียบร้อยแล้ว และกำลังตีพิมพ์ในฉบับภาษาเวียตนาม ภาษาไทย และ ภาษาอินโดนีเซีย เพื่อตอบสนองความต้องการของนักเรียนจากต่างประเทศ ตอนนี้ฉันรู้สึกตื่นเต้นและมีความสุขมากที่ในที่สุดความพยายามของฉันก็ประสบความสำเร็จไปอีกขั้น

และความสำเร็จในการจัดทำหนังสือเล่มนี้ในทั้ง 3 ภาษานั้น ก็ต้องขอขอบคุณต้องขอขอบคุณอาจารย์รพีพร เพ็ญเจริญกิจ อาจารย์โอหาร สุมนานุสรณ์ อาจารย์ญาณินท์ ทัศนะบรรจง อาจารย์ **Li Liang Shan** และอาจารย์ **Trần Thụy Tường Vân** ในการแปลหนังสือเล่มนี้ และที่สำคัญก็ต้องขอขอบคุณสำนักพิมพ์ **Wunan** ที่คอยสนับสนุนและด้วยความต้องการที่จะสร้างประโยชน์ให้กับสังคมไต้หวัน จึงสามารถสำเร็จลุล่วงเป็นอย่างดี เมื่อตอนที่คุณหยางหย่งซวน ประธานบริษัท **Wunan** ได้แต่งงานมาอยู่ที่ประเทศไต้หวันใหม่ๆ ประสบปัญหาอย่างมากในด้านการใช้ชีวิต เนื่องจากไม่คุ้นเคยกับภาษาและวัฒนธรรมของประเทศไต้หวัน ทำให้เกิดความลำบากอย่างมาก จึงได้ตระหนักว่า จะทำอย่างไรถึงจะสามารถช่วยผู้คนจากนานาประเทศที่เข้ามาในประเทศไต้หวันนี้ สามารถพูดคุยสื่อสาร ใช้ชีวิตได้อย่างมีความสุข และสามารถปรับตัวได้ในเร็ววัน ทั้งยังได้สอดแทรกความรู้ต่างๆ โดยผ่านทางภาษาและวัฒนธรรมเข้าไปอีกด้วย ดังนั้นจึงได้ตัดสินใจที่จัดทำหนังสือเล่มนี้ออกมา

เมื่อประมาณครึ่งปีก่อน หลังจากทราบข่าวจากคุณหวง ฮุ่ยเจวียนรองบรรณาธิการบริหารของสำนักพิมพ์ **Wunan** ตัดสินใจที่จะจัดทำหนังสือชุดนี้นั้น ในใจนั้นมีความสุขและตื่นเต้นเป็นอย่างมาก มันเป็นความอบอุ่นในใจ ทางผู้แต่ง และรองบรรณาธิการบริหารได้ช่วยกันคัดสรรหนังสือภาษาจีนที่เหมาะสมสำหรับผู้เริ่มต้นมาด้วยกัน 5 เล่ม นอกจากจะมีหนังสือเกี่ยวกับบทสนทนาระดับเริ่มต้นและระดับกลางแล้ว ยังมีหนังสือนิทานจีนโบราณที่มีชื่อเสียง และหนังสือที่รวบรวมสำนวนสุภาษิตจีนที่น่าสนใจอีกด้วย อาจกล่าวได้ว่า หนังสือชุดนี้ เป็นการรวมทุกอย่างตั้งแต่ขั้นพื้นฐานจนถึงขั้นสูงเลยทีเดียว หวังว่าผู้อ่านจะสามารถใช้เพื่อช่วยพัฒนาทักษะทั้งในด้านการฟัง พูด อ่าน และ เขียนได้เป็นอย่างดี พร้อมทั้งได้ซึมซับวัฒนธรรมไปในคราวเดียวกัน

หนังสือชุดนี้ จัดทำด้วยความรักและปรารถนาดีจากทางสำนักพิมพ์ **Wunan** และความเป็นมิตรของประชาชนชาวไต้หวัน หลังจากที่ได้ศึกษาหนังสือชุดนี้แล้ว หวังเป็นอย่างยิ่งว่าผู้อ่านจะได้ประโยชน์และหลงรักเกาะสวรรค์แห่งนี้ สร้างความฝันและอนาคตไปด้วยกัน

รศ.ดร.หยาง ซิ่ว ฮุ่ย (Cristina Yang)
ณ ไทเปซินจิ้ง เขตหลินโขว่

編輯前言

本書乃是《華語教學》系列之一，專為學習華語一到兩年的外籍人士所設計的。隨書附贈華語聽力練習光碟，所以不論是作為課堂的授課用書，或是自學教材，都非常適合。

本書特色：

1. 本書不論是在內容或是編排設計上，都做了相當程度的突破與創新。
   ⑴內容部分：在十二課的編制中，我們嘗試將課與課之間的內容，藉由六位主角間的生活故事串連。如此安排不但能使課文更加生動活潑，還能讓學生因為好奇故事的發展而激發其學習的興趣。
   ⑵在課文之後，提出主要的學習重點：「你不可以不知道」、「句型演練」兩部分。
2. 課後練習題目：為了讓學生能夠活用學習的內容，其後又編寫了各種練習活動，有的練習要學生開口說，有的要學生動手寫，還有要學生彼此相互合作來完成的活動單元。這個練習兼動腦的部分，我們稱之為「換我試試看」。
3. 全彩活潑的編排：為了讓學生在學習的過程中感到新奇有趣，我們穿插了大量插畫及照片，希望能藉由賞心悅目的畫面來增添學生學習時的舒適感。我們期望能讓學習華語成為一件心曠神怡的美事，而不是呆板沉悶的苦差事。

คำนำสำนักพิมพ์

หนังสือเล่มนี้เป็นหนึ่งในชุดหนังสือการเรียนภาษาจีน ซึ่งออกแบบมาเพื่อชาวต่างชาติ โดยใช้ระยะเวลาเรียนประมาณ 1-2 ปี โดยหนังสือเล่มนี้จะมีซีดีเสียงประกอบแนบมาด้วย ดังนั้น จึงเหมาะสำหรับเอาไว้ใช้ประกอบการสอนในห้องเรียน หรือศึกษาด้วยตัวเอง

จุดเด่นของหนังสือ

1. หนังสือเล่มนี้ ได้ถูกออกแบบมาเป็นอย่างดี ไม่ว่าจะเป็นทางด้านเนื้อหาหรือการจัดเรียงลำดับก่อนหลัง
   ⑴ทางด้านเนื้อหา มีทั้งหมด 12 บทเรียน โดยแต่ละบทเรียนมีความเชื่อมโยงกันผ่านการดำเนินชีวิตประจำวันของตัวละครหลัก 6 คน ดังนั้น เนื้อหาจะไม่เพียงแต่มีชีวิตชีวา เกิดความสนุกสนาน ทั้งยังกระตุ้นความสนใจของผู้อ่านอีกด้วย
   ⑵ท้ายบทเรียน ได้มีการอธิบายถึงใจความสำคัญของแต่ละบทเรียนใน 2 ส่วนหลักคือ「你不可以不知道」、「句型演練」
2. แบบฝึกหัดหลังเรียน
   เพื่อที่จะให้ผู้อ่านสามารถนำไปใช้ได้จริง ผู้แต่งได้เพิ่มเติมแบบฝึกหัดในรูปแบบต่างๆ ทั้งฝึกการพูด ฝึกการเขียน และยังมีกิจกรรมที่ทำเป็นกลุ่มอีกด้วย ในส่วนนี้เราเรียกว่า「換我試試看」
3. การจัดเรียงที่สวยงามและสีสันสดใส พร้อมเพิ่มเติมรูปภาพประกอบมากมาย เป็นการเพิ่มอรรถรสให้กับผู้อ่าน โดยผู้แต่งหวังว่าจะทำให้การเรียนรู้ภาษาจีนเป็นเรื่องที่สนุกและน่ารื่นรมย์

目錄

人物介紹

龍媽 คุณแม่หลง
子維
จื่อเหวย
龍爸
คุณพ่อหลง
艾婕
อ้ายเจี๋ย
森川
เสินชวน
子芸 จื่อหวิน

LESSON 1

第一課 我是誰
dì yī kè wǒ shì shéi

ฉันคือใคร

對話
duìhuà

（子維[1]一家是[2]寄宿家庭。今天子維要向 家人 [3]介紹 新 [4]朋友。）
zǐwéi yìjiā shì jìsù jiātíng jīntiān zǐwéi yào xiàng jiārén jièshào xīn péngyǒu

子維：爸爸！媽媽！我們的 新朋友 來了。艾婕，[5]**自我介紹**一下。
zǐwéi bàba māma wǒ men de xīn péngyǒu láile àijié zìwǒ jièshào yíxià

艾婕：大家好！我叫作 艾婕，我 來自[6]**法國**。我今年 二十四[7]**歲**，
àijié dàjiāhǎo wǒ jiàozuò àijié wǒ láizì fàguó wǒ jīnnián èrshísì suì

我是 [8]**大學生**。
wǒ shì dàxuéshēng

龍媽：請坐 請坐！妳長得 好漂亮！
lóngmā qǐngzuò qǐngzuò nǐ zhǎngde hǎo piàoliàng

艾婕：謝謝！請問[9] 這位 是……？
xièxie qǐngwèn zhèwèi shì

子維：艾婕，這位 是我 媽媽，她是 家庭主婦[10]。
àijié zhèwèi shì wǒ māma tā shì jiātíng zhǔfù

龍媽：妳可以叫 我龍媽。歡迎[11] 妳來我們 家！
nǐ kěyǐ jiào wǒ lóngmā huānyíng nǐ lái wǒmen jiā

艾婕：龍媽 妳好！
lóngmā nǐhǎo

子維：這位 是我爸爸，他是 內科醫生[12]。
zhèwèi shì wǒ bàba tā shì nèikē yīshēng

龍爸：妳可以叫 我龍爸。
lóngbà nǐ kěyǐ jiào wǒ lóngbà

不要客氣[13]，把這裡當成[14] 妳的家！
búyào kèqì bǎ zhèlǐ dāngchéng nǐ de jiā

艾婕：龍爸 你好！
lóngbà nǐhǎo

子維：這位 是我 姊姊，她在 外貿[15] 公司 上班[16]。
zhèwèi shì wǒ jiějie tā zài wàimào gōngsī shàngbān

子芸：妳好！我叫 子芸。有 什麼 問題[17]都 可以問我！
zǐyún nǐhǎo wǒ jiào zǐyún yǒu shéme wèntí dōu kěyǐ wèn wǒ

1. 一家 บ้าน , ครอบครัว
2. 寄宿家庭 ครอบครัวโฮมสเตย์
3. 介紹 แนะนำ
4. 朋友 เพื่อน
5. 自我介紹 แนะนำตัวเอง
6. 法國 ประเทศฝรั่งเศส
7. ～歲 อายุ.....ปี
8. 大學生 นักศึกษามหาวิทยาลัย
9. 請問 ขอถามหน่อย
10. 家庭主婦 แม่บ้าน
11. 歡迎 ยินดีต้อนรับ
12. 內科醫生 อายุรแพทย์
13. 不要客氣 ไม่ต้องเกรงใจ
14. 當成 คิดเสมือนว่า , คิดซะว่า
15. 外貿公司 บริษัทส่งออก
16. 上班 เข้างาน , ทำงาน
17. 問題 คำถาม , ปัญหา

LESSON 1

艾婕：子芸妳好！
zǐyún nǐhǎo

龍媽：妳中文　說得　很　好　欸[18]！
nǐ zhōngwén shuōde hěn hǎo èi

艾婕：哪裡哪裡[19]，您　過獎　了[20]！
nǎlǐ nǎlǐ nín guòjiǎng le

子維：當然[21]　啦，
dāngrán la

艾婕在　法國的時候[22]　就是　中文系[23]　的　高材生[24]　了呢！
àijié zài fàguó de shíhòu jiù shì zhōngwénxì de gāocáishēng le ne

艾婕：我很　喜歡　中文，　我　覺得[25]中文　就跟　法文一樣[26]　美。
wǒ hěn xǐhuān zhōngwén wǒ jué de zhōngwén jiù gēn fàwén yíyàng měi

龍媽：希望[27]　妳會　喜歡　臺灣！
xīwàng nǐ huì xǐhuān táiwān

子維：還有　臺灣　人！
háiyǒu táiwān rén

艾婕：一定[28]、一定！
yídìng yídìng

18. 欸 คำอุทานแสดงอารมณ์
19. 哪裡哪裡 ที่ไหนกัน , ไม่ถึงขนาดนั้น
20. 您過獎了 คุณพูดเกินไปแล้ว
21. 當然 แน่นอน
22. ～的時候 ในขณะที่ , ในตอนที่
23. 中文系 สาขาวิชาภาษาจีน

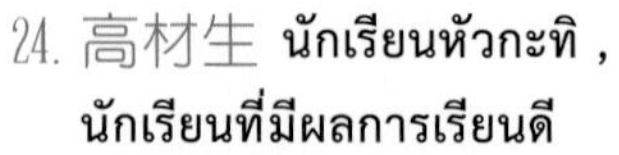

24. 高材生 นักเรียนหัวกะทิ , นักเรียนที่มีผลการเรียนดี
25. 覺得 คิดว่า , เชื่อว่า , รู้สึกว่า
26. 一樣 เหมือนกัน
27. 希望 หวังว่า , ความคาดหวัง
28. 一定 แน่นอน , อย่างแน่นอน

子芸：爸，媽，我跟子維就帶[29] 艾婕去看[30] 她 房間[31] 囉！
bà mā wǒ gēn zǐwéi jiù dài àijié qù kàn tā fángjiān luo

龍媽：好[32]！我 切[33]好 水果[34] 就馬上[35] 過去[36]！
hǎo wǒ qiē hǎo shuǐguǒ jiù mǎshàng guòqù

子維：媽，那我們 等[37] 妳喔！
mā nà wǒmen děng nǐ o

（子芸 跟 子維 帶 艾婕去看 房間。）
zǐyún gēn zǐwéi dài àijié qù kàn fángjiān

龍媽：這個 女孩子[38]又[39] 乖[40] 又 懂[41] 禮貌，
zhège nǚháizi yòu guāi yòu dǒng lǐmào

讓[42] 她住[43] 家裡我也放心[44]。
ràng tā zhù jiā lǐ wǒ yě fàngxīn

龍爸：而且[45]人又 長得 漂亮。
érqiě rén yòu zhǎngde piàoliàng

龍媽：對[46]呀，就跟 我一樣！
duì ya jiù gēn wǒ yíyàng

小辭典

29. 帶 นำ , พา
30. 看 มอง , ดู , อ่าน
31. 房間 ห้อง
32. 好 ดี
33. 切 ปอก , หั่น , ตัด
34. 水果 ผลไม้
35. 馬上 ทันที , เดี๋ยวนี้
36. 過去 ตามไป
37. 等 รอ , รอคอย
38. 女孩子 ลูกสาว , เด็กสาว
39. 又……又…… ทั้ง....และ... , ทั้ง...ทั้ง....
40. 乖 สุภาพเรียบร้อย , ว่านอนสอนง่าย
41. 懂禮貌 มีมารยาท , รู้จักกาลเทศะ
42. 讓 ให้ , อนุญาต
43. 住 อาศัย
44. 放心 วางใจ , สบายใจ ไม่มีอะไรต้องกังวล
45. 而且 ทั้งยัง , นอกจากนั้น
46. 對 ใช่ , ถูกต้อง

คำแปลจากบทเรียน

(ครอบครัวของจื่อเหวยเป็นครอบครัวโฮมสเตย์ วันนี้จื่อเหวยจะแนะนำเพื่อนใหม่ให้ครอบครัวรู้จัก)

จื่อเหวย: คุณพ่อคุณแม่ครับ เพื่อนใหม่ของพวกเรามาแล้วครับ อ้ายเจี๋ย แนะนำตัวหน่อย

อ้ายเจี๋ย: สวัสดีค่ะ ฉันชื่อ อ้ายเจี๋ย มาจากประเทศฝรั่งเศส ปีนี้อายุ 24 ปี เป็นนักศึกษามหาวิทยาลัยค่ะ

คุณแม่หลง: เชิญนั่งจ๊ะ คุณสวยมากเลย !

อ้ายเจี๋ย: ขอบคุณค่ะ ไม่ทราบว่าท่านนี้คือ.......?

จื่อเหวย: อ้ายเจี๋ย ท่านนี้คือคุณแม่ของฉัน ท่านเป็นแม่บ้าน

คุณแม่หลง: เรียกฉันว่า คุณแม่หลง ก็ได้นะ ยินดีต้อนรับสู่บ้านของเรา

อ้ายเจี๋ย: คุณแม่หลง สวัสดีค่ะ

จื่อเหวย: ส่วนท่านนี้คือ คุณพ่อของฉัน ท่านเป็นอายุรแพทย์

คุณพ่อหลง: เรียกฉันว่า คุณพ่อหลง ก็ได้นะ
ไม่ต้องเกรงใจ คิดซะว่าเป็นบ้านของตัวเอง

อ้ายเจี๋ย: คุณพ่อหลง สวัสดีค่ะ

จื่อเหวย: ส่วนคนนี้คือ พี่สาวของฉัน เขาทำงานที่บริษัทส่งออก

จื่อหวิน: สวัสดีค่ะ ฉันชื่อ จื่อหวิน มีปัญหาอะไร ถามฉันได้เลยนะ

อ้ายเจี๋ย: จื่อหวิน สวัสดีค่ะ

คุณแม่หลง: คุณพูดภาษาจีนเก่งมากเลย

อ้ายเจี๋ย: ไม่ถึงขนาดนั้นค่ะ คุณแม่พูดชมเกินไปแล้ว

จื่อเหวย: แน่นอนล่ะ ตอนที่อ้ายเจี๋ยอยู่ที่ประเทศฝรั่งเศส ก็เป็นนักเรียนในสาขาวิชาภาษาจีนระดับหัวกะทิเชียวนะ

อ้ายเจี๋ย: ฉันชอบภาษาจีนมาก ฉันคิดว่าภาษาจีนสวยงามเหมือนภาษาฝรั่งเศส

คุณแม่หลง: ฉันหวังว่าคุณก็จะชอบประเทศไต้หวันด้วยนะ

จื่อเหวย: **รวมถึงคนไต้หวันด้วย**

อ้ายเจี๋ย: **แน่นอนค่ะ**

จื่อหวิน: **คุณพ่อคุณแม่คะ เดี๋ยวฉันกับจื่อเหวยจะพาอ้ายเจี๋ยไปดูห้องพักของเธอนะคะ**

คุณแม่หลง: **ดีเลย เดี๋ยวแม่ปอกผลไม้เสร็จเรียบร้อยแล้วค่อยตามไป**

จื่อเหวย: **คุณแม่ ถ้าอย่างนั้นพวกเรารอคุณแม่นะ**

(จื่อหวินและจื่อเหวยพาอ้ายเจี๋ยไปดูห้องพักของเธอ)

คุณแม่หลง: **เด็กสาวคนนี้ ทั้งสุภาพเรียบร้อยทั้งรู้จักกาลเทศะ**
ให้เธอมาอาศัยอยู่ที่บ้านของเรา แม่ก็สบายใจ

คุณพ่อหลง: **แถมยังสวยอีกด้วย**

คุณแม่หลง: **ใช่ สวยเหมือนกับฉันเลย**

你不可以不知道

nǐ bù kěyǐ bù zhīdào

國名	guómíng
泰國	tàiguó ประเทศไทย
加拿大	jiānádà แคนาดา
埃及	āijí อียิปต์
葡萄牙	pútáoyá โปรตุเกส
阿根廷	āgēntíng อาร์เจนตินา
波蘭	bōlán โปแลนด์
巴西	bāxī บราซิล
墨西哥	mòxīgē เม็กซิโก
澳洲	àozhōu ออสเตรเลีย
希臘	xīlà กรีก
南非	nánfēi แอฟริกาใต้
印度	yìndù อินเดีย
韓國	hánguó เกาหลีใต้
德國	déguó เยอรมัน

句型演練
jùxíng yǎnliàn

自我介紹——我是誰？

姓名xìngmíng

請問	您 你 他 這位	怎麼稱呼？ chēnghū 叫什麼名字？

我 他 這位	(的名字) míngzi	叫 叫作 是	艾婕。 龍子維。 龍子芸。 子維。
	姓 xìng		龍

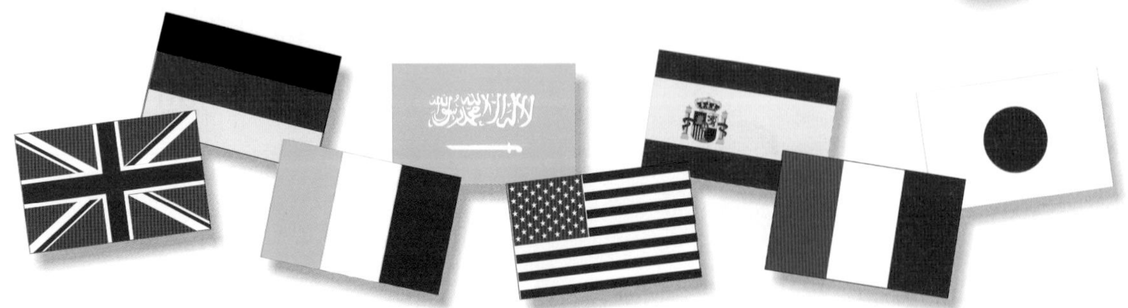

國籍guójí

請問	您 你	是	哪裡 nǎlǐ	人？ rén
	他 這位	來自		？

我 他 這位	是	法國 美國 měiguó	人。
我 他	來自	日本 rìběn 義大利 yìdàlì	。

職業 zhíyè

請問	您 你 他	在	哪裡	念書？ niànshū 工作？ gōngzuò

我 他	是 是個 ge 是位	學生。 醫生。 家庭主婦。	
	在	天空 tiānkōng 大學 外貿公司 出版社 chūbǎnshè	念書。 上班。 工作。

職業	
廚師 chúshī	工程師 gōngchéngshī
護士 hùshì	理髮師 lǐfǎshī
記者 jìzhě	建築師 jiànzhúshī
歌手 gēshǒu	消防人員 xiāofáng rényuán
演員 yǎnyuán	經濟學家 jīngjì xuéjiā
作家 zuòjiā	計程車司機 jìchéngchē sījī
運動員 yùndòngyuán	

長相 zhǎngxiàng

我 你 他	（長得）	很 好 真 zhēn	好看！ hǎokàn 帥！ shuài 漂亮！ 美麗！ měilì 可愛！ kěài
		很 真	不錯！ búcuò

年齡 niánlíng

請問	您 你 他	今年	幾 jǐ	歲？ suì

我 他	今年	十六 shíliù 二十四 三十九 sānshíjiǔ	歲。

換我試試看

huàn wǒ shìshi kàn

挑戰一

請訪問 你身旁 的同學，寫下他的姓名、國籍、職業以及年齡。
fǎngwèn shēnpáng tóngxué xiěxià yǐjí

姓名：
國籍：
職業：
年齡：

挑戰二

請向全班 介紹一下這位同學。
quánbān

挑戰三

請依照 範例造句。
yīzhào fànlì zàojù

例：安東尼奧／西班牙→這位是安東尼奧。他來自西班牙。他是西班牙人。

安東尼奧／西班牙

沙夏／俄國

中山次朗／日本

阿里／沙烏地阿拉伯

艾雪／土耳其

伊莉沙白／英國

羅伯特／德國

金真熙／韓國

挑戰四

請依照　範例造句。
yīzhào fànlì zàojù

例：張雅婷／醫生→這位是張雅婷。她是位醫生。

張雅婷／醫生　王宗翰／理髮師　陳怡君／建築師　黃健豪／廚師

挑戰五

情境　應用
qíngjìng yìngyòng

下課 時，艾婕在教室 裡撿到一本　護照（如下圖）。
xiàkè shí jiàoshì lǐ jiǎndào běn hùzhào rú xiàtú

艾婕知道這本護照一定是某　個新同學掉的，但　因為　跟同學還 不夠
zhīdào yídìng mǒu ge diào dàn yīnwèi gēn hái búgòu

熟，認 不 出來這本護照的主人是誰。艾婕想趁　　明天　的課問同學是
shóu rèn bù chūlái zhǔrén xiǎngchèn míngtiān

不是有人弄 掉　了護照。
nòngdiào

請幫　艾婕想一想，她該 怎麼
bāng gāi zěnme

向全班同學說，才能　找到護
cái néng zhǎo

照的主人呢？
ne

護　照
PASSPORT
中華民國 REPUBLIC OF CHINA
型式 / Type P
代碼 / Code TWN
護照號碼 / Passport No. 131466917
姓名 / Name (Surname, Given names)
龍子芸 LONG, ZI-YUN
國籍 / Nationality
REPUBLIC OF CHINA
身分證統一編號 / Personal Id. No.
E223669282
性別 / Sex
F
出生日期 / Date of birth
19 NOV 1984
發照日期 / Date of issue
03 APR 2001
出生地 / Place of birth
KAOHSIUNG CITY
效期截止日期 / Date of expiry
03 APR 2011
發照機關 / Authority
MINISTRY OF FOREIGN AFFAIRS
P<TWNHUNG<<TZU<YUN<<<<<<<<<<<<<<<<<<<<<<<<<<<<<<<<
1314669172TWN8411198F1104031E223669282<<<<28

挑戰六

看圖說 故事：請根據漫畫 內容，猜猜看這中間 發生了什麼事？
tú shuō gùshì mànhuà nèiróng cāi zhōngjiān fāshēng shì

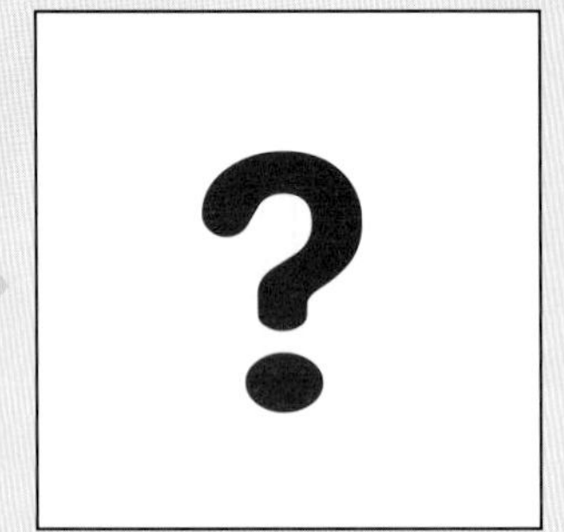

tīnglì liànxí

這是河流大學中級華語班的第一堂課。請根據對話回答問題。

1. 請問老師叫什麼名字？（hóng měilíng ／ lóng zǐyún ／ zhào shúpíng）

2. 請問羅強今年幾歲？（十五歲／二十歲／二十五歲）

3. 請問妙子在哪裡念書？（河流大學／天空大學／日本大學）

4. 請問莉妲來自哪裡？（法國／英國／美國）

MEMO

LESSON 2

第二課 買東西
dì èr kè mǎi dōngxī

การซื้อของ

對話 一
duìhuà yī

（艾婕來到 早餐[1] 店，打算[2] 自己[3]買[4]早餐 吃[5]。）
àijié lái dào zǎocān diàn dǎsuàn zìjǐ mǎi zǎocān chī

老闆[6]：歡迎[7] 光臨！
lǎobǎn huānyíng guānglín

老闆 娘[8]：歡迎 光臨！ 今天 要 吃什麼[9]？
lǎobǎn niáng huānyíng guānglín jīntiān yào chī shéme

艾婕：嗯[10]……老板，培根[11] 漢堡 一個多少[12] 錢？
àijié en lǎobǎn péigēn hànbǎo yí ge duōshǎo qián

老闆娘：培根 漢堡 一個 二十五。
péigēn hànbǎo yí ge èrshíwǔ

艾婕：好，那我一個培根 漢堡。
hǎo nà wǒ yí ge péigēn hànbǎo

老闆娘：要不要 **加**[13] **蛋**[14]？
yào bú yào jiā dàn

艾婕：加蛋 要 加多少 錢？
jiā dàn yào jiā duōshǎo qián

老闆娘：加蛋加五塊。
jiā dàn jiā wǔ kuài

艾婕：好，加蛋。
hǎo jiā dàn

老闆娘：要不要 **飲料**[15]？
yào bú yào yǐnliào

艾婕：嗯……**紅茶**[16] 一 **杯**[17]多少 錢？
en hóngchá yì bēi duōshǎo qián

老闆娘：**小**[18] 杯十五，**中**[19] 杯 二十，**大**[20]杯二十五。
xiǎo bēi shíwǔ zhōng bēi èrshí dà bēi èrshíwǔ

艾婕：那中 杯 好了，謝謝。
nà zhōng bēi hǎo le xièxie

老闆娘：要不要 加**冰塊**[21]？
yào bú yào jiā bīngkuài

小辭典

1. 早餐店 ร้านอาหารเช้า
2. 打算 ตัดสินใจ , ตั้งใจ
3. 自己 ด้วยตัวเอง
4. 買 ซื้อ
5. 吃 กิน , รับประทาน
6. 老闆 เจ้าของร้าน
7. 歡迎光臨 ยินดีต้อนรับ
8. 老闆娘 ภรรยาเจ้าของร้าน , เจ้าของร้านที่เป็นผู้หญิง
9. 什麼 อะไร
10. 嗯 อืม
11. 培根漢堡 แฮมเบอร์เกอร์เบคอน
12. 多少錢 ราคาเท่าไหร่
13. 加 เพิ่ม , เติม
14. 蛋 ไข่
15. 飲料 เครื่องดื่ม
16. 紅茶 ชาดำ
17. 杯 แก้ว , ถ้วย
18. 小 ขนาดเล็ก
19. 中 ขนาดกลาง
20. 大 ขนาดใหญ่
21. 冰塊 น้ำแข็งก้อน

艾婕：加一點點[22] 就好。
jiā yì diǎndiǎn jiù hǎo

老板娘：這樣一共[23] 五十 元。
zhèyàng yí gòng wǔshí yuán

艾婕：謝謝！
xièxie

คำแปลจากบทเรียน

(อ้ายเจี๋ยมาถึงร้านอาหารเช้า ตั้งใจจะซื้ออาหารเช้ามารับประทาน)

เจ้าของร้าน: ยินดีต้อนรับครับ

เจ้าของร้านผู้หญิง: ยินดีต้อนรับค่ะ วันนี้ทานอะไรดีคะ

อ้ายเจี๋ย: อืม.....เถ้าแก่คะ แฮมเบอร์เกอร์เบคอนอันละเท่าไหร่คะ

เจ้าของร้านผู้หญิง: แฮมเบอร์เกอร์เบคอนอันละ 25 หยวน

อ้ายเจี๋ย: ค่ะ งั้นขอแฮมเบอร์เกอร์เบคอน 1 อันค่ะ

เจ้าของร้านผู้หญิง: ต้องการเพิ่มไข่ด้วยไหมคะ?

อ้ายเจี๋ย: เพิ่มไข่ ต้องเพิ่มเงินเท่าไหร่คะ

เจ้าของร้านผู้หญิง: ถ้าเพิ่มไข่ จ่ายเพิ่มอีก 5 หยวน

อ้ายเจี๋ย: ค่ะ ถ้างั้นเพิ่มไข่ด้วยค่ะ

เจ้าของร้านผู้หญิง: ต้องการเครื่องดื่มด้วยไหมคะ?

อ้ายเจี๋ย: อืม...ชาดำแก้วละเท่าไหร่คะ

22. 一點點 เล็กน้อย

23. 一共 ทั้งหมด

เจ้าของร้านผู้หญิง: แก้วเล็ก 15 หยวน แก้วกลาง 20 หยวน แก้วใหญ่ 25 หยวน
อ้ายเจี๋ย: ถ้างั้นขอเป็นแก้วกลาง ขอบคุณค่ะ
เจ้าของร้านผู้หญิง: ต้องการน้ำแข็งด้วยไหมคะ?
อ้ายเจี๋ย: เติมนิดหน่อยก็พอค่ะ
เจ้าของร้านผู้หญิง: ทั้งหมดคิดเป็นเงิน 50 หยวนค่ะ
อ้ายเจี๋ย: ขอบคุณค่ะ

duìhuà èr

（艾婕陪[24]龍媽一起[25]去市場[26]買菜[27]，看到一家賣[28]飾品[29]的小店。）
àijié péi lóngmā yìqǐ qù shìchǎng mǎi cài kàn dào yìjīa mài shìpǐn de xiǎo diàn

老闆：來喔！來喔！又漂亮又便宜[30]的項鍊[31]、戒指[32]喔！
lǎobǎn lái o lái o yòu piàoliàng yòu piányí de xiàngliàn jièzhǐ o

艾婕：龍媽妳看，那邊的項鍊好漂亮喔！
àijié lóngmā nǐ kàn nàbiēn de xiàngliàn hǎo piàoliàng o

龍媽：那叫中國[33]結！看起來不錯[34]，我們去看看吧！
lóngmā nà jiào zhōngguó jié kàn qǐlái búcuò wǒmen qù kànkan ba

老闆：太太[35]，小姐[36]，要買點什麼？
tàitai xiǎojiě yào mǎi diǎn shé me

小辭典

24. 陪 ไปเป็นเพื่อน , ไปด้วย
25. 一起 ด้วยกัน
26. 市場 ตลาด
27. 菜 อาหาร , ผัก
28. 賣 ขาย
29. 飾品 เครื่องประดับ
30. 便宜 ราคาถูก
31. 項鍊 สร้อยคอ
32. 戒指 แหวน
33. 中國結 เชือกถักจีน
34. 不錯 ไม่เลว , ไม่แย่
35. 太太 ใช้เรียกผู้หญิงที่แต่งงานแล้ว
36. 小姐 หญิงสาว (ส่วนใหญ่ยังไม่แต่งงาน)

LESSON 2

龍媽：老闆，項鍊　一條　多少　錢？
lǎobǎn　xiàngliàn yì tiáo duōshǎo qián

老闆：我們　的 **東西**[37] **最**[38]便宜了，一條 **只**[39] 要　一百**塊**[40]！
wǒmen　de　dōngxī zuì piányí le　　yì tiáo zhǐ yào yìbǎi kuài

龍媽：一百塊？**太**[41]**貴**[42]了！
yì bǎi kuài　tài guì le

老闆：哪會貴？妳**可以**[43]**打聽**[44]看看，我們　是最　便宜的！
nǎhuì guì　nǐ kěyǐ　dǎtīng kànkàn　wǒmen　shì zuì piányí de

龍媽：一條　六十塊　我就買。
yì tiáo liùshí kuài wǒ jiù mǎi

老闆：**不行**[45]　不行，會　**虧本**[46]啦！
bù xíng bù xíng　huì kuīběn la

龍媽：那我們　不買了，謝謝！
nà wǒmen bù mǎi le　xièxie

老闆：好　啦！太太，一條　**算**[47]　妳六十塊　啦。
hǎo la　tàitai　yì tiáo suàn nǐ liùshí kuài la

龍媽：謝謝老闆！艾婕，這　就是**殺價**[48]，**懂**[49]　了嗎？
xièxie lǎobǎn　àijié　zhè jiù shì shājià　dǒng le ma

艾婕：龍媽，妳**真的**[50]　好　**厲害**[51]！**教**[52]我，教我！
lóngmā　nǐ zhēnde　hǎo lìhài　jiāo wǒ　jiāo wǒ

小辭典

37. 東西 สิ่งของ
38. 最 ที่สุด
39. 只 แค่ , แค่เพียง
40. 塊 หน่วยเงิน (NT dollar// หยวน)
41. 太 เกินไป
42. 貴 ราคาแพง
43. 可以 อาจจะ , สามารถ
44. 打聽 สอบถาม
45. 不行 ไม่ได้ , ไม่มีทาง
46. 虧本 ขาดทุน
47. 算 คำนวณ , คิดราคาให้
48. 殺價 ต่อรองราคา
49. 懂 เข้าใจ
50. 真的 จริงๆ , แท้จริง
51. 厲害 สุดยอด , ยอดเยี่ยม , ชำนาญ
52. 教 สอน

(อ้ายเจี๋ยไปตลาดซื้ออาหารกับคุณแม่หลง มองเห็นร้านขายเครื่องประดับเล็กๆร้านหนึ่ง)

เจ้าของร้าน: เชิญเลยๆ ทั้งสร้อยคอ ทั้งแหวน สวยๆ ราคาถูกๆ

อ้ายเจี๋ย: คุณแม่ ดูซิคะ สร้อยคอทางด้านโน้นสวยงามมากเลย

คุณแม่หลง: เขาเรียกว่า เชือกถักจีน ดูท่าทางไม่เลวเลย พวกเราไปดูกัน

เจ้าของร้าน: คุณผู้หญิงทั้งสอง สนใจซื้อของชิ้นไหนดี

คุณแม่หลง: คุณคะ สร้อยคอเส้นนี้ราคาเท่าไหร่คะ?

เจ้าของร้าน: สินค้าของพวกเราราคาถูกที่สุดแล้ว ราคาแค่เส้นละ 100 หยวนเท่านั้นเอง

คุณแม่หลง: 100 หยวน? ราคาแพงเกินไป

เจ้าของร้าน: แพงที่ไหนกัน คุณลองไปถามร้านอื่นดู ร้านของเราถูกที่สุดแล้ว

คุณแม่หลง: เส้นละ 60 หยวน ฉันถึงจะซื้อ

เจ้าของร้าน: ไม่ได้...ไม่ได้ แบบนี้ก็ขาดทุนแย่เลย

คุณแม่หลง: ถ้างั้นพวกเราไม่ซื้อแล้ว ขอบคุณมาก

เจ้าของร้าน: ก็ได้ครับ ถ้างั้นคิดให้คุณเส้นละ 60 หยวน

คุณแม่หลง: ขอบคุณค่ะ
อ้ายเจี๋ย แบบนี้เขาเรียกว่าการต่อราคา เข้าใจไหม

อ้ายเจี๋ย: คุณแม่คะ คุณแม่สุดยอดมากเลยค่ะ สอนฉันด้วยนะคะ!

LESSON 2

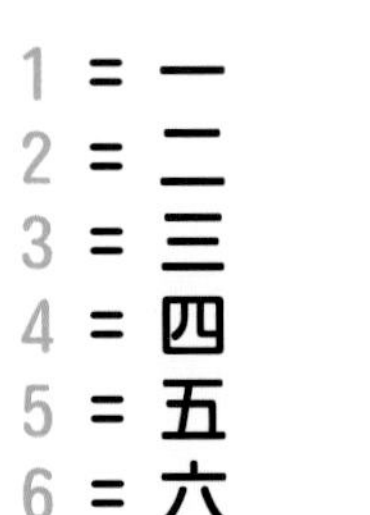

你不可以不知道
nǐ bù kěyǐ bù zhīdào

1 = 一	11 = 十一	21 = 二十一
2 = 二	12 = 十二	39 = 三十九
3 = 三	13 = 十三	64 = 六十四
4 = 四	14 = 十四	97 = 九十七
5 = 五	15 = 十五	100 = 一百
6 = 六	16 = 十六	185 = 一百八十五
7 = 七	17 = 十七	500 = 五百
8 = 八	18 = 十八	1000 = 一千 qiān
9 = 九	19 = 十九	1,0000 = 一萬 wàn
10 = 十	20 = 二十	100,0000 = 一百萬

1,0000,0000 = 一億 yì
100,0000,0000 = 一百億
1,0000,0000,0000 = 一兆 zhào
0 = 零 líng

句型演練
jùxíng yǎnliàn

一百五十 = 150
一百零五 = 105

一百五 = 一百五十
三百七 = 三百七十
四千五 = 四千五百
五萬一 = 五萬一千
九萬六千六 = 九萬六千六百

一百二十 = 一百二
四千兩百 = 四千二
五萬兩千 = 五萬二
兩萬兩千 = 兩萬二

一、買東西

1. 問價格 jiàgé

เพื่อสอบถามถึงราคาสินค้าต่างๆ

（請問）	這條項鍊 這件 衣服 jiàn yīfú		多少（錢）？
	項鍊 衣服	一條 一件	

這條項鍊 這件衣服		（只要）	九十 一百九十九 兩 千 liǎng	塊。 元。 。
項鍊 衣服	一條 一件		四千五	。

2. 要形容 某 樣東西的 價格，你可以說：
xíngróng mǒu yàng ... shuō

เพื่ออธิบายราคาของสินค้า สามารถพูดได้ว่า

這條項鍊 這件衣服	太 最	貴 便宜	了！
	好 真		！

3. 想告訴別人某樣東西讓某人花了多少錢，你可以說：
gàosù biérén

ต้องการที่จะบอกกับผู้อื่นว่าเราใช้เงินไปเท่าไรในการซื้อสินค้า คุณสามารถพูดได้ว่า

這條項鍊 這件衣服	（一共） yígòng （總共） zǒnggòng	花了 huā	我 子維 艾婕	快一千塊。 kuài 一千塊。 一千多塊。 duō
				很多錢。

我 子維 艾婕	買	這條項鍊 這件衣服	（一共） （總共）	花了	一千塊。 很多錢。

二、形容與評價（คำอธิบายและการประเมินผล）
xíngróng píngjià

要形容或評價某物給你的感受，你可以說：
huò wù gǎnshòu

เพื่ออธิบายหรือประเมินความรู้สึกของคุณต่อสิ่งของนั้นๆ สามารถพูดได้ว่า

這條項鍊 這件衣服	看	起來	很 真	不錯。 糟糕。 zāogāo
這首歌 shǒu gē	聽 tīng			
這朵花 duǒ huā	聞 wén			
這塊布 bù	摸 mō			

這條項鍊 這件衣服	很 好 真	好看。 難看。 nán
這首歌		好聽。 難聽。
這朵花		好聞。 難聞。
這塊布		好摸。
這塊蛋糕 dàngāo		好吃。 難吃。
這杯 珍珠 奶茶 bēi zhēnzhū nǎichá		好喝。 hē 難喝。

艾婕長得好漂亮。
她的項鍊看起來真漂亮。
這朵玫瑰聞起來好香。
méiguī

這杯咖啡真好喝。
kāfēi

請問我的歌聽起來怎麼樣？很好聽喔！
zěnmeyàng

這幅畫看起來怎麼樣？不怎麼樣。
fú huà

LESSON 2

換我試試看
huàn wǒ shìshi kàn

挑戰一

請根據圖片，幫 店員 回答問題。
túpiàn bāng diànyuán

裙子qúnzi
一件399元

外套wàitào
一件888元

襯衫chènshān
一件400元

洋裝yángzhuāng
一件1200元

T 恤T-shirt
一件250元

襪子wàzi
一雙50元
shuāng

高跟鞋gāogēnxié
一雙2300元

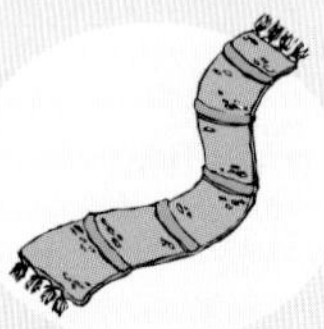
圍巾wéijīn
一條260元

褲子kùzi
一件700元

你好！
請問你要
買什麼？

龍媽：請問一雙襪子多少錢？

店員：______________________

子芸：請問一件裙子多少錢？

店員：______________________

龍爸：請問一件外套多少錢？

店員：______________________

子維：請問一條圍巾多少錢？

店員：______________________

艾婕：請問一件褲子多少錢？

店員：______________________

龍媽：我要買兩條圍巾、四雙襪子跟兩件褲子。

店員：一共是 ______________ 元，謝謝您！

龍爸：我要買一件外套、一件襯衫、一件褲子跟一雙襪子。

店員：______________________________________

1 ＝一　=一個
2 ＝二　=兩個
20＝二十
200＝兩百
2000＝兩千
20,000＝兩萬
200,000＝二十萬
2000,000＝兩百萬
20000,000＝兩千萬

子維：我要買兩件Ｔ恤、一雙襪子跟一條圍巾。

店員：________________________

子芸：我要買兩件裙子、一件洋裝跟兩件Ｔ恤。

店員：________________________

艾婕：我要買一雙高跟鞋、一件洋裝跟四雙襪子。

店員：________________________

挑戰二

請找（zhǎo）一位同學跟你一組（zǔ），輪流（lúnliú）扮演（bànyǎn）店員與顧客（yǔ gùkè）的角色（jiǎosè），互相（hùxiāng）詢問（xúnwèn）價格。

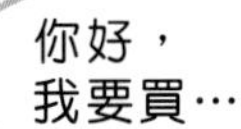

挑戰三

請唸出（niàn chū）以下算式（suànshì），並（bìng）算出正確（zhèngquè）答案（dáàn）。

例：1+1=（一加（jiā）一等於（děngyú）二）

3-2=（三減（jiǎn）二等於一）

2×3=（二乘以（chéngyǐ）三等於六）

6÷3=（六除以（chúyǐ）三等於二）

6+4=	2×2=
7+8=	6×4=
5-1=	15÷5=
16-9=	26÷2=

LESSON 2

挑戰四

找錢 —— 請問店員應該要找 多少錢？
zhǎoqián　zhǎo

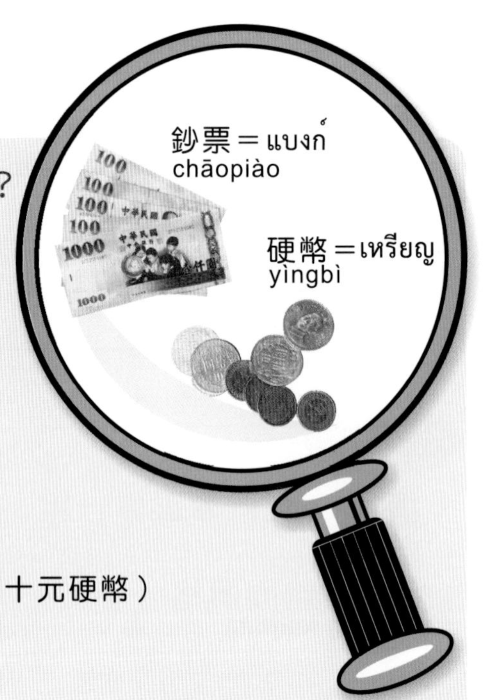

例（九十七元／一張一百元鈔票）

店員：謝謝您，一共是九十七元。
收您一百元，找您三元，謝謝！
shōu

龍爸：謝謝！

1.（四十八元／一個五十元硬幣）
2.（八十九元／一張一百元鈔票）
3.（一百一十五元／一張一百元鈔票加兩個十元硬幣）
4.（兩百六十一元／一張五百元鈔票）
5.（七百四十元／一張一千元鈔票）

挑戰五

打折 —— 請問這個多少錢？
dǎzhé

九折＝ 10% off
（原價的90%）
九五折＝ 5% off
（原價的95%）
這件衣服打九折。

例（九折／原價五百元）
zhé yuánjià

龍媽：不好意思，請問一下這個多少錢？
店員：這個現在打九折，只要四百五十元！
龍媽：好便宜喔！

1.（五折／原價三百元）
2.（八折／原價兩千元）
3.（九五折／原價三千元）
4.（八五折／原價五百元）
5.（七九折／原價一千元）

聽力練習
tīnglì liànxí

艾婕一個人出門，在街上閒晃時，突然下起了大雨。
艾婕發現自己沒有帶傘，趕忙跑到附近的雨傘店要買傘，
但是又發現自己只帶了六十塊，根本不夠。

以下是艾婕與傘店老闆的對話，請根據對話回答問題。

歡迎光臨！ huānyíng guānglín ยินดีต้อนรับ	拜託（你）！ bàituō ขอให้ช่วยเหลือ
想 xiǎng ต้องการ , คิด	可憐 kělián น่าสงสาร
一把雨傘 yì bǎ yǔsǎn ร่ม 1 คัน	有人情味 yǒu rénqíngwèi มีความเป็นมิตร
不用了 búyòngle ไม่เป็นไร ขอบคุณ	以後要再來喔！ yǐ hòu yào zài lái o กลับมาใหม่นะคะ/ครับ
對不起 duìbùqǐ ขอโทษ	
留 liú เก็บเอาไว้	

1. 請問大雨傘原價多少錢？
（190元／ 99元 ／ 299元）

2. 請問最便宜的雨傘原價多少錢？
（80元／90元／89元）

3. 請問艾婕買傘花了多少錢？
（40元／60元／80元）

4. 請問艾婕做了以下哪一件事？
（找錢／打折／殺價）

LESSON 3

第三課 問路

dì sān kè wèn lù

การถามทาง

對話
duìhuà

（艾婕寫[1]了一封[2]信[3]，想[4]寄[5]回[6]法國去。
àijié xiě le yì fēng xìn xiǎng jì huí fàguó qù

但是[7]她不曉得[8]郵局[9]在哪裡[10]。）
dànshì tā bù xiǎode yóujú zài nǎ lǐ

艾婕：糟糕[11]，我忘記[12]郵局在哪裡了……先生[13]！先生！
àijié zāogāo wǒ wàngjì yóujú zài nǎlǐ le xiānshēng xiānshēng

路人甲：小姐，怎麼了[14]？
lùrén jiǎ xiǎojiě zěnme le

艾婕：不好意思[15]，請問一下郵局在哪裡？
bùhǎo yìsi qǐngwèn yíxià yóujú zài nǎlǐ

路人甲：喔[16]，郵局啊，你先[17]直走[18]，看到第一個[19]紅綠燈[20]左轉[21]，
o yóujú a nǐ xiān zhízǒu kàn dào dì yī ge hónglǜdēng zuǒzhuǎn

再走[22]大約[23]一百公尺[24]，就可以看到郵局了。
lài zǒu dàyuē yì bǎi gōngchǐ jiù kěyǐ kàn dào yóujú le

艾婕：**需要**[25] **過馬路**[26]嗎？
xūyào guò mǎlù ma

路人甲：需要。**不過**[27]那裡有 **天橋**[28]、有 **斑馬線**[29]、也有 **地下道**[30]，
xūyào búguò nàlǐ yǒu tiānqiáo yǒu bānmǎxiàn yě yǒu dìxiàdào

很 **方便**[31] 的。
hěn fāngbiàn de

艾婕：謝謝你！
xièxie nǐ

路人甲：**不客氣**[32]！
bú kèqì

（寄完 信後，艾婕**打算**[33] 一個人到 **動物園**[34] 去**逛**[35]逛，
jì wán xìn hòu àijié dǎsuàn yí ge rén dào dòngwùyuán qù guàngguàng

小辭典

1. 寫 เขียน
2. 封 ซอง(จดหมาย)
3. 信 จดหมาย
4. 想 คิด , ต้องการ
5. 寄 ส่ง (จดหมาย , พัสดุ ฯลฯ)
6. 回 กลับ
7. 但（是） แต่ว่า , แต่
8. 曉得 รู้ , รับรู้
9. 郵局 ที่ทำการไปรษณีย์
10. 哪裡 ที่ไหน
11. 糟糕 แย่ , ไม่ดี
12. 忘記 ลืม
13. 先生 คุณผู้ชาย
14. 怎麼 อย่างไร
15. 不好意思 ขออภัย
16. 喔 โอ้!
17. 先 ก่อน , ลำดับแรก
18. 直走 ตรงไป
19. 第一 ลำดับที่ 1
20. 紅綠燈 สัญญาณไฟจราจร
21. 轉 หมุน , หัน
22. 再 อีกครั้ง , แล้วก็
23. 大約 ประมาณ , คาดคะเน
24. 公尺 เมตร (ระยะทาง)
25. 需要 ต้องการ
26. 過馬路 ข้ามถนน
27. 不過 แต่
28. 天橋 สะพานลอย
29. 斑馬線 ทางม้าลาย
30. 地下道 ทางข้ามใต้ดิน
31. 方便 สะดวกสบาย
32. 不客氣 ด้วยความยินดี , ไม่ต้องเกรงใจ
33. 打算 ตัดสินใจ , ตั้งใจ
34. 動物園 สวนสัตว์
35. 逛 เดินเล่น

但不知道[36]怎麼走。）
dàn bù zhīdào zěnme zǒu

艾婕：小姐！小姐！不好意思，請問一下動物園要怎麼走？
xiǎojiě xiǎojiě bùhǎoyìsi qǐngwèn yíxià dòngwùyuán yàozěnme zǒu

路人乙：喔，你先往前走到**捷運**[37]**站**[38]，**搭**[39]**往**[40]昆陽**的車**
yǐ o nǐ xiān wǎng qián zǒu dào jiéyùn zhàn dā wǎng kūnyáng de chē

到忠孝復興站，再**轉**[41]到棕線搭往動物園的
dào zhōngxiào fùxīng zhàn zài zhuǎn dào zōngxiàn dā wǎng dòngwùyuán de

車，**一直**[42]坐到**終點**[43]**站**。
chē yìzhí zuò dào zhōngdiǎn zhàn

下車後從**出口**[44]出去就會看到了。
xià chē hòu cóng chūkǒu chū qù jiù huì kàn dào le

艾婕：真的很謝謝你！
zhēn de hěn xiè xie nǐ

路人乙：不客氣！
búkèqì

（在捷運上）
zài jiéyùn shàng

艾婕：太太，不好意思，請問**下一站**[45]是什麼站？
tàitai bùhǎoyìsi qǐngwèn xià yí zhàn shì shé me zhàn

路人丙：下一站是忠孝敦化站。
bǐng xià yí zhàn shì zhōngxiào dūnhuà zhàn

36. 知道 รู้ , เข้าใจ
37. 捷運 รถไฟฟ้าใต้ดิน
38. 站 สถานี
39. 搭 โดยสาร , นั่ง(รถ)
40. 往～的車 รถที่มุ่งหน้าไปทาง.....
41. 轉 เปลี่ยน , หมุน , หัน
42. 一直 ตลอดทาง
43. 終點站 สถานีปลายทาง
44. 出口 ทางออก
45. 下一站 สถานีต่อไป

艾婕：那，太太，請問 忠孝 復興站 [46]**到**了嗎？
nà tàitai qǐngwèn zhōngxiào fùxīng zhàn dào le ma

路人丙：妳[47]**坐** [48]**過頭** 了！忠孝 復興站 是[49]**上 一 站**！
nǐ zuò guòtóu le zhōngxiào fùxīng zhàn shì shàng yí zhàn

艾婕：啊！那[50]**我該怎麼 辦**？
a nà wǒ gāi zěnme bàn

路人丙：妳下一站 [51]**趕快** [52]**下車**，[53]**然後** 到 [54]**月臺**[55]**對面** 等 車，
nǐ xià yí zhàn gǎnkuài xiàchē ránhòu dào yuètái duìmiàn děng chē

坐 回去就行 了。
zuò huíqù jiù xíng le

艾婕：謝謝妳！
xièxie nǐ

路人丙：不客氣！
bú kèqì

（在忠孝 敦化 站 月臺上）
zài zhōngxiào dūnhuà zhàn yuètái shàng

艾婕：我真 [56]**糊塗**！[57]**幸好** 臺灣人 都很 [58]**親切**，都很 [59]**願意** [60]**幫**
wǒ zhēn hútú xìnghǎo táiwān rén dōu hěn qīnqiè dōu hěn yuànyì bāng

[61]**陌生人** 的 忙。嗯，龍媽 跟 我說「[62]**路**是 [63]**嘴**問
mòshēngrén de máng en lóngmā gēn wǒ shuō lù shì zuǐ wèn

出來的」，[64]**果然** [65]**沒錯**！
chū lái de guǒrán méicuò

小辭典

46. 到 ถึง
47. 坐 นั่ง
48. 過頭 เลย , มากเกินไป
49. 上一站 สถานีก่อนหน้า
50. 我該怎麼辦 ฉันควรทำอย่างไร
51. 趕快 ทันที , เดี๋ยวนี้ , รีบ
52. 下車 ลงรถ
53. 然後 หลังจากนั้น
54. 月臺 ชานชาลา
55. 對面 ฝั่งตรงข้าม
56. 糊塗 สับสน , ไม่ระมัดระวัง
57. 幸好 โชคดี
58. 親切 เป็นมิตร
59. 願意 ยินดี , เต็มใจ
60. 幫忙 ช่วยเหลือ
61. 陌生人 คนแปลกหน้า
62. 路 ถนน , ทาง
63. 嘴 ปาก
64. 果然 เป็นอย่างที่คาด
65. 沒錯 ถูกต้อง , ไม่ผิด

LESSON 3

คำแปลจากบทเรียน

(อ้ายเจี๋ย เขียนจดหมายฉบับหนึ่ง อยากจะส่งกลับไปที่ประเทศฝรั่งเศส แต่เธอไม่รู้ว่าไปรษณีย์อยู่ที่ไหน)

อ้ายเจี๋ย: แย่แล้ว! ฉันลืมไปแล้วว่าไปรษณีย์อยู่ที่ไหน คุณคะคุณ...!

คนผ่านทาง 1: คุณคะ เกิดอะไรขึ้น?

อ้ายเจี๋ย: ขอโทษค่ะ ขอถามหน่อยค่ะ ไม่ทราบว่าไปรษณีย์อยู่ที่ไหนหรอคะ

คนผ่านทาง 1: อ๋อ ไปรษณีย์หรอ
คุณเดินตรงไปก่อน พอเห็นสัญญาณไฟจราจรอันแรกให้เลี้ยวซ้าย แล้วก็เดินต่อไปอีกประมาณ 100 เมตร ก็จะเจอไปรษณีย์

อ้ายเจี๋ย: ต้องข้ามถนนด้วยไหมคะ?

คนผ่านทาง 1: ต้องข้ามด้วย แต่ว่าตรงนั้นมีทั้งสะพานลอย ทางม้าลายและอุโมงค์ใต้ดิน สะดวกสบายมาก

อ้ายเจี๋ย: ขอบคุณค่ะ

คนผ่านทาง 1: ด้วยความยินดี

(หลังจากส่งจดหมายเสร็จเรียบร้อยแล้ว อ้ายเจี๋ยอยากที่จะไปเดินเล่นที่สวนสัตว์ แต่ไม่รู้ว่าจะไปอย่างไร)

อ้ายเจี๋ย: คุณคะ...คุณคะ ขอโทษนะคะ ไม่ทราบว่าสวนสัตว์ไปอย่างไรคะ

คนผ่านทาง 2: อืม.....คุณเดินตรงไปเรื่อยๆจนถึงสถานีรถไฟฟ้าใต้ดิน นั่งรถไฟฟ้าใต้ดินจากสถานีคุณหยางจนถึงสถานีจงเสี้ยวฟู่ซิง หลังจากนั้นให้เปลี่ยนไปขึ้นรถไฟฟ้าใต้ดินสายสีน้ำตาลที่มุ่งหน้าไปยังสวนสัตว์ นั่งไปเรื่อยๆจนกระทั่งถึงสถานีปลายทาง หลังจากที่ลงจากรถแล้ว เดินออกไปทางประตูออกก็จะเห็นสวนสัตว์แล้ว

อ้ายเจี๋ย: จริงหรอ ขอบคุณมากค่ะ

คนผ่านทาง 2: ไม่เป็นไร ไม่ต้องเกรงใจ

(บนรถไฟฟ้าใต้ดิน)

อ้ายเจี๋ย: คุณคะ ขอโทษนะคะ ไม่ทราบว่าสถานีต่อไปคือสถานีอะไรคะ

คนผ่านทาง 3: สถานีต่อไปคือ สถานีจงเสี้ยวตุนฮั้ว

อ้ายเจี๋ย: ไม่ทราบว่าถึงสถานีจงเสี้ยวฟู้ซิงหรือยังคะ

คนผ่านทาง 3: คุณนั่งเลยสถานีแล้ว สถานีจงเสี้ยวฟู้ซิงคือสถานีก่อนหน้านี้

อ้ายเจี๋ย: โอ้! ถ้าอย่างนั้น ฉันควรจะทำอย่างไรดี

คนผ่านทาง 3: คุณรีบลงที่สถานีถัดไป หลังจากนั้นให้ไปรอรถที่ชานชาลาฝั่งตรงข้าม แล้วก็นั่งกลับไป

อ้ายเจี๋ย: ขอบคุณค่ะ

คนผ่านทาง 3: ด้วยความยินดีค่ะ

(ที่ชานชาลาของสถานีจงเสี้ยวตุนฮั้ว)

อ้ายเจี๋ย: ฉันนี่ไม่ระมัดระวังเลย ดีนะที่คนไต้หวันเป็นมิตรอย่างมาก เต็มใจที่จะช่วยเหลือคนแปลกหน้า

อืม...คุณแม่หลงเคยบอกกับฉันว่า “อยากรู้เส้นทางก็จะต้องอาศัยการถามเอา” ซึ่งเป็นอย่างนั้นจริงๆ

LESSON 3

nǐ bù kěyǐ bù zhīdào

東西南北 / 左右	邊

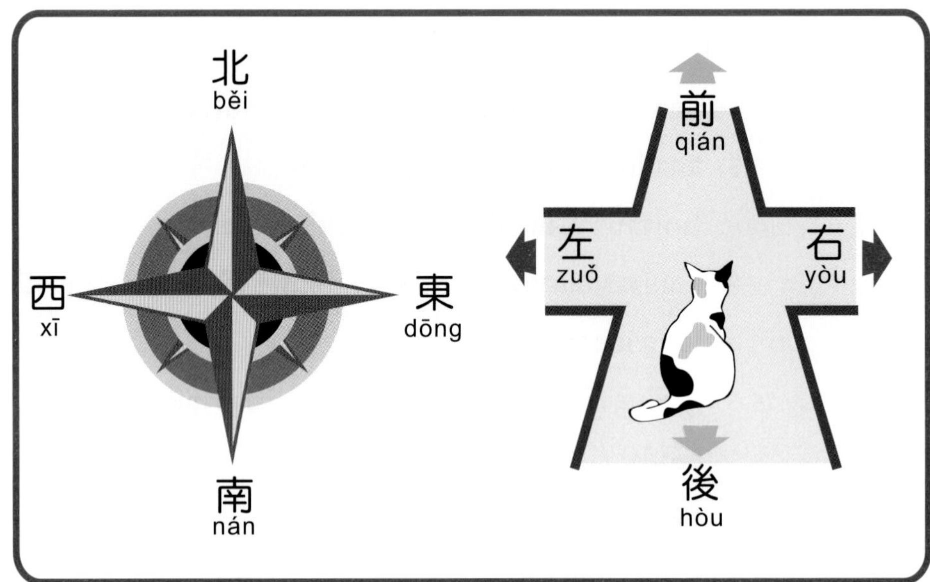

上下 / 前後 / 裡外	面

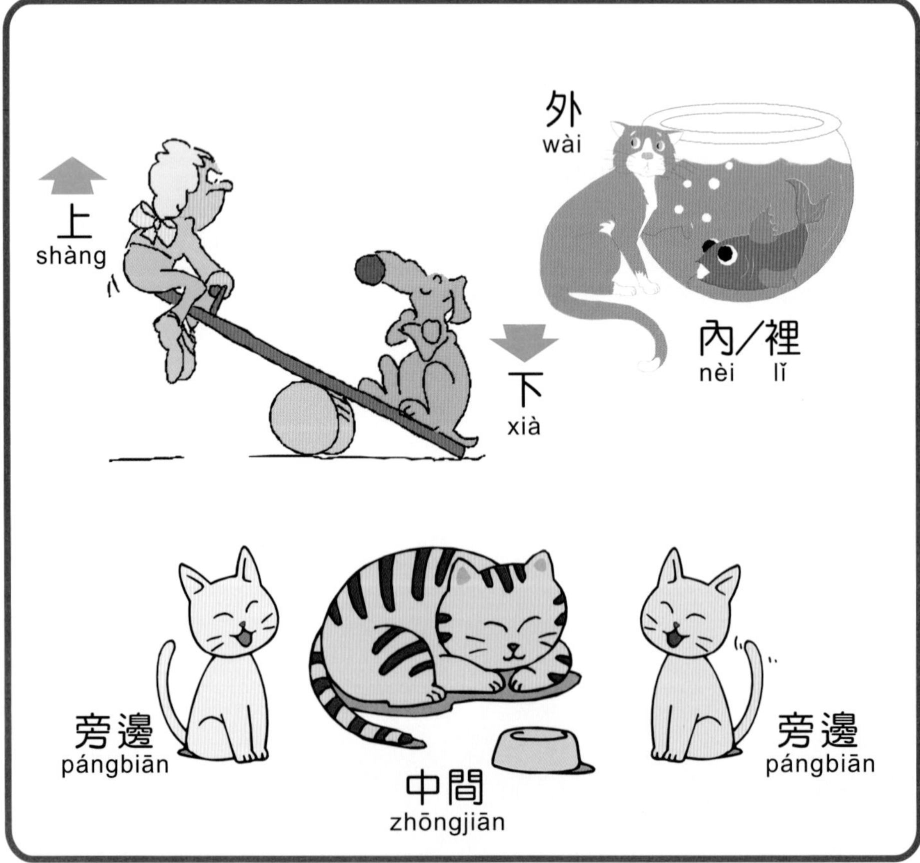

jùxíng yǎnliàn

你在哪裡？

問位置

เพื่อถามถึง คน/สิ่งของ ว่าอยู่ที่ไหน

（請問）	你 / 信	在	哪裡？ 哪邊？

你 / 信	在	房	裡。
		房間	裡面。
		桌	上。
		桌子	上面。

我	在	這裡。
信		這裡。 那裡。

問走法

เพื่อสอบถามวิธีการเดินทางไปยังสถานที่หนึ่งๆ

請問	郵局 學校 捷運站 臺北車站	怎麼走？

你可以	坐 搭	捷運 火車 公車	到	板橋站 臺中站 公館站	下車。

問目的

เพื่อสอบถามวัตถุประสงค์ในการเดินทางไปสถานที่หนึ่งๆ

請問	你 艾婕 洪老師	到	那裡 他家	去	做什麼？
			這裡 我家	來	

你 艾婕 洪老師	到	那裡 他家	去	看書。 找朋友。 聊天。
		這裡 我家	來	

LESSON 3

換我試試看

huàn wǒ shìshi kàn

挑戰一

請根據圖片回答問題。

例：請問手套在哪裡？→手套在椅子上面。

1. 請問貓在哪裡？
2. 請問字典在哪裡？
3. 請問檯燈在哪裡？
4. 請問時鐘在哪裡？
5. 請問老鼠在哪裡？

挑戰二

請根據座位表，回答下列問題。

請問志豪在哪裡？

→在子維左邊／在淑芬前面／在俊傑後面／在俊傑和淑芬中間

1. 請問建民在哪裡？
2. 請問婉婷在哪裡？
3. 請問淑芬在哪裡？
4. 請問怡君在哪裡？
5. 請問宗翰在哪裡？
6. 請問俊傑在哪裡？
7. 請問筱玲在哪裡？

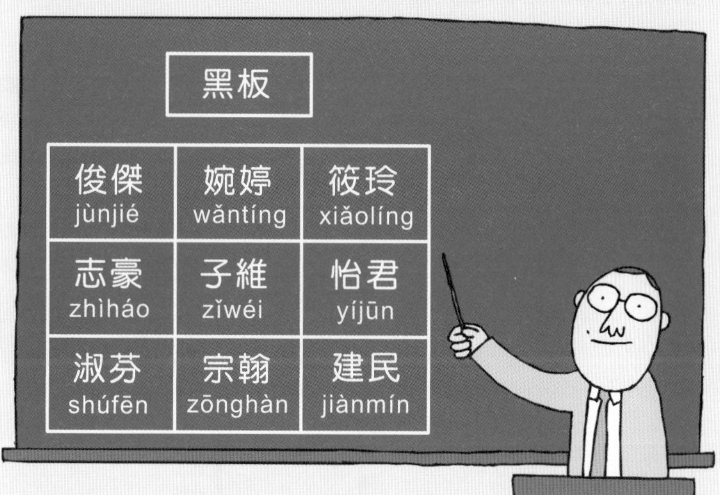

挑戰三

請根據事實，回答下列問題。

例：請問加拿大在美國的南邊嗎？→不對，加拿大在美國的北邊。

1. 請問西班牙在義大利的北邊嗎？
2. 請問波蘭在德國的西邊嗎？
3. 請問高雄在臺北的東邊嗎？
4. 請問巴西在阿根廷的南邊嗎？
5. 請問韓國在日本的東邊嗎？

LESSON 3

huàn wǒ shìshi kàn

挑戰四

下面是臺北捷運路線圖。你的朋友瑪莉經常迷路，請告訴她，她該如何到達目的地。

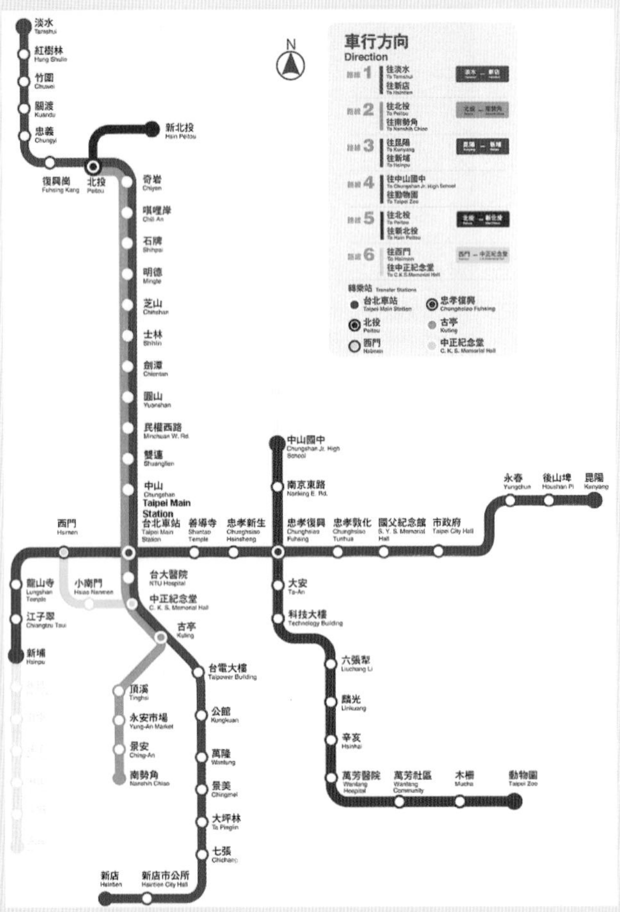

例：瑪莉：我現在在中正紀念堂站。請問臺北車站怎麼走？
→你坐往淡水的車，然後坐到臺北車站下車。

1. 瑪莉：我現在在公館站。我要去關渡站。
2. 瑪莉：我現在在關渡站。我要去西門站。
3. 瑪莉：我現在在西門站。我要去新店站。
4. 瑪莉：我現在在新店站。我要去市政府站。
5. 瑪莉：我現在在市政府站。我要去萬芳醫院站。

挑戰五

請根據範例，說出各句所回答的問題。

例一：答：麥可到美國去觀光。→　問：麥可到哪裡去觀光？
例二：答：麥可到美國去觀光。→　問：麥可到美國去做什麼？

1. 答：朋友到我家來聊天。→　問：
2. 答：楊老師到市場去買菜。→　問：
3. 答：留美子到書店去買課本。→　問：
4. 答：雅婷回家休息。→　問：
5. 答：他哥哥在德國工作。→　問：
6. 答：火車從高雄開到臺北。→　問：
7. 答：我在房間裡面。→　問：
8. 答：艾婕到臺灣來學中文。→　問：

tīnglì liànxí

甲 幼稚園 乙

補習班 餐廳 警察局(派出所)

診所 丙 戊

理髮廳 丁 7-11

早餐店 己 庚

全家便利商店 星巴克咖啡

大學校區 辛 大學宿舍

請根據對話與圖示，回答下列問題。

1. 請問銀珠是哪裡人？
（日本／韓國／新加坡）

2. 請問銀珠想去伊凡家裡做什麼？
（泡茶／唱歌／聊天）

3. 請問銀珠家在哪裡？（請看圖片）
（丁／戊／己／庚）

4. 請問伊凡家在哪裡？（請看圖片）
（甲／乙／丙／辛）

好久不見 ไม่ได้พบกันนาน
hǎojiǔ bújiàn
打工 ทำงานพิเศษ (พาร์ทไทม์)
dǎgōng
住 อาศัย
zhù
搬(家) ย้าย(บ้าน)
bān
巷子 ซอย , ตรอก
xiàngzi
面對 เผชิญหน้า
miànduì
右手邊 ทางด้านขวามือ
yòushǒubiān
床 เตียง , ที่นอน
chuáng
書桌 โต๊ะหนังสือ
shūzhuō
冰箱 ตู้เย็น
bīngxiāng

小辭典

MEMO

LESSON 4

第四課 打電話
dì sì kè dǎ diànhuà

คุยโทรศัพท์

對話
duìhuà

(1下午，龍媽 2閒著沒事，想 3打電話 4找 人5聊天 來6打發時間。)
xiàwǔ lóngmā xián zhe méishì xiǎng dǎ diànhuà zhǎo rén liáotiān lái dǎfā shíjiān

龍媽：7喂？
lóngmā wéi

8男子：喂？
nánzǐ wéi

龍媽：劉太太 在家嗎？
liú tàitai zài jiā ma

男子：不好意思，請問 妳找 誰？
bùhǎoyìsi qǐngwèn nǐ zhǎo shéi

龍媽：劉太太啊，你 不是她9兒子嗎？
liú tàitai a nǐ bú shì tā ér zi ma

男子：對不起，妳**打錯**[10]了喔。
duìbùqǐ nǐ dǎcuò le o

龍媽：怎麼會？這裡不是 二九三三二七五一嗎？
zěnme huì zhèlǐ bú shì èr jiǔ sān sān èr qī wǔ yī ma

男子：不是，這裡是二九三三 二四五一。
bú shì zhèlǐ shì èr jiǔ sān sān èr sì wǔ yī

龍媽：**唉呀**[11]，對不起，我打錯了。
āi ya duìbùqǐ wǒ dǎcuò le

男子：**沒 關 係**[12]。
méi guān xi

（**掛**[13]電話 後，龍媽**重新**[14] **撥**[15]了一次**號碼**[16]。）
guà diànhuà hòu lóngmā chóngxīn bō le yí cì hàomǎ

龍媽：二、九、三、三、二、七、五、一，這次**應該**[17] 對了。喂？
èr jiǔ sān sān èr qī wǔ yī zhècì yīnggāi duì le wéi

劉太太：喂？龍 太太嗎？
liú tàitai wéi lóng tài tai ma

龍媽：**唉喲**[18]，一**聽**[19]就**認**[20]出來啦，真 **不愧是**[21]劉太太。
āi yo yì tīng jiù rèn chūlái la zhēn búkuì shì liú tàitai

劉太太：還說 呢，早上 一直要打給妳都打不**通**[22]。
hái shuō ne zǎoshàng yìzhí yào dǎ gěi nǐ dōu dǎ bù tōng

小辭典

1. 下午 ตอนบ่าย
2. 閒著沒事 ว่าง , ไม่มีอะไรทำ
3. 打電話 โทรศัพท์
4. 找 หา , ค้นหา
5. 聊天 พูดคุย
6. 打發時間 ฆ่าเวลา
7. 喂？ ฮัลโหล?
8. 男子 ผู้ชาย
9. 兒子 ลูกชาย
10. 打錯 โทรผิด
11. 哎呀 โอ๊ะโอ , อุ๊บส์ (คำอุทาน)
12. 沒關係 ไม่เป็นไร
13. 掛 วางสาย
14. 重新～一次 อีกครั้ง
15. 撥 หมุน(กด) เบอร์โทรศัพท์
16. 號碼 เบอร์โทร
17. 應該 ควรจะ
18. 唉喲 ว้าว!
19. 聽 ได้ยิน , ฟัง
20. 認 นึกออก , รู้จัก , จำได้
21. 不愧是～ คือ (แสดงถึงความภาคภูมิใจ)
22. 通 ผ่าน , โทรติด(โทร) , ทะลุ

LESSON 4

龍媽：我早上　在 跟林太太聊天！她說 有 **重要**[23] **消息**[24] 要**告訴**[25]
wǒ zǎoshàng zài gēn lín tàitai liáotiān tā shuō yǒu zhòngyào xiāoxí yào gàosù

我嘛。
wǒ ma

劉太太：我看妳**乾脆**[26] 給我**手機**[27] 號碼 好 了，這樣 才能 **隨時**[28]
wǒ kàn nǐ gāncuì gěi wǒ shǒujī hàomǎ hǎo le zhèyàng cáinéng suíshí

跟妳聊 天。來，多少？
gēn nǐ liáo tiān lái duōshǎo

龍媽：我還沒 **辦**[29] 手機呢。
wǒ hái méi bàn shǒujī ne

劉太太：現在**平均**[30] **每**[31]一個臺灣人 都有一到 兩 支手機耶。
xiànzài píngjūn měi yí ge táiwān rén dōu yǒu yī dào liǎng zhī shǒujī ye

龍媽：唉呀，**麻煩死了**[32]。**不講 這 個**[33]，妳知不知道蔡太太的
āi ya máfán sǐ le bù jiǎng zhè ge nǐ zhī bù zhīdào cài tàitai de

小兒子**最近**[34]怎麼了嗎？
xiǎo ér zi zuìjìn zěnme le ma

劉太太：蔡太太她兒子？快快快，**別賣 關 子了**[35]，他怎麼啦？
cài tàitai tā ér zi kuài kuài kuài bié mài guān zi le tā zěnme la

龍媽：**聽說**[36] 他**中**[37]　**了樂透頭獎** 啦！
tīngshuō tā zhòng le lètòu tóujiǎng la

小辭典

23. 重要 สำคัญ
24. 消息 ข่าวคราว , ข้อความ
25. 告訴 บอกกล่าว
26. 乾脆 ……ละกัน
27. 手機 โทรศัพท์มือถือ
28. 隨時 ตลอดเวลา , ทุกเวลา
29. 辦 ทำ , ดำเนินการ
30. 平均 โดยเฉลี่ย
31. 每 แต่ละ , ทุกๆ
32. 麻煩死了 ลำบากมาก
33. 不講這個 ไม่พูดถึงเรื่องนี้แล้ว (เปลี่ยนเรื่องสนทนา)
34. 最近 เร็วๆนี้
35. 別賣關子了 อย่ามัวแต่พูดอ้อมไปมา
36. 聽說 ได้ยินมาว่า
37. 中樂透頭獎 ถูกรางวัลลอตเตอรี่

劉太太： [38]**真的假的**？妳怎麼知道？
zhēn de jiǎ de　nǐ zěnme zhīdào

龍媽：[39]**還不是**林太太從 她女兒的同學 那聽來的。
hái bú shì lín tàitai cóng tā nǚér de tóngxué nà tīng lái de

劉太太：[40]**難怪**，妳知不知道蔡太太打算 搬 到哪裡去住？
nánguài　nǐ zhī bù zhīdào cài tài tai dǎsuàn bān dào nǎlǐ qù zhù

龍媽：不知道欸，去哪裡？
bù zhīdào e　qù nǎlǐ

劉太太：美國 [41]**洛杉磯**呀！[42]**有了錢** 就[43]**不一樣**了呢。
měiguó luòshānjī ya　yǒu le qián jiù bù yíyàng le ne

龍媽：唉喲，好[44]**羨慕** 呢。
āi yo　hǎo xiànmù ne

（[45]**此時**，艾婕跟子維也來到[46]**客廳**。）
cǐ shí　àijié gēn zǐwéi yě lái dào kètīng

艾婕：龍媽 [47]**講** 電話 講 得好[48]**開心**喔。臺灣人講 電話 都 [49]**這麼** 開心嗎？
àijié　lóngmā jiǎng diànhuà jiǎng de hǎo kāixīn o　táiwān rén jiǎng diànhuà dōu zhème kāixīn ma

子維：她不是講 電話 開心——她是講 [50]**八卦**開心！
zǐwéi　tā bú shì jiǎng diànhuà kāixīn　tā shì jiǎng bāguà kāixīn

小辭典

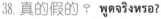

38. 真的假的？ พูดจริงหรอ?
39. 還不是～ ไม่ใช่......หรอ
40. 難怪 มิน่าล่ะ , ไม่น่าแปลกใจ
41. 洛杉磯 ลอสแอนเจลิส
42. 有錢 ร่ำรวย , มีเงิน
43. 不一樣 ไม่เหมือนกัน
44. 羨慕 อิจฉา
45. 此時 ในเวลาเดียวกัน
46. 客廳 ห้องรับแขก
47. 講 พูดคุย , สนทนา
48. 開心 ดีใจ , มีความสุข
49. 這麼 ......อย่างนี้
50. 八卦 ซุบซิบ , นินทา

LESSON

4

คำแปลจากบทเรียน

(ตอนบ่ายวันหนึ่ง คุณแม่หลงไม่มีธุระอะไรต้องทำ จึงอยากที่จะโทรหาใครซักคนเพื่อคุยด้วยเป็นการฆ่าเวลา)

คุณแม่หลง: ฮัลโหล

ผู้ชายคนหนึ่ง: ฮัลโหล

คุณแม่หลง: คุณหลิวอยู่ที่บ้านไหมคะ

ผู้ชายคนหนึ่ง: ขอโทษครับ ไม่ทราบว่าต้องการพูดกับใครครับ

คุณแม่หลง: คุณหลิวค่ะ ใช่ลูกชายของคุณหลิวไหมคะ

ผู้ชายคนหนึ่ง: ขอโทษครับ คุณโทรผิดแล้วครับ

คุณแม่หลง: เป็นไปได้อย่างไรกัน? ที่นี่ไม่ใช่เบอร์ 29332751 หรอคะ

ผู้ชายคนหนึ่ง: ไม่ใช่ครับ ที่นี่เบอร์ 29332451 ครับ

คุณแม่หลง: โอ้...ขอโทษค่ะ ฉันโทรเบอร์ผิดค่ะ

ผู้ชายคนหนึ่ง: ไม่เป็นไรครับ

(หลังจากที่วางสายแล้ว คุณแม่หลงได้กดเบอร์โทรใหม่อีกครั้ง)

คุณแม่หลง: สอง เก้า สาม สาม สอง เจ็ด ห้า หนึ่ง
ครั้งนี้น่าจะถูกแล้วนะ ฮัลโหล....

คุณหลิว: ฮัลโหล ใช่คุณหลงไหม?

คุณแม่หลง: ว้าว...แค่ได้ยินเสียงก็จำได้เลยหรอ สมแล้วที่เป็นคุณหลิว

คุณหลิว: ยังจะพูดอีก เมื่อเช้าพยายามโทรหาแต่ก็โทรไม่ติด

คุณแม่หลง: เมื่อเช้าฉันคุยโทรศัพท์กับคุณหลิน เขาบอกว่ามีเรื่องสำคัญจะบอกกับฉัน

คุณหลิว: ฉันว่าทางที่ดีคุณเอาเบอร์โทรศัพท์มือถือมาให้ฉันดีกว่า แบบนี้ถึงจะติดต่อคุยกันเมื่อไหร่ก็ได้ มาๆเบอร์อะไร

คุณแม่หลง: ฉันยังไม่ได้ซื้อโทรศัพท์มือถือเลย

คุณหลิว: โดยเฉลี่ยทุกวันนี้คนไต้หวันแต่ละคนต้องมีโทรศัพท์มือถืออย่างน้อย 1-2 เครื่อง

คุณแม่หลง: โอ้โห วุ่นวายน่าดูเลย
ไม่เอาไม่พูดถึงเรื่องนี้แล้ว คุณรู้ไหมช่วงนี้ลูกชายคนเล็กของคุณไฉ่เป็นอย่างไร

คุณหลิว: ลูกชายของคุณไฉ่? เร็วๆ อย่ามัวแต่ให้ฉันเดา เขาเป็นอย่างไร

คุณแม่หลง: ได้ยินมาว่า เขาถูกรางวัลลอตเตอรี่

คุณหลิว: พูดจริงหรอ? คุณรู้ได้อย่างไร

คุณแม่หลง: คุณหลินเขาได้ยินมาจากเพื่อนร่วมห้องของลูกชาย

คุณหลิว: มิน่าล่ะ แล้วคุณรู้ไหมว่าคุณไฉ่ตัดสินใจที่จะย้ายไปอยู่ที่ไหน

คุณแม่หลง: ไม่รู้เลย ไปอยู่ที่ไหน?

คุณหลิว: เมืองลอสแอนเจลิส ประเทศสหรัฐอเมริกาแหน่ะ
มีเงินแล้วก็ไม่เหมือนเดิมเลย

คุณแม่หลง: โอย...น่าอิจฉาจัง

(ในเวลาเดียวกันนั้น อ้ายเจี๋ยกับจื่อเหวยก็มาถึงห้องรับแขกพอดี)

อ้ายเจี๋ย: คุณแม่หลงคุยโทรศัพท์ ดูมีความสุขจังเลย ปกติคนไต้หวันคุยโทรศัพท์มักมีความสุขอย่างนี้ไหมคะ

จื่อเหวย: คุณแม่ไม่ได้มีความสุขที่ได้คุยโทรศัพท์ คุณแม่มีความสุขที่ได้ซุบซิบกับเพื่อนต่างหาก

LESSON 4

你不可以不知道
nǐ bù kěyǐ bù zhīdào

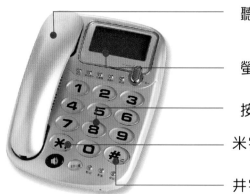

聽筒

螢幕

按鈕

米字鍵

井字鍵

常用號碼

一一〇 報警
แจ้งความ

一一九 火警／救護車
แจ้งอัคคีภัย , รถพยาบาล

一〇〇 國際臺
บริการระหว่างประเทศ

一〇四 市內查號臺
บริการค้นหาหมายเลขท้องถิ่น

一〇五 長途查號臺
บริการค้นหาหมายเลขทางไกล

一〇六 英語查號臺
บริการค้นหาหมายเลขภาษาอังกฤษ

一一七 報時臺
ตรวจสอบเวลามาตรฐาน

一六六 氣象臺
ตรวจสอบพยากรณ์อากาศ

電話號碼

	國際冠碼 national code รหัสเข้าถึงเครือข่ายระหว่างประเทศ	國碼 country calling code รหัสประเทศ	區碼 mobile number รหัสพื้นที่	門號 area code รหัสเครือข่าย	電話號碼 telephone number หมายเลขโทรศัพท์
國際長途電話	001	886	2		2044-1673
				939	483-792
長途電話			02		2044-1673
市內電話					2044-1673
手機電話				0939	483-792

句型演練
jùxíng yǎnliàn

問對方的電話號碼 เพื่อสอบถามหมายเลขโทรศัพท์

請問	你的／您的	電話(號碼)	幾號？是多少？
		手機(號碼)	

我的	電話(號碼)	是	○二	二三四五　六七八九。
			○三	四五六　七八九○。
	手機(號碼)		○九一二	三四五　六七八。

一A就B เมื่อมีการกระทำ A เกิดขึ้น แล้วจึงเกิดการกระทำ B ตามมา

我	一	聽		就	認出來了。
天		黑	艾婕		回去了。
電話鈴		響	龍媽		去接電話了。

問對方知不知道某個消息 เพื่อสอบถามฝ่ายตรงข้ามว่าทราบข้อมูลบางอย่างหรือไม่

你	知(道)不知道 曉(得)不曉得	艾婕住在哪裡？
		龍爸喜歡吃什麼？
		什麼時候開學？
		楊老師的手機是多少？
		我為什麼喜歡日本？

我	(不)知道 (不)曉得	艾婕住在哪裡。
		龍爸喜歡吃什麼。
		什麼時候開學。
		楊老師的手機是多少。
		你為什麼喜歡日本。

甲：你知不知道艾婕住在哪裡？

乙：我知道，艾婕住在龍子維家裡。

丙：我知道艾婕住在哪裡，可是我不知道怎麼走。

丁：我知道，我告訴你吧。

LESSON 4

描述動作的狀態

เพื่ออธิบายลักษณะของอาการที่เกิดขึ้น

龍媽		聊	得	很開心。
龍爸		睡	得	很香。
子芸		起	得	很早。

子維	吃飯	吃	得	很快。
艾婕	走路	走	得	很慢。
我	讀書	讀	得	很認真。

情緒

開心 kāixīn	傷心 shāngxīn
高興 gāoxìng	生氣 shēngqì
快樂 kuàilè	難過 nánguò
煩惱 fánnǎo	害怕 hàipà
緊張 jǐnzhāng	興奮 xīngfèn

換我試試看
huàn wǒ shìshi kàn

挑戰一

請根據範例造句。

例一：（鬧鐘響了。我醒了。）→　鬧鐘一響我就醒了。

例二：（下雨了。路溼了。）→　一下雨路就溼了。

1.（龍媽講了電話。龍媽開心了。）→

2.（天黑了。星星亮了。）→

3.（老闆看到她了。老闆向她打了招呼。）→

4.（門開了。風吹進來了。）→

5.（子維躺下了。子維睡著了。）→

挑戰二

請根據範例改寫句子。

例：艾婕是法國人。→　我不知道艾婕是哪裡人。

1. 劉太太打算到日本去玩。→

2. 珍珠奶茶一杯三十元。→

3. 我同學姓陳。→

4. 子芸在書店打工。→

5. 龍爸的手機是〇九一二　三四五　六七八。→

挑戰三

請根據範例完成句子。

例：（龍爸／吃麵／開心）→ 龍爸吃麵吃得很開心。

（龍媽／講電話／生氣）

（子芸／看電視／傷心）

（子維／睡／香）

（艾婕／跑步／快）

（龍爸／起／早）

聽力練習

tīnglì liànxí

請根據四則給子維的留言，記下留言中的電話號碼，並回答下列問題。

姊姊 龍子芸	法語系系辦 林助教
0933-164-085	
來自法國的留學生 席薇	打工的同事 小陳

1. 請問子維跟小陳在什麼地方工作？
（餐廳／郵局／系辦公室）

2. 法國留學生席薇想要跟子維
（一起吃飯／一起打工／語言交換）

3. 助教要子維到系辦去領
（信／包裹／傳真）

小辭典

聽取＝聽 ได้ยิน , ฟัง
tīngqǔ

按 กด (หมายเลขโทรศัพท์)
àn

開機 เปิดเครื่อง (โทรศัพท์)
kāijī

存 ฝาก , เก็บ , รักษา
cún

代替 แทนที่
dàitì

趕快 ทันที , เดี๋ยวนี้ , รีบ
gǎnkuài

拜託 ขอร้อง
bàituō

約個時間 นัดหมายเวลา
yuēge shíjiān

抽空 เวลาที่ว่าง
chōukòng

過來 มา , มาหา
guòlái

第五課 外出用餐
dì wǔ kè wàichū yòngcān

รับประทานอาหารนอกบ้าน

duìhuà

（子芸公司的**經理**[1]想**請**[2]子芸**負責**[3]**接待**[4]一位來自日本的**客戶**[5]。那位客戶名叫森川晴史，會說**一點**[6]**簡單**[7]的中文。經理已經**跟**[8]森川約好，**連同**[9]子芸在內，三個人一起去吃**午餐**[10]。）

zǐyún gōngsī de jīnglǐ xiǎng qǐng zǐyún fùzé jiēdài yíwèi láizì rìběn de kèhù nàwèi kèhù míngjiào sēnchuān qíngshǐ huì shuō yìdiǎn jiǎndān de zhōngwén jīnglǐ yǐjīng gēn sēnchuān yuē hǎo liántóng zǐyún zài nèi sān ge rén yìqǐ qù chī wǔcān

經理：森川先生，你好！**敝姓林**[11]。**初次見面**[12]，請**多多指教**[13]！
sēnchuān xiānshēng nǐhǎo bì xìng lín chūcì jiànmiàn qǐng duōduō zhǐjiào

子芸：你好，初次見面，我姓龍。
nǐhǎo chūcì jiànmiàn wǒ xìng lóng

森川：林經理好！龍小姐好！我叫森川晴史，這是我的**名片**[14]。
lín jīnglǐ hǎo lóng xiǎojiě hǎo wǒ jiào sēnchuān qíngshǐ zhè shì wǒ de míngpiàn

經理：大家[15]**肚子**應該 [16]**餓**了吧。森川　先生 喜歡 吃中國　菜嗎？
dàjiā dù zi yīnggāi èle ba sēnchuān xiānshēng xǐhuān chī zhōngguó cài ma

森川：我對 中國　菜[17]**了解**得不多，在日本 的時候 只吃過 幾次
wǒ duì zhōngguó cài liǎojiě de bùduō zài rìběn de shíhòu zhǐ chīguò jǐcì

[18]**餃子**跟 麻婆[19]**豆腐**。林經 理，就請 你 介紹介紹 了。
jiǎozi gēn mápó dòufǔ lín jīnglǐ jiù qǐng nǐ jièshàojièshào le

經理：來一[20]**盤**[21]**螞蟻** 上 [22]**樹**跟一盤 [23]**紅燒** [24]**獅子**[25]**頭**，最[26]**道地**了，
lái yì pán mǎyǐ shàng shù gēn yì pán hóngshāo shīzi tóu zuì dàodì le

怎麼樣？
zěnmeyàng

子芸：好！螞蟻上樹　跟 紅燒　獅子頭最 [27]**合我胃口** 了。
hǎo mǎyǐ shàngshù gēn hóngshāo shīzitóu zuì hé wǒ wèikǒu le

森川：不好意思，請問 你們 [28]**平常**　都吃螞蟻 跟 獅子嗎？
bùhǎoyìsi qǐngwèn nǐmen píngcháng dōu chī mǎyǐ gēn shīzi ma

1. 經理 ผู้จัดการ
2. 請 เชิญ , ร้องขอ
3. 負責 รับผิดชอบ
4. 接待 ต้อนรับ
5. 客戶 ลูกค้า
6. 一點 เล็กน้อย
7. 簡單 เรียบง่าย
8. 跟…… 約好 นัดกับ....เรียบร้อยแล้ว
9. 連同…… 在內 รวม......ในนี้
10. 午餐 อาหารกลางวัน
11. 敝姓林 ฉันแซ่หลิน (การพูดแบบสุภาพ)
12. 初次見面 พบกันครั้งแรก , ยินดีที่ได้รู้จัก
13. 多多指教 ช่วยแนะนำด้วย
14. 名片 นามบัตร
15. 肚子 ท้อง
16. 餓 หิว
17. 了解 เข้าใจ , รู้จัก , คุ้นเคย
18. 餃子 เกี๊ยว
19. 豆腐 เต้าหู้
20. 盤 จาน
21. 螞蟻 มด
22. 樹 ต้นไม้
23. 紅燒 อาหารประเภทตุ๋นน้ำแดง
24. 獅子 สิงโต
25. 頭 หัว
26. 道地 โดยแท้จริง , แท้จริง
27. 合……（的）胃口 ถูกปาก
28. 平常 โดยปกติ

子芸：不是啦！螞蟻上樹 就是絞肉[29] 炒[30] 冬粉[31]，螞蟻就是絞肉啦！
búshì la mǎyǐ shàngshù jiù shì jiǎoròu chǎo dōngfěn mǎyǐ jiù shì jiǎoròu la

經理：紅燒 獅子頭 是豬肉[32] 丸子[33]，也不是獅子肉做的！
hóngshāo shīzitóu shì zhūròu wán zi yě bú shì shī zi ròu zuò de

森川：哈，嚇[34]了我一跳！這樣 我就敢[35] 吃了！
hā xià le wǒ yí tiào zhèyàng wǒ jiù gǎn chī le

子芸：再來個 鳳梨[36]蝦[37]球、宮保[38] 高麗菜[39]跟 酸菜[40] 白肉[41]鍋[42] 吧！
zàilái ge fènglí xiā qiú gōngbǎo gāolìcài gēn suāncài báiròu guō ba

森川先生 特地[43] 從 日本過來，當然 要 吃飽[44] 一點、
sēnchuān xiānshēng tèdì cóng rìběn guòlái dāngrán yào chī bǎo yìdiǎn

吃好 一點。
chī hǎo yìdiǎn

經理：說 得沒錯！
shuō de méicuò

森川：謝謝 兩位！
xièxie liǎngwèi

服務生：不好意思，請問可以點[45] 了嗎？
fúwùshēng bùhǎoyìsi qǐngwèn kěyǐ diǎn le ma

經理：當然，我們 要麻婆豆腐、螞蟻上樹、紅燒 獅子頭、
dāngrán wǒmen yào mápó dòufǔ mǎyǐ shàngshù hóngshāo shīzitóu

鳳梨蝦球、宮保高麗菜 跟 酸菜白肉鍋。
fènglí xiāqiú gōngbǎo gāolìcài gēn suāncài báiròuguō

29. 絞肉 เนื้อสับ
30. 炒 ผัด
31. 冬粉 วุ้นเส้น
32. 豬肉 เนื้อหมู
33. 丸子 ลูกชิ้น
34. 嚇……一跳 ทำให้ตกใจ , ประหลาดใจ
35. 敢 กล้า
36. 鳳梨 สับปะรด
37. 蝦 กุ้ง
38. 宮保 ซอสกงเป่า
39. 高麗菜 กะหล่ำปลี
40. 酸菜 ผักดอง
41. 白肉 หมูเนื้อขาว
42. 鍋 หม้อ
43. 特地 พิเศษ
44. 飽 อิ่ม
45. 點 สั่งอาหาร

子芸：還要 三 **碗**[46] **白飯**[47]！
hái yào sān wǎn báifàn

服務生：好的，請 **稍等**[48]。
hǎode qǐng shāoděng

（吃完 飯後）
chī wán fàn hòu

森川：吃得 好飽！謝謝你們，這一**頓**[49]飯 真 好吃。
chī de hǎobǎo xièxie nǐmen zhè yí dùn fàn zhēn hǎochī

子芸：對呀，真的 **吃不下**[50]了！
duìya zhēnde chī bú xià le

經理：大家吃得 開心最 重要 了。
dàjiā chīde kāixīn zuì zhòngyào le

森川：謝謝 兩位 這麼 **熱情**[51]的 **招待**[52]！**下次**[53]兩位 有**機會**[54]到日本來的話，**換我**[55] **請你們 吃飯**[56]！
xièxie liǎngwèi zhème rèqíng de zhāodài xiàcì liǎngwèi yǒu jīhuì dào rìběn lái de huà huàn wǒ qǐng nǐmen chīfàn

子芸：森川先生， 您太客氣了！
sēnchuān xiānshēng nín tài kèqì le

經理：就是說 啊。森川先生，我 打算吃 完 飯後 請子芸帶你**四處**[57]走走，**認識**[58]認識臺灣，您**覺得**[59]怎麼樣？
jiù shì shuō a sēnchuān xiānshēng wǒ dǎsuàn chī wán fàn hòu qǐng zǐyún dài nǐ sìchù zǒuzǒu rènshì rènshi táiwān nín jué de zěnme yàng

森川：太好了！子芸，請妳多多 指教了。
tài hǎo le zǐyún qǐng nǐ duōduō zhǐjiào le

子芸：多多指教！
duōduō zhǐjiào

小辭典

46. 碗 ชาม
47. 白飯 ข้าวขาว
48. 稍等 รอซักครู่
49. 頓 มื้ออาหาร
50. 吃不下 กินไม่ไหวแล้ว
51. 熱情 อบอุ่น
52. 招待 ต้อนรับ
53. 下次 ครั้งหน้า
54. 機會 โอกาส
55. 換我…… ถึงคราวที่ฉันจะ.....
56. 請…… 吃飯 เชิญรับประทานอาหาร
57. 四處 รอบๆ
58. 認識 รู้จัก , คุ้นเคย
59. 覺得 คิดว่า , รู้สึกว่า

คำแปลจากบทเรียน

(ผู้จัดการบริษัทของจื่อหวิน มอบหมายให้จื่อหวินดูแลรับผิดชอบในการต้อนรับลูกค้าที่มาจากประเทศญี่ปุ่น ลูกค้าคนนั้นมีชื่อว่า เสินชวนฉิงสื่อ เขาสามารถสนทนาภาษาจีนอย่างง่ายได้เล็กน้อย ผู้จัดการได้ทำการนัดหมายกับคุณเสินชวน พร้อมทั้งจื่อหวิน รวมเป็น 3 คน เพื่อที่จะไปรับประทานอาหารกลางวันพร้อมกันเรียบร้อยแล้ว)

ผู้จัดการ: สวัสดีครับคุณเสินชวน ผมแซ่หลิน ยินดีที่ได้รู้จักครับ

จื่อหวิน: สวัสดีค่ะ ฉันแซ่หลง ยินดีที่ได้รู้จักค่ะ

เสินชวน: สวัสดีครับผู้จัดการหลิน สวัสดีครับคุณหลง
ผมชื่อ เสินชวนฉิงสื่อ อันนี้เป็นนามบัตรของผม

ผู้จัดการ: พวกคุณคงจะหิวกันแล้ว คุณเสินชวน คุณชอบทานอาหารจีนหรือไม่

เสินชวน: ถ้าอย่างนั้นขอเป็น "หมาอี่ซั่งซู่" หนึ่งจานแล้วก็ "หงซาวชือจึโถว" อีกหนึ่งจาน อาหารดั้งเดิมที่สุดแล้ว คิดว่าเป็นอย่างไร

ผู้จัดการ: ถ้าอย่างนั้นขอเป็น "หมาอี่ซั่งซู่" หนึ่งจานแล้วก็ "หงซาวชือจึโถว" อีกหนึ่งจาน อาหารดั้งเดิมที่สุดแล้ว คิดว่าเป็นอย่างไร

จื่อหวิน: ได้เลยค่ะ "หมาอี่ซั่งซู่" และ "หงซาวชือจึโถว" ถูกปากฉันที่สุดแล้ว

เสินชวน: ขอโทษครับ ปกติคุณทาน "หมาอี่" (มด) และ "ชือจึ" (สิงโต) ด้วยหรอครับ

จื่อหวิน: ไม่ใช่ค่ะ "หมาอี่ซั่งซู่" คือ วุ้นเส้นผัดหมูสับค่ะ "หมาอี่" ก็คือหมูสับค่ะ

ผู้จัดการ: ลูกชิ้นหัวสิงโตตุ๋นน้ำแดง ก็คือ ลูกชิ้นหมู แล้วก็ไม่ได้ทำมาจากเนื้อสิงโตด้วย

เสินชวน: อ้อ...ทำผมตกใจหมดเลย แบบนี้ผมค่อยกล้าทานหน่อย

จื่อหวิน: ถ้าอย่างนั้นขอเพิ่มกุ้งชุบแป้งทอดสับปะรด , กะหล่ำปลีผัดซอสกงเป่า แล้วก็หมูต้มผักดองด้วย
คุณเสินชวน เดินทางมาเป็นพิเศษจากประเทศญี่ปุ่น
แน่นอนว่าจะต้องให้ทานให้อิ่มและอร่อยด้วย

ผู้จัดการ: ถูกต้อง!

เสินชวน: **ขอบคุณคุณทั้งสองนะครับ**

พนักงานเสิร์ฟ: **ขอโทษครับ ต้องการสั่งอาหารหรือยังครับ**

ผู้จัดการ: **ครับ พวกเราสั่งเต้าหู้ทรงเครื่อง , ผัดวุ้นเส้นหมูแบบเผ็ด , ลูกชิ้นหัวสิงโตตุ๋นน้ำแดง , กุ้งทอดราดสับปะรด , กะหล่ำปลีผัดซอสกงเป่า และหมูต้มผักดอง**

จื่อหวิน: **แล้วก็ขอเป็นข้าวเปล่าอีก 3 ชามค่ะ**

พนักงานเสิร์ฟ: **ครับ รอซักครู่นะครับ**

(หลังจากรับประทานอาหารเรียบร้อยแล้ว)

เสินชวน: **วันนี้ทานอิ่มมากเลย ขอบคุณครับ อาหารมื้อนี้อร่อยมาก**

จื่อหวิน: **ใช่ค่ะ ทานไม่ไหวแล้ว**

ผู้จัดการ: **สิ่งที่สำคัญที่สุดคือ ทุกคนทานอาหารอย่างมีความสุข**

เสินชวน: **ขอบคุณคุณทั้งสองคนที่ต้อนรับอย่างอบอุ่น ครั้งหน้า ถ้าคุณทั้งสองมีโอกาสไปประเทศญี่ปุ่น ถึงคราวที่ผมจะเชิญรับประทานอาหารบ้างนะครับ**

จื่อหวิน: **คุณเสินชวน คุณเกรงใจมากไปแล้วครับ**

ผู้จัดการ: **คืออย่างนี้คุณเสินชวน ผมตั้งใจว่าหลังจากรับประทานอาหารเสร็จเรียบร้อยแล้ว ผมจะให้คุณจื่อหวินพาไปเดินรอบๆ รู้จักประเทศไต้หวันซักหน่อย คุณคิดว่าเป็นอย่างไร**

เสินชวน: **เยี่ยมไปเลย ! คุณจื่อหวิน รบกวนแนะนำด้วยนะครับ**

จื่อหวิน: **ยินดีค่ะ**

LESSON 5

你不可以不知道

nǐ bù kěyǐ bù zhīdào

菜單

湯 ซุป
酸辣湯
蛋花湯
蛤蜊湯

豬肉類 ประเภทหมู
紅燒獅子頭
蒜泥白肉
東坡肉
糖醋排骨

牛肉類 ประเภทเนื้อ
青椒牛肉
牛肉烙餅
牛肉麵

海鮮類 อาหารทะเล
鳳梨蝦球
清蒸鱈魚

雞肉類 ประเภทไก่
宮保雞丁

鴨肉類 ประเภทเป็ด
北京烤鴨

素菜 มังสวิรัติ
家常豆腐
燙青菜
番茄炒蛋
素炒雙冬

點心類 ของหวาน
鍋貼
韭菜水餃
小籠包

飯類 ข้าว
牛腩飯
排骨飯
滷肉飯
廣州炒飯

小菜 อาหารเคียง
皮蛋豆腐

麵類 ประเภทเส้น
炸醬麵
炒麵

火鍋類 ประเภทหม้อไฟ
酸菜火鍋

句型演練
jùxíng yǎnliàn

點菜 สั่งอาหาร

請問您要點什麼？／請問您要吃什麼？
→我要麻婆豆腐。
→來一盤麻婆豆腐吧！

使役動詞「請」、「叫」(กริยาที่ "ประธานไม่ได้ทำกริยานี้เอง" แต่ให้คนอื่นหรือสิ่งอื่นทำ 請 และ 叫)

龍爸	請 叫	我	幫他／她 替他／她	買啤酒。
龍媽		子維		關門。
子芸		艾婕		翻譯一段法文。

*請 ใช้ในกรณีที่ขอให้ใครบางคนทำอะไรบางอย่างให้อย่างสุภาพ
叫 ใช้ในการเรียกหรือออกคำสั่งให้ใครบางคนทำอะไรบางอย่าง

說明材料 (การอธิบายส่วนผสมหรืออาหารบางอย่าง)

紅燒獅子頭	是	豬肉	做的。
螞蟻上樹		冬粉跟絞肉	
麻婆豆腐		豆腐跟辣醬	

陳述經驗 (การพรรณนาประสบการณ์เกี่ยวกับสิ่งใดสิ่งหนึ่ง)

我	吃	過	(一次) (兩次)	臭豆腐。
	去			日本。
	看			這部電影。

推測 (การคาดคะเน)

肚子	應該	餓了	吧。
艾婕		睡了	
紅燒獅子頭		不是獅子肉做的	

換我試試看
huàn wǒ shìshi kàn

挑戰一

請介紹你最喜歡的一道菜(最好是你的家鄉菜)，並說明其材料是什麼。

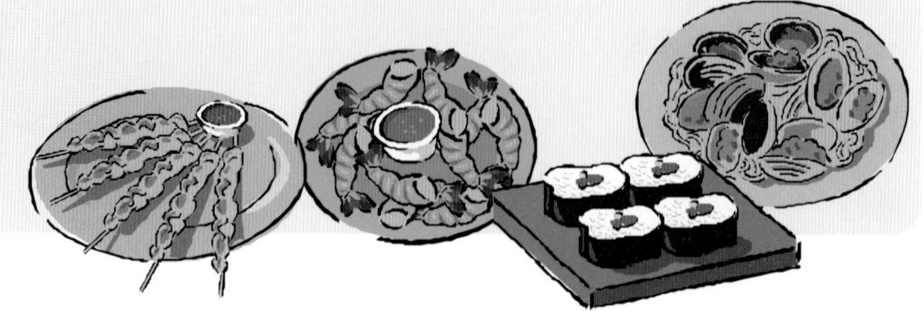

挑戰二

請根據範例造句。

例一：我：「媽媽，買禮物給我好不好？」→ 我請媽媽買禮物給我。

例二：龍媽：「子芸，去開窗戶！」→ 龍媽叫子芸去開窗戶。

1. 龍爸：「艾婕，妳方不方便幫我買包菸？」→
2. 森川：「子芸，可以帶我去便利商店嗎？」→
3. 小陳：「子維，你趕快回來啦！」→
4. 劉太太：「老闆，算便宜一點啦！」→
5. 全班同學：「老師請客！老師請客！」→

挑戰三

請根據範例造句。

例：（艾婕／吃／臭豆腐／二）→艾婕吃過兩次臭豆腐。
／艾婕吃過臭豆腐兩次。

1. （龍媽／去／法國／一）
2. （龍爸／坐／飛機／三）
3. （子芸／看／這部影集／二）
4. （子維／拿／獎／不少）
5. （艾婕／聽／這個故事／很多）

挑戰四

請根據範例造句。

例：（肚子餓了）→中午十二點了，肚子應該餓了吧。

1.（他出門了）→電話沒人接，

2.（森川起床了）→都早上七點了，

3.（子維吃不下了）→吃了那麼多東西，

4.（課開始了）→上午九點了，

5.（龍爸跟龍媽睡了）→半夜兩點了，

聽力練習
tīnglì liànxí

請聽四段對話，並回答下列問題。

1. 艾婕跟子維去的餐廳是一家
（西班牙餐廳／德國餐廳／義大利餐廳）

2. 艾婕跟子維點了什麼菜？

3. 艾婕點的飲料是
（紅茶／綠茶／花茶／咖啡）

4. 出錢的人是
（艾婕／子維／艾婕跟子維／免費）

5. 請問他們一共付了多少錢？

小辭典

海鮮 อาหารทะเล
hǎixiān

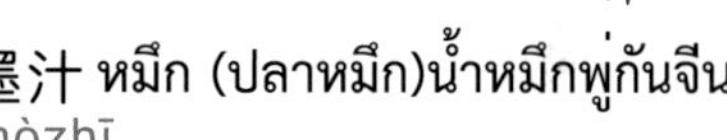
墨汁 หมึก (ปลาหมึก)น้ำหมึกพู่กันจีน
mòzhī

飲料 เครื่องดื่ม
yǐnliào

沙拉吧 เคาน์เตอร์สลัด
shālābà

自行取用 บริการตนเอง
zìxíng qǔyòng

各付各的 ต่างคนต่างจ่าย
gèfù gède

(別)破費 (อย่า) ใช้เงินสุรุ่ยสุร่าย
bié pòfèi

領薪水 รับเงินเดือน
lǐng xīnshuǐ

買單 คิดเงินค่าอาหาร
mǎidān

發票 ใบเสร็จ
fāpiào

LESSON

6 第六課 出遊
dì liù kè chūyóu

การเดินทาง

對話
duìhuà

（上次[1] 一起吃飯之後，子芸跟 森川 又利用[2] 週末[3] 假期[4]一起
shàngcì yìqǐ chīfàn zhīhòu zǐyún gēn sēnchuān yòu lìyòng zhōumò jiàqí yìqǐ

出去玩了 兩、三次，現在已經是無話不談[5] 的 好 朋友 了。
chūqù wánle liǎng sān cì xiànzài yǐjīng shì wúhuàbùtán de hǎo péngyǒu le

這 個週末 子芸打算 帶森川 去九份[6]玩。）
zhè ge zhōumò zǐyún dǎsuàn dài sēnchuān qù jiǔfèn wán

（子芸撥[7]了 森川 住處[8] 的 電話 號碼）
zǐyún bōle sēnchuān zhùchù de diànhuà hàomǎ

子芸：喂？森川 嗎？
wéi sēnchuān ma

森川：對，我是 森川，妳是子芸吧？
duì wǒ shì sēnchuān nǐ shì zǐyún ba

子芸：哇！你已經認得出[9]我 的 聲音[10] 了。
wā nǐ yǐjīng rèndechū wǒ de shēngyīn le

森川：我們 是 朋友 嘛！找 我有 什麼 事嗎？
wǒmen shì péngyǒu ma zhǎo wǒ yǒu shéme shì ma

子芸：當然 是 週末 出去玩 的事啊。這個**禮拜六**[11]我 想 帶你去
dāngrán shì zhōumò chūqù wán de shì a zhè ge lǐbàiliù wǒ xiǎng dài nǐ qù

九份玩。
jiǔfèn wán

森川：九份？在哪裡？
jiǔfèn zài nǎlǐ

子芸：九份在新北**市**[12]瑞芳 **區**[13]，是一個很 有**懷舊氣氛**[14]的
jiǔfèn zài xin běi shì ruìfāng qū shì yí ge hěn yǒu huáijiù qìfēn de

觀光 景點[15]。
guānguāng jǐngdiǎn

森川：懷舊氣氛啊，這我喜歡。
huáijiù qìfēn a zhè wǒ xǐhuān

子芸：那就**約**[16]禮拜六上午 八點 半，在我們 公司 門口 **見面**[17]，
nà jiù yuē lǐbàiliù shàngwǔ bādiǎn bàn zài wǒ men gōngsī ménkǒu jiànmiàn

好不好？
hǎo bù hǎo

森川：好啊！上午 八點 半，公司 **門口**[18]，對不對？
hǎo a shàngwǔ bādiǎn bàn gōngsī ménkǒu duì bú duì

子芸：對。那我們 就**不見不散**[19]囉！
duì nà wǒ men jiù bújiànbúsàn luo

森川：嗯！不見不散！
en bújiànbúsàn

小辭典

1. 上次 ครั้งก่อน
2. 利用 ใช้ประโยชน์
3. 週末 สุดสัปดาห์
4. 假期 วันหยุด
5. 無話不談 เข้ากันได้ดี , พูดได้ทุกเรื่อง
6. 九份 "จิ่วเฟิ่น" สถานที่ท่องเที่ยงแห่งหนึ่ง เมืองโบราณทางตะวันออกเฉียงเหนือของไต้หวัน
7. 撥 กด (เบอร์โทรศัพท์)
8. 住處 ที่อยู่อาศัย
9. 認得出 ดูออก , มองออก , รู้จัก
10. 聲音 เสียง
11. 禮拜六 วันเสาร์
12. 市 เมือง
13. 區 เขต
14. 懷舊氣氛 บรรยากาศย้อนยุค
15. 觀光景點 แหล่งท่องเที่ยว
16. 約 นัด , นัดพบ
17. 見面 พบหน้า , พบเจอ
18. 門口 ทางเข้า , ปากประตู
19. 不見不散 รอจนกว่าจะพบ

LESSON

6

（禮拜六上午　八點四十分，公司門口）
lǐbàiliù　shàngwǔ　bādiǎn sìshí fēn　gōngsī ménkǒu

子芸：對不起！**結果**[20]我自己**反而**[21]**遲到**[22]了。
duìbùqǐ　jiéguǒ wǒ zìjǐ fǎnér chídào le

森川：沒關係、沒關係，我也才剛　到而已。
méiguānxi　méiguānxi　wǒ yě cái gāng dào éryǐ

子芸：真　高興你不**介意**[23]！
zhēn gāoxìng nǐ bú jièyì

森川：對了，我們 要 怎麼過去呢？
duì le　wǒmen yào zěnme guòqù ne

子芸：我 們 先 搭公車　到 **火車站**[24]，再坐 到 瑞芳 火車站，
wǒmen xiān dā gōngchē dào huǒchēzhàn　zài zuò dào ruìfāng huǒchēzhàn

然後 坐**接駁 公車**[25] 到 九份。
ránhòu zuò jiēbó gōngchē dào jiǔfèn

森川：我**了解**[26]了，那我們 就**出發**[27]吧！
wǒ liǎojiě le　nà wǒmen jiù chūfā ba

子芸：嗯，出發！
en　chūfā

（接駁公車　**終於**[28] **抵達**[29]了九份，兩人下車）
jiēbó gōngchē zhōngyú dǐdá le jiǔfèn　liǎngrén xiàchē

子芸：這裡就是九份了！
zhèlǐ jiùshì jiǔfèn le

森川：哇，這邊 的路好**特別**[30]，好多 **樓梯**[31]喔！
wā　zhèbiān de lù hǎo tèbié　hǎo duō lóutī o

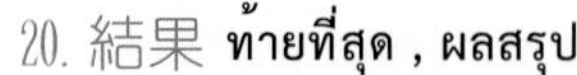
20. 結果 ท้ายที่สุด , ผลสรุป
21. 反而 ในทางตรงกันข้าม
22. 遲到 มาสาย
23. 介意 ถือสา
24. 火車站 สถานีรถไฟ
25. 接駁公車 รถรับส่ง
26. 了解 เข้าใจ
27. 出發 ออกเดินทาง
28. 終於 ในที่สุด
29. 抵達 มาถึง
30. 特別 พิเศษ
31. 樓梯 บันได

子芸：這一條路叫豎崎路，兩邊的[32]**茶館**也都很[33]**有名**喔！
zhè yì tiáo lù jiào shùqí lù liǎngbiān de cháguǎn yě dōu hěn yǒumíng o

森川：哇，已經中午了，難怪我的[34]**肚子這麼餓**。
wā yǐjīng zhōngwǔ le nánguài wǒ de dù zi zhème è

子芸：對了，到九份一定要吃[35]**芋圓**、喝[36]**魚丸湯**。來，跟我來！
duì le dào jiǔfèn yídìng yào chī yùyuán hē yúwán tāng lái gēn wǒ lái

（兩人在金山街的魚丸湯店）
liǎngrén zài jīnshān jiē de yúwán tāngdiàn

子芸：老闆娘！我們要兩碗魚丸湯。
lǎobǎn niáng wǒmen yào liǎng wǎn yúwán tāng

老闆娘：好！[37]**馬上**來！
hǎo mǎshàng lái

森川：魚丸是魚肉做的丸子嗎？
yúwán shì yúròu zuò de wánzi ma

子芸：[38]**答對**了！九份的魚丸湯最好喝了。
dá duì le jiǔfèn de yúwán tāng zuì hǎohē le

老闆娘：魚丸湯來了！小心[39]**燙**喔！
yúwán tāng lái le xiǎoxīn tàng o

森川：（喝了一口）真好喝！
hē le yì kǒu zhēn hǎo hē

子芸：他們用的魚肉很[40]**新鮮**，魚丸湯當然就好喝囉！
tāmen yòng de yúròu hěn xīnxiān yúwán tāng dāngrán jiù hǎo hē luo

你喝[41]**慢**一點喔，不要[42]**嗆**到了。
nǐ hē màn yìdiǎn o bú yào qiàng dào le

小辭典

32. 茶館 โรงน้ำชา
33. 有名 มีชื่อเสียง
34. 肚子餓 ท้องเริ่มร้อง (หิว)
35. 芋圓 บัวลอยเผือก
36. 魚丸湯 ซุปลูกชิ้นปลา
37. 馬上 ทันที
38. 答對 ตอบถูก
39. 燙 ร้อน
40. 新鮮 สด , ใหม่
41. 慢 ช้า
42. 嗆 สำลัก

LESSON 6

森川：（喝太快，結果 嗆 到了）
hē tài kuài jiéguǒ qiàng dào le

子芸：才說 就嗆 到了。（拍[43]背[44]）我去 幫你拿餐巾紙[45]喔。
cái shuō jiù qiàng dào le pāi bèi wǒ qù bāng nǐ ná cānjīnzhǐ o

森川：（心想：沒 想到 子芸這 麼體貼[46]……。）
xīnxiǎng méi xiǎngdào zǐyún zhème tǐtiē

子芸：（遞[47]餐巾紙給 森川）你吃慢 一點啦，要不然我就吃掉
dì cānjīnzhǐ gěi sēnchuān nǐ chī màn yìdiǎn la yàobùrán wǒ jiù chī diào

你的魚丸喔。
nǐ de yúwán o

森川：（心想：而且又很可愛[48]……。）
xīnxiǎng érqiě yòu hěn kěài

（兩人 在金山街的 紀念品[49]店）
liǎngrén zài jīnshān jiē de jìniànpǐn diàn

子芸：九份 曾經[50] 因為 出產[51] 黃金[52] 而繁榮[53] 過，但是後來[54]因為挖[55]
jiǔfèn céngjīng yīnwèi chūchǎn huángjīn ér fánróng guò dànshì hòulái yīnwèi wā

不到 黃金 而沒落[56]了。不過現在 九份 變成[57] 了 觀光
bú dào huángjīn ér mòluò le búguò xiànzài jiǔfèn biànchéng le guānguāng

小辭典

43. 拍 ลูบ (หลัง)
44. 背 หลัง
45. 餐巾紙 กระดาษทิชชู
46. 體貼 รอบคอบ
47. 遞 ส่ง...ให้
48. 可愛 น่ารัก
49. 紀念品 ของที่ระลึก
50. 曾經 เคย
51. 出產 ผลิต
52. 黃金 ทองคำ
53. 繁榮 ความเจริญรุ่งเรือง
54. 後來 ต่อมา , ตอนหลัง
55. 挖 ขุด
56. 沒落 เสื่อมโทรม
57. 變成 กลายเป็น

景點之後，又跟以前一樣[58]**興盛**了。
jǐngdiǎn zhī hòu yòu gēn yǐqián yíyàng xīngshèng le

森川：[59]**難怪**這裡有這麼多賣各種石頭的店。
nánguài zhèlǐ yǒu zhème duō mài gèzhǒng shítou de diàn

子芸：對啊。哇，這一塊[60]**透明**的石頭好漂亮喔。
duì a wā zhè yíkuài tòumíng de shítou hǎo piàoliàng o

森川：妳想要的話，我買給妳吧。
nǐ xiǎng yào dehuà wǒ mǎi gěi nǐ ba

子芸：這樣我會不好意思啦！
zhèyàng wǒ huì bùhǎoyìsi la

老闆：小姐妳很[61]**有眼光**喔！妳這麼[62]**識貨**，我就算妳便宜一點吧。
xiǎojiě nǐ hěn yǒuyǎnguāng o nǐ zhème shìhuò wǒ jiù suàn nǐ piányí yìdiǎn ba

兩人：謝謝老闆！
xièxie lǎobǎn

老闆：要不要我在上面[63]**刻**你們[64]**小倆口**的名字啊？[65]**免費**的喔！
yào bú yào wǒ zài shàngmiàn kē nǐmen xiǎoliǎngkǒu de míngzi a miǎnfèi de o

子芸：（[66]**臉紅**）我……我們不是小倆口啦！
liǎnhóng wǒ wǒmen búshì xiǎoliǎngkǒu la

老闆：小姐[67]**害羞**了喔！
xiǎojiě hàixiū le o

森川：子芸，什麼是小倆口啊？
zǐyún shéme shì xiǎoliǎngkǒu a

子芸：不告訴你啦！
bú gàosù nǐ la

小辭典

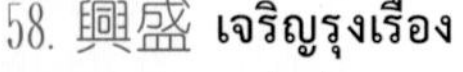

58. 興盛 เจริญรุ่งเรือง
59. 難怪 มิน่าล่ะ
60. 透明 โปร่งใส
61. 有眼光 มีวิสัยทัศน์ , ตาถึง
62. 識貨 ดูของเป็น
63. 刻 แกะสลัก , จารึก
64. 小倆口 คู่ครอง , คู่สามีภรรยา
65. 免費 ฟรี
66. 臉紅 หน้าแดง
67. 害羞 ขี้อาย , เขิน

LESSON 6

（黃昏[68]，兩人　正在　等　接駁公車　回去）
huánghūn liǎngrén zhèngzài děng jiēbó gōngchē huíqù

森川：今天又麻煩[69]妳帶我出來　玩，真　的很謝謝妳！
jīntiān yòu máfán nǐ dài wǒ chūlái wán zhēn de hěn xièxie nǐ

子芸：才不麻煩，我也玩　得很　開心[70]啊。
cái bù máfán wǒ yě wán de hěn kāixīn a

森川：妳看，夕陽[71]好　漂亮　喔。
nǐ kàn xìyáng hǎo piàoliàng o

子芸：對呀。
duì ya

森川：子芸，……。
zǐyún

子芸：你看，車子來了！我們回去吧！
nǐ kàn chēzi lái le wǒmen huíqù ba

森川：（心裡的話：我　好　想　留[72]住　這一刻[73]……。）
xīnlǐ de huà wǒ hǎo xiǎng liú zhù zhè yí kè

子芸：我　們下次到　淡水[74]去玩吧！
wǒ men xiàcì dào dànshuǐ qù wán ba

森川：嗯，好！妳帶我到　哪裡去都　好！（心想：下次還有
en hǎo nǐ dài wǒ dào nǎlǐ qù dōu hǎo xīn xiǎng xiàcì hái yǒu

機會[75]！淡水　的夕陽　應該　也一樣美　吧！）
jīhuì dànshuǐ de xìyáng yīnggāi yě yíyàng měi ba

子芸：（心想：淡水　的魚丸應該　也很　好吃吧！）
xīn xiǎng dànshuǐ de yúwán yīnggāi yě hěn hǎochī ba

小辭典

68. 黃昏 พลบค่ำ
69. 麻煩 รบกวน , ลำบาก
70. 開心 มีความสุข
71. 夕陽 พระอาทิตย์ตก
72. 留 เก็บ , รักษา
73. 刻 ช่วงเวลา
74. 淡水 “ตั้นสุ่ย”สถานที่ท่องเที่ยงแห่งหนึ่งทางตะวันตกเฉียงเหนือของไต้หวัน
75. 機會 โอกาส

(ครั้งก่อน หลังจากที่จื่อหวินและคุณเสินชวนทานอาหารเรียบร้อยแล้ว ได้ใช้ช่วงเวลาวันหยุดสุดสัปดาห์เดินทางไปเที่ยวด้วยกันสองสามครั้ง ถึงตอนนี้ได้กลายเป็นเพื่อนที่เข้ากันได้เป็นอย่างดี พูดคุยกันได้ทุกเรื่อง สุดสัปดาห์นี้จื่อหวิน ตั้งใจจะพาคุณเสินชวนไปเที่ยวที่จิ่วเฟิ่น)

(จื่อหวินกดเบอร์โทรศัพท์ที่พักของคุณเสินชวน)

จื่อหวิน: ฮัลโหล....ใช่คุณเสินชวนไหมคะ

คุณเสินชวน: ครับ ผมเสินชวน ใช่คุณจื่อหวินหรือเปล่าครับ

จื่อหวิน: ว้าว คุณฟังออกด้วยว่าเป็นเสียงของฉัน

คุณเสินชวน: พวกเราเป็นเพื่อนกันนะ ! โทรหาผมมีเรื่องอะไรไหม

จื่อหวิน: แน่นอนว่าต้องเป็นเรื่องออกไปเที่ยวช่วงวันหยุดสุดสัปดาห์ วันเสาร์นี้ฉันตั้งใจจะพาคุณไปเที่ยวที่จิ่วเฟิ่น

คุณเสินชวน: จิ่วเฟิ่น? ที่ไหน?

จื่อหวิน: จิ่วเฟิ่นอยู่ในอำเภอหรุ่ยฟางของเมืองไทเป เป็นแหล่งท่องเที่ยวที่มีบรรยากาศแบบย้อนยุค

คุณเสินชวน: บรรยากาศย้อนยุคหรอ ผมชอบ

จื่อหวิน: ถ้าอย่างนั้น นัดเป็นวันเสาร์ตอนเช้า เวลาแปดโมงครึ่ง พบกันที่หน้าประตูของบริษัทเราดีไหม?

คุณเสินชวน: ได้เลย เวลาแปดโมงครึ่งตอนเช้าที่หน้าประตูบริษัท ถูกต้องไหม

จื่อหวิน: ถูกต้องค่ะ ถ้าอย่างนั้นจะรอจนกว่าจะพบกันนะ

คุณเสินชวน: ตกลง! รอจนกว่าจะพบกัน

LESSON

6

(วันเสาร์ตอนเช้า เวลาแปดโมงสี่สิบนาที ที่หน้าประตูบริษัท)

จื่อหวิน: ขอโทษค่ะ สุดท้ายกลับเป็นฉันเองที่มาสาย

คุณเสินชวน: ไม่เป็นไรครับ ผมเองก็เพิ่งมาถึงเหมือนกัน

จื่อหวิน: ดีใจที่คุณไม่ถือสา

คุณเสินชวน: จริงด้วย พวกเราจะไปกันอย่างไรดี

จื่อหวิน: พวกเรานั่งรถไปที่สถานีรถไฟ แล้วนั่งรถไฟไปยังสถานีหรุ่ยฟาง หลังจากนั้นก็นั่งรถรับส่งไปที่จิ่วเฟิ่น

คุณเสินชวน: ผมเข้าใจแล้ว ถ้าอย่างนั้นพวกเราออกเดินกันเลยดีกว่า

จื่อหวิน: ดีค่ะ ออกเดินทางกันเลย

(รถรับส่งมาถึงที่สถานีจิ่วเฟิ่น ทั้งสองคนลงจากรถ)

จื่อหวิน: ที่นี่ก็คือเมืองจิ่วเฟิ่น

คุณเสินชวน: ว้าว ถนนหนทางที่นี่มีความพิเศษอย่างมาก มีบันไดเต็มไปหมดเลย

จื่อหวิน: ถนนเส้นนี้เรียกว่า ซู่ฉีลู่ โรงน้ำชาทั้งสองข้างทางล้วนเป็นโรงน้ำชาที่มีชื่อเสียง

คุณเสินชวน: ว้าว ตอนนี้ก็เที่ยงแล้ว ไม่น่าล่ะผมถึงได้หิวขนาดนี้

จื่อหวิน: จริงด้วย มาถึงจิ่วเฟิ่นต้องทานบัวลอยเผือกกับซุปลูกชิ้นปลา มาๆ ตามฉันมา

(ทั้งสองคนอยู่ที่ร้านขายซุปลูกชิ้นปลาบนถนนจินซาน)

จื่อหวิน: คุณคะ พวกเราขอซุปลูกชิ้นปลาสองชามค่ะ

เจ้าของร้านผู้หญิง: ได้ค่ะ ทันทีเลยค่ะ

คุณเสินชวน: ลูกชิ้นปลาคือลูกชิ้นที่ทำมาจากเนื้อปลาใช่ไหมครับ

จื่อหวิน: ถูกต้องค่ะ ซุปลูกชิ้นปลาของจิ่วเฟิ่นอร่อยที่สุด

เจ้าของร้านผู้หญิง: ซุปลูกชิ้นปลามาแล้วค่ะ ระวังร้อนนะคะ

คุณเสินชวน: (ทานซุปไปหนึ่งคำ) อร่อยมากเลย

จื่อหวิน: พวกเขาใช้เนื้อปลาสดๆมาทำ ซุปลูกชิ้นปลาที่ออกมา แน่นอนว่าต้องอร่อย คุณทานช้าลงหน่อย ระวังสำลักนะคะ

คุณเสินชวน: (ทานอย่างรวดเร็ว สุดท้ายก็สำลัก)

จื่อหวิน: พูดยังไม่ทันขาดคำก็สำลักซะแล้ว

(ลูบหลัง) เดี๋ยวฉันไปหยิบกระดาษทิชชูมาให้นะคะ

คุณเสินชวน:(ในใจคิดว่า : ไม่คิดเลยว่าจื่อหวินจะใส่ใจขนาดนี้)

(ทั้งสองคนอยู่ที่ร้านขายของที่ระลึก บนถนนจินซาน)

จื่อหวิน: จิ่วเฟิ่น เคยมีความเจริญรุ่งเรืองมาก่อนเพราะว่าเป็นเมืองที่ผลิตทองคำ แต่ว่าในเวลาต่อมา เนื่องจากไม่มีการขุดพบทองคำอีกแล้ว จึงได้เริ่มเสื่อมโทรมลง แต่ในปัจจุบัน หลังจากที่จิ่วเฟิ่นได้กลายเป็นแหล่งท่องเที่ยวแล้วนั้น ความเจริญรุ่งเรืองก็ได้กลับมาอีกครั้งเหมือนสมัยก่อน

คุณเสินชวน: มิน่าล่ะ ที่นี่ถึงได้มีร้านขายพวกหินต่างๆอยู่มากมาย

จื่อหวิน: ใช่ค่ะ ว้าว ดูหินชิ้นนี้สิคะ สว่างใส สวยงามมากเลย

คุณเสินชวน: ถ้าคุณอยากได้ ผมจะซื้อให้

จื่อหวิน: แบบนั้นฉันก็เกรงใจแย่เลย

เจ้าของร้าน: คุณผู้หญิงนี่ช่างตาถึงจริงๆเลย ดูของเป็น ถ้างั้นฉันคิดราคาให้เป็นพิเศษแล้วกัน

ทั้งสองคน: ขอบคุณค่ะ/ครับ

เจ้าของร้าน: จะให้ฉันสักชื่อของคุณทั้งสองลงไปบนหินด้วยไหมบริการให้ฟรีนะ

จื่อหวิน: (หน้าแดง) พวก.....พวกเราไม่ใช่สามีภรรยากันค่ะ

เจ้าของร้าน: อย่าเขินอายไปเลยคุณ

คุณเสินชวน: จื่อหวิน อะไรคือ 小倆口 หรอ

จื่อหวิน: ฉันไม่บอกคุณหรอก

LESSON

6

(เวลาพลบค่ำ ทั้งสองกำลังรอรถรับส่งเพื่อเดินทางกลับ)

คุณเสินชวน: วันนี้ต้องรบกวนคุณพาผมมาเที่ยวอีกแล้ว ขอบคุณมากๆเลยนะ

จื่อหวิน: ไม่รบกวนเลย ฉันก็ได้เที่ยวอย่างมีความสุขเช่นกัน

คุณเสินชวน: ดูสิ พระอาทิตย์ตกสวยงามมากเลย

จื่อหวิน: จริงด้วย

คุณเสินชวน: จื่อหวิน.......

จื่อหวิน: รถมาโน่นแล้ว พวกเรากลับกันดีกว่า

คุณเสินชวน: (ในใจคิดว่า : ฉันอยากจะหยุดเวลาไว้ตรงนี้.....)

จื่อหวิน: ครั้งหน้าพวกเราไปเที่ยวตั้นสุ่ยกัน

คุณเสินชวน: ได้เลย คุณจะพาผมไปเที่ยวที่ไหนก็ได้
(ในใจคิดว่า : ครั้งหน้ายังมีโอกาส....พระอาทิตย์ตกที่ตั้นสุ่ยก็คงจะสวยไม่แพ้กัน)

จื่อหวิน: (ในใจคิดว่า : ลูกชิ้นปลาที่ตั้นสุ่ยก็คงจะอร่อยไม่แพ้กัน)

你不可以不知道
nǐ bù kěyǐ bù zhīdào

臺灣地圖與臺灣的觀光景點 แผนที่ประเทศไต้หวันและแหล่งท่องเที่ยวต่างๆ

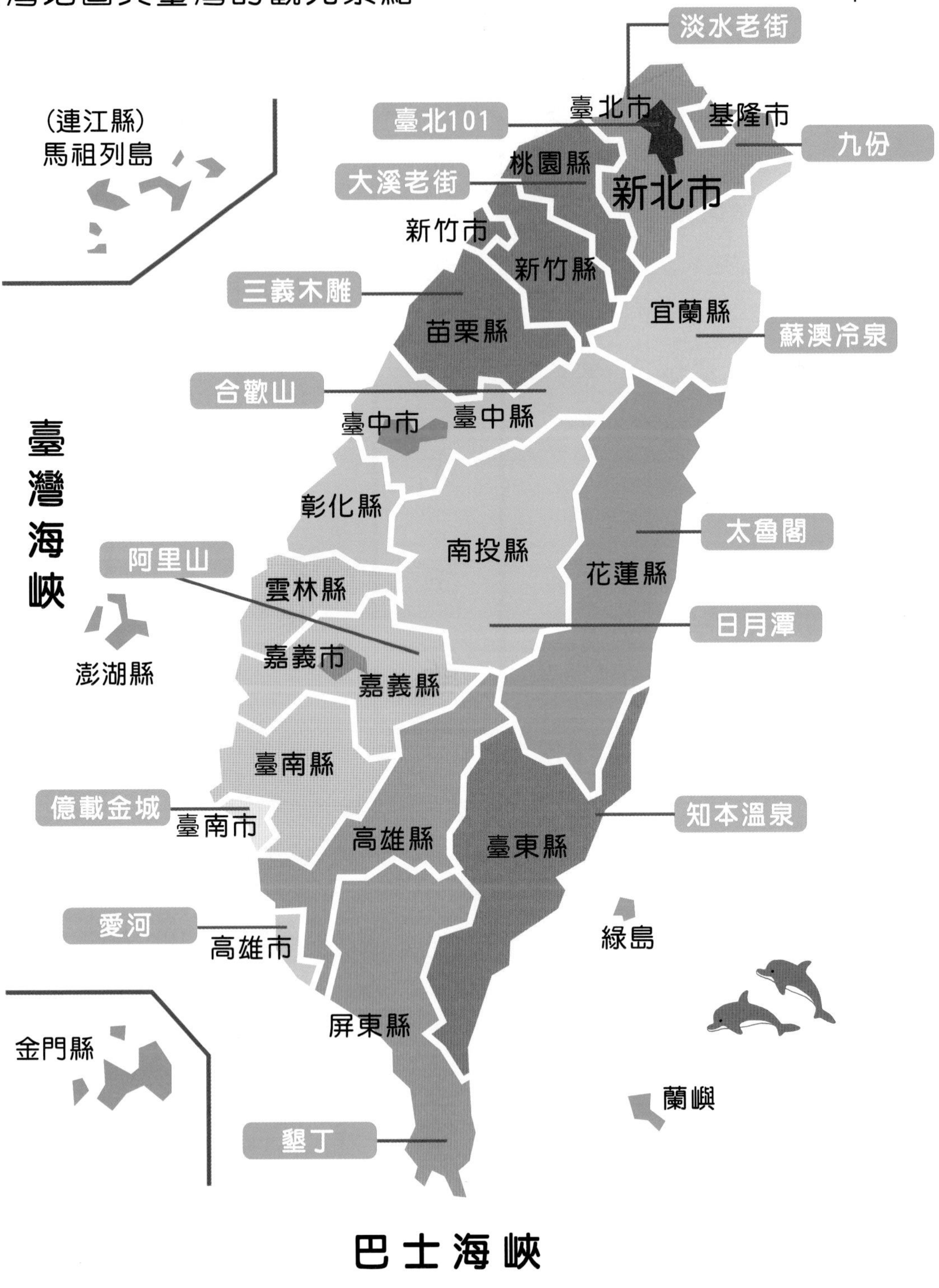

淡水老街
(連江縣)
馬祖列島
臺北101
臺北市
基隆市
九份
大溪老街
桃園縣
新北市
新竹市
新竹縣
三義木雕
苗栗縣
宜蘭縣
蘇澳冷泉
合歡山
臺中市
臺中縣
臺灣海峽
彰化縣
南投縣
太魯閣
阿里山
雲林縣
花蓮縣
日月潭
澎湖縣
嘉義市
嘉義縣
臺南縣
億載金城
臺南市
高雄縣
臺東縣
知本溫泉
愛河
高雄市
綠島
屏東縣
金門縣
蘭嶼
墾丁
巴士海峽

LESSON 6

地址的寫法 วิธีการเขียนที่อยู่ในภาษาจีน

直式寫法

橫式寫法

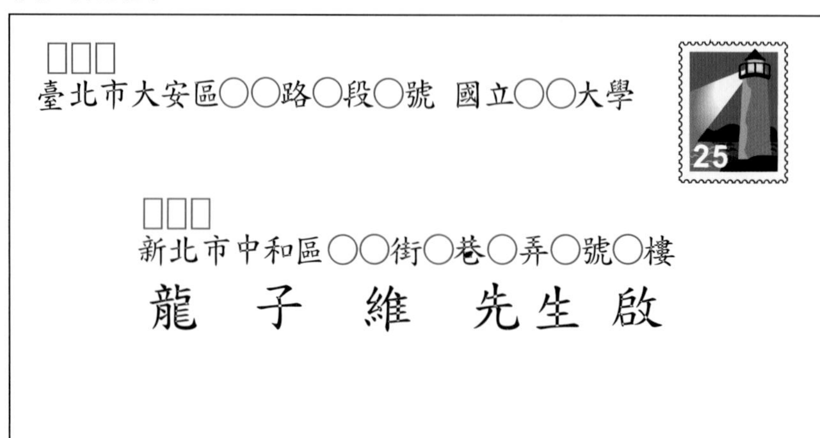

jùxíng yǎnliàn

「結果」與結果補語 (“jiéguǒ” กับ คำอธิบายที่แสดงผลของคำกริยา)

“A , 結果 B ” แปลว่า B เป็นผลของ A

森川喝魚丸湯喝得太快	，結果	嗆到了。
艾婕睡太久	，結果	上課遲到了。
子維今天忘記戴眼鏡	，結果	什麼都看不到了。

การกระทำของ A เป็นผลทำให้เกิด B และ B เป็นผลที่กำหนดความสำเร็จหรือความล้มเหลวของการกระทำของ A สรุปอย่างง่ายคือ คำกริยาใน A และ B ต้องมีการรวมกันเพื่อทำหน้าที่เป็นคำกริยาที่ซับซ้อนในรูปแบบของ "(คำกริยา + ผลสำเร็จ) " สังเกตได้จากตัวอย่างต่อไปนี้

?	
我打蚊子，結果蚊子死了。	= 我打死了蚊子。
醫生救他，結果他活過來了。	= 醫生救活了他。
艾婕說答案，結果答案對了。	= 艾婕說對了答案。= ! 艾婕答對了。
龍媽打電話，結果電話(號碼)錯了。	= 龍媽打錯了電話。

มีอยู่หลายกรณีที่มีคำที่คล้ายคลึงกันในภาษาจีนกลางที่บ่งบอกถึงผลที่เกิดขึ้น และจะขอยกตัวอย่างในที่นี้ เช่น เมื่อผลในการกระทำ (B) หมายถึงทำให้วัตถุที่เกิดจากการกระทำ A หายไป (เช่น ละลาย , ถูกกิน , ถูกโยนทิ้งไป) เราสามารถใช้คำว่า 掉 แทนได้ หรือในกรณีเมื่อเกิดผลในการกระทำ (B) หมายถึงทำให้วัตถุที่เกิดการกระทำของ A หยุดจากการเคลื่อนที่ไป (ไม่ว่าจะเป็นตัวอักษรหรือการเปรียบเปรย) เราสามารถใช้คำว่า 住 แทนได้ สังเกตได้จากตัวอย่างต่อไปนี้:

?	
子芸吃森川的魚丸，結果森川的魚丸沒了。	= 子芸吃掉了森川的魚丸。
龍媽抓雞，結果雞不能動了。	= 龍媽抓住了雞。

受事「給」 “gěi” ให้ , มอบให้

子芸遞了一張餐巾紙	給	森川。
龍媽買了兩本新書	給	子維。
請你明天打一通電話	給	我。
龍爸上個星期寄了一封信	給	他朋友。

換我試試看

huàn wǒ shìshi kàn

挑戰一

請介紹你玩過的或最想去的臺灣觀光景點以及你家鄉的觀光景點。

挑戰二

請告訴你的同學你現在住在哪裡，並詢問對方住在哪裡。

挑戰三

請依照範例改寫下列句子。

例一：我買書，結果書是對的。 → 我買對了書。

例二：我喝茶，結果茶沒有了。 → 我喝掉了茶。

1. 子芸拿鑰匙出門，結果鑰匙是錯的。 →
2. 龍爸打蒼蠅，結果蒼蠅死了。 →
3. 森川叫朋友起床，結果朋友就醒了。 →
4. 子維丟垃圾，結果垃圾就沒了。 →
5. 窗帘擋陽光，結果陽光就進不來了。 →

挑戰四

請根據圖示，完成下列句子。

例：森川寫信給子芸。

1. 子芸＿＿＿＿＿＿＿＿＿＿。
2. 子維＿＿＿＿＿＿＿＿＿＿。
3. 艾婕＿＿＿＿＿＿＿＿＿＿。
4. 龍媽＿＿＿＿＿＿＿＿＿＿。
5. 龍爸＿＿＿＿＿＿＿＿＿＿。

tīnglì liànxí

這次艾婕跟子維一家一起去環島旅行。請聽四段對話，找出這些對話分別出現與哪個臺灣觀光景點有關。

日出 พระอาทิตย์ขึ้น
rìchū

雲海 ทะเลเมฆ
yúnhǎi

峽谷 หุบเขาลึก
xiágǔ

花崗岩 หินแกรนิต
huāgāng yán

舉世聞名 มีชื่อเสียงระดับโลก
jǔshì wénmíng

國家公園 อุทยานแห่งชาติ
guójiā gōngyuán

懸崖 หน้าผา
xuánái

壯觀 หน้าตื่นเต้น , ประทับใจ
zhuàngguān

花蓮芋 เผือกของเมืองฮวาเหลียน
huālián yù

海灘 ชายหาด
hǎitān

陽光 แสงแดด
yángguāng

搖滾音樂祭 เทศกาลดนตรี rock & roll
yáogǔn yīnyuè jì

跨年 คืนข้ามปี
kuànián

煙火 พลุ , ดอกไม้ไฟ
yānhuǒ

眺望 มองจากมุมสูง
tiàowàng

第七課 祝你生日快樂
dì qī kè zhù nǐ shēngrì kuàilè

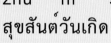

สุขสันต์วันเกิด

簡訊[1]
jiǎnxùn

大伯[2]：下星期天就是奶奶的生日[3]了，
dàbó shēngrì

這次我們想在家鄉樓[4] 幫[5]她慶生[6]。
jiāxiānglóu bāng qìngshēng

你們會來 高雄[7] 嗎？
gāoxióng

我們訂的是一月六日晚上五點半的包廂[8]。
bāoxiāng

子羽
zǐyǔ

1. 簡訊 ข้อความ (มือถือ)
2. 伯 คุณลุง (พี่ชายของพ่อ)
3. 生日 วันเกิด
4. 家鄉樓 ชื่อร้านอาหาร
5. 幫 ช่วยเหลือ
6. 慶生 ฉลองวันเกิด
7. 高雄 เมืองเกาสง
8. 包廂 ห้องส่วนตัว (โรงภาพยนตร์ , ร้านอาหาร เป็นต้น)

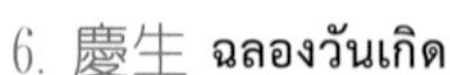

對話 duìhuà

（在百貨[9]公司）
bǎihuò gōngsī

龍媽：前年[10]送[11]電鍋[12]，去年[13]送按摩椅[14]，今年[15]應該[16]送什麼好呢？
qiánnián sòng diànguō qùnián ànmóyǐ jīnnián yīnggaī

艾婕，妳在看什麼？

艾婕：這個時鐘[17]做得好精緻[18]，龍媽媽，奶奶家裡缺[19]時鐘嗎？
shízhōng jīngzhì quē

9. 百貨公司 ห้างสรรพสินค้า
10. 前年 สองปีก่อน
11. 送 ให้ (ของขวัญ)
12. 電鍋 หม้อไฟฟ้า
13. 去年 ปีก่อน , ปีที่แล้ว
14. 按摩椅 เก้าอี้นวด
15. 今年 ปีนี้
16. 應該 ควรจะ
17. 時鐘 นาฬิกาติดผนัง
18. 精緻 ความประณีต , ละเอียด
19. 缺 ขาด , ขาดแคลน

LESSON

7

龍媽：哈哈，在我們的[20]文化裡，生日是不能送時鐘的，
ˉ ˋ ˇ wénhuà ˇ ˉ ˋ ˋ ˋ ˊ ˋ ˊ ˉ

因為聽起來[21]跟[22]喪禮的「[23]送終」一樣，這樣不[24]吉利。
ˉ ˋ tīngqǐlái gēn sānglǐ sòngzhōng ˊ ˋ ˋ ˋ ˋ jílì

艾婕：[25]原來如此。那送[26]圍巾怎麼樣？
yuánláirúcǐ ˋ ˋ wéijīn ˇ ˋ

或是[27]手機也不錯啊？
ˋ ˋ shǒujī ˇ ˊ ˋ

龍媽：嗯……圍巾不錯是不錯，就是[28]普通了點；
ˊ ˉ ˊ ˋ ˋ ˊ ˋ ˋ ˋ pǔtōng ˇ

送手機嘛，又[29]怕奶奶不會用。
ˋ ˇ ˉ ma ˋ pà ˇ ˊ ˋ ˋ

艾婕：[30]不然的話…哇，那[31]件中國[32]式的衣服好漂亮！
bùrán dehuà ˋ jiàn ˉ ˊ shì ˉ ˊ ˇ ˋ ˋ

龍媽：真的，[33]料子也不錯，穿起來[34]一定很[35]保暖。
ˉ liàozi ˇ ˊ ˋ chuānqǐlái yídìng ˇ bǎonuǎn

好，[36]決定了，我們就買這件吧！
ˇ juédìng ˇ ˋ ˇ ˋ ˋ

小辭典

20. 文化 วัฒนธรรม
21. 跟 กับ
22. 喪禮 งานศพ
23. 送終 ไปสู่สุคติ
24. 吉利 โชคดี , ลางดี
25. 原來如此 เป็นแบบนี้นี่เอง
26. 圍巾 ผ้าพันคอ
27. 手機 โทรศัพท์มือถือ
28. 普通 ธรรมดา , ปกติ , ทั่วไป
29. 怕 กังวล , กลัว
30. 不然的話 มิฉะนั้น
31. 件 ชิ้น (ลักษณนามของเสื้อผ้า)
32. 式 รูปแบบ , สไตล์
33. 料子 วัสดุ (ใช้ตัดเย็บเสื้อผ้า)
34. 一定 แน่นอน
35. 保暖 ให้ความอบอุ่น
36. 決定 ตัดสินใจ

（家鄉樓，龍奶奶的**慶生會**[37]）
qìngshēng huì

龍**姑姑**[38]：大**哥**[39]！大**嫂**[40]！你們 **終於**[41] 到了！
gūgu dàgē dàsǎo zhōngyú

快來吃**豬腳 麵線**[42]！再不吃麵線就要**涼**[43] 了！
zhūjiǎo miànxiàn liáng

龍爸：真謝謝妳！哇，好 **香**[44] 的麵線！
xiāng

龍媽：媽，這是艾婕跟我**一起**[45]**挑**[46]的**禮物**[47]！
yìqǐ tiāo lǐwù

快打開來看看**您**[48]喜歡不喜歡！
nín

龍奶奶：我們做爸媽的，**只要**[49]看到**自己**[50]的**小孩**[51]就**開心**[52]了，
zhǐyào zìjǐ xiǎohái kāixīn

哪[53]還**需要**[54]什麼禮物呢！哇，謝謝，你們真是**貼心**[55]，
nǎ xūyào tiēxīn

最近[56]天氣開始變冷了，我 **正**[57] 想要一件這樣的衣服呢！
zuìjìn zhèng

37. 慶生會 งานวันเกิด
38. 姑姑 คุณป้า (พี่สาว , น้องสาวพ่อ)
39. 哥 พี่ชาย
40. 嫂 พี่สะใภ้
41. 終於 ในที่สุด
42. 豬腳麵線 บะหมี่ขาหมู
43. 涼 เย็น
44. 香 กลิ่นหอม , หอมฉุย
45. 一起 ด้วยกัน
46. 挑 เลือก , หยิบ
47. 禮物 ของขวัญ
48. 您 คุณ (สุภาพ)
49. 只要 ตราบเท่าที่ , เพียงแค่
50. 自己 ด้วยตัวเอง
51. 小孩 ลูก , เด็ก
52. 開心 มีความสุข
53. 哪 ไหน , ไฉน
54. 需要 ต้องการ
55. 貼心 เอาใจใส่ , ใส่ใจ
56. 最近 ช่วงนี้
57. 正 เพียงแค่ , แค่

LESSON 7

龍**叔叔**[58]：今天是奶奶的七十二**歲**[59] **大壽**[60]，
shúshu — — ˋ ˇ — ˊ ˋ suì dàshòu

大家快來跟奶奶說些 **吉祥話**[61]！
ˋ — ˋ ˊ — ˇ — — jíxiánghuà

子維：我來我來，我先！
ˇ ˊ ˇ ˊ ˇ —

祝[62]奶奶「**福如東海，壽比南山**[63]」！
zhù ˇ fú rú dōnghǎi shòu bǐ nánshān

子芸：那我祝奶奶**身體**[64] **健康**[65]，「**長命 百歲**[66]」！
ˋ ˇ ˋ ˇ shēntǐ jiànkāng chángmìng bǎisuì

子羽：**換**[67]我，祝奶奶「**天天 開心**[68]」，「**萬事 如意**[69]」！
huàn ˇ ˋ ˇ tiāntiān kāixīn wànshì rúyì

大家：奶奶**生日 快樂**[70]！
ˇ shēngrì kuàilè

58. 叔叔 คุณอา (น้องชายของพ่อ)
59. 歲 อายุ
60. 大壽 วันเกิด (สำหรับผู้ใหญ่)
61. 吉祥話 คำพูดที่เป็นมงคล
62. 祝 อวยพร
63. 福如東海，壽比南山 ขอให้มีโชคลาภวาสนาและอายุยืนยาว
64. 身體 ร่างกาย
65. 健康 แข็งแรง
66. 長命百歲 อายุยืนยาว
67. 換我 ถึงคราวของฉัน , ถึงตาของฉัน
68. 天天開心 มีความสุขทุกวัน
69. 萬事如意 ทุกสิ่งสมปรารถนา
70. 生日快樂 สุขสันต์วันเกิด

คำแปลจากบทเรียน

ข้อความมือถือ

คุณลุง ,

วันอาทิตย์หน้าก็จะเป็นวันเกิดของคุณยายแล้ว ครั้งนี้พวกเราคิดว่าจะจัดฉลองวันเกิดให้ท่านที่ภัตตาคารเจียเซียงโหลว พวกคุณจะมาที่เมืองเกาสงไหม พวกเราจองห้องไว้ ตอนเย็น วันที่ 6 มกราคม เวลา ห้าโมงครึ่ง

จื๋ออยู่

(ในห้างสรรพสินค้า)

คุณแม่หลง: **สองปีก่อนให้หม้อไฟฟ้า ปีที่แล้วให้เก้าอี้นวด ถ้าอย่างนั้นปีนี้ควรจะให้อะไรเป็นของขวัญดีนะ อ้ายเจี๋ย คุณกำลังมองหาอะไรอยู่**

อ้ายเจี๋ย: **นาฬิกาติดผนังอันนี้ผลิตได้ประณีตมากเลย**
คุณแม่หลงคะ บ้านของคุณยายมีนาฬิกาติดผนังหรือยังคะ

คุณแม่หลง: **อื้ม ตามธรรมเนียมของพวกเรา ในวันเกิด ไม่สามารถมอบนาฬิกาเป็นของขวัญวันเกิดได้ เพราะว่าเสียงที่ได้ยินมันไปพ้องเสียงกับคำว่า ซ่งจง ในงานศพ แบบนี้ถือว่าเป็นลางไม่ดี**

อ้ายเจี๋ย: **เป็นแบบนี้นี่เอง ถ้าอย่างนั้นมอบเป็นผ้าพันคอดีไหมคะ หรือว่าจะเป็นโทรศัพท์มือถือก็ไม่เลวนะคะ**

คุณแม่หลง: **จะว่าไป ผ้าพันคอก็ไม่เลว แต่มันอาจจะดูธรรมดาไปซักหน่อย**
ถ้ามอบเป็นโทรศัพท์มือถือ ก็กลัวว่าคุณยายจะใช้ไม่เป็น

อ้ายเจี๋ย: **ถ้าอย่างนั้นก็.....ว้าว เสื้อผ้าสไตล์จีนชุดนั้นสวยมากเลย**

คุณแม่หลง: **จริงด้วย วัสดุก็ดี ใส่แล้วท่าทางน่าจะอุ่น**
ตัดสินใจแล้ว พวกเราซื้อชุดนี้ค่ะ

(ภัตตาคารเจียเซียงโหลว งานฉลองวันเกิดของคุณยายหลง)

คุณป้าหลง: **สวัสดีค่ะ พี่ชาย พี่สะใภ้ ในที่สุดพวกคุณก็มา**

LESSON
7

มาๆ มาทานบะหมี่ขาหมูก่อน ถ้าไม่รีบทานเดี๋ยวจะเย็นซะก่อน

คุณพ่อหลง: ขอบคุณมากเลย บะหมี่หอมมากเลย

คุณแม่หลง: คุณแม่ อันนี้เป็นของขวัญที่ฉันกับอ้ายเจี๋ยช่วยกันเลือก ลองเปิดดูว่าชอบหรือไม่ชอบ

คุณยายหลง: พวกเราเป็นพ่อเป็นแม่แล้ว ขอเพียงแค่ได้พบหน้าลูกหลานก็มีความสุขแล้ว
จะยังต้องการของขวัญอะไรอีก
ว้าว ขอบคุณมาก พวกเธอช่างเอาใจใส่ดีจัง
ช่วงนี้อากาศเริ่มหนาวแล้ว ฉันกำลังอยากได้เสื้อผ้าแบบนี้พอดีเลย

คุณลุงหลง: ปีนี้เป็นวันเกิดปีที่เจ็ดสิบสองของคุณยาย
มาเร็ว พวกเรามาร่วมอวยพรให้กับคุณยายกัน

จื่อเหวย: ผม..ผม ขอผมก่อน
ขออวยพรให้คุณยายมีโชคลาภวาสนาและอายุยืนยาว

จื่อหวิน: หนูขออวยพรให้คุณยายสุขภาพแข็งแรง อายุยืนยาว

จื๋ออยู่: ตาฉัน...ขออวยพรให้คุณยายมีความสุขในทุกๆวัน ทุกสิ่งสมปรารถนา

ทุกคน: คุณยาย..สุขสันต์วันเกิดครับ/ค่ะ

● 你不可以不知道
nǐ bù kěyǐ bù zhīdào

一、親屬稱謂

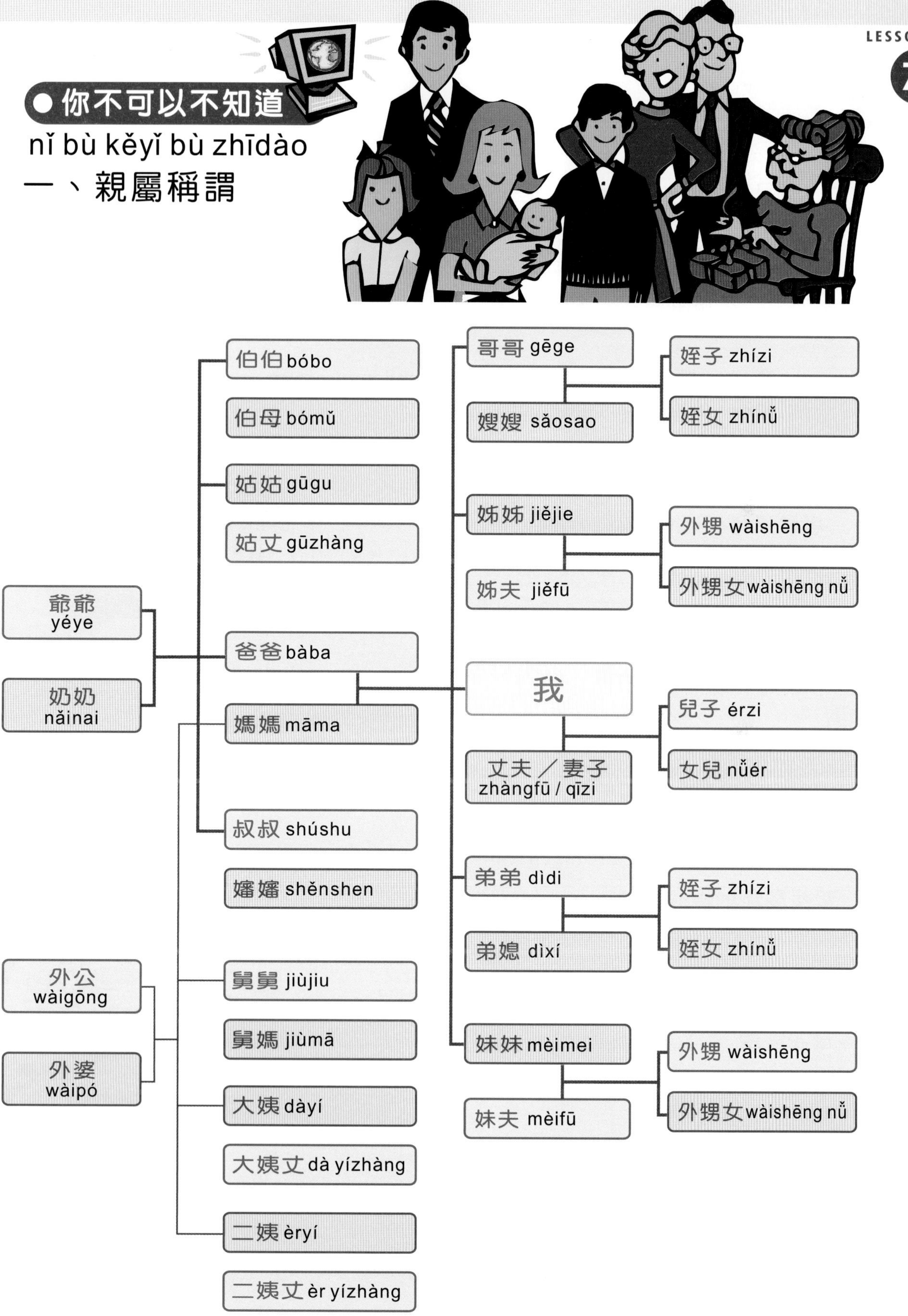
爺爺 yéye
奶奶 nǎinai
伯伯 bóbo
伯母 bómǔ
姑姑 gūgu
姑丈 gūzhàng
爸爸 bàba
媽媽 māma
叔叔 shúshu
嬸嬸 shěnshen
外公 wàigōng
外婆 wàipó
舅舅 jiùjiu
舅媽 jiùmā
大姨 dàyí
大姨丈 dà yízhàng
二姨 èryí
二姨丈 èr yízhàng
哥哥 gēge
嫂嫂 sǎosao
姪子 zhízi
姪女 zhínǚ
姊姊 jiějie
姊夫 jiěfū
外甥 wàishēng
外甥女 wàishēng nǚ
我
丈夫／妻子 zhàngfū / qīzi
兒子 érzi
女兒 nǚér
弟弟 dìdi
弟媳 dìxí
姪子 zhízi
姪女 zhínǚ
妹妹 mèimei
妹夫 mèifū
外甥 wàishēng
外甥女 wàishēng nǚ

二、祝賀語 zhùhèyǔ

祝賀語 zhùhèyǔ

祝你……／希望你…… zhùnǐ.../ xīwàng nǐ...
อวยพรให้คุณ....

……順利／順心 ...shùnlì / shùnxīn ขอให้ทุกสิ่งสมปรารถนา
一切順心 yíqiè shùnxīn ขอให้ทุกสิ่งสมปรารถนา
工作順利 gōngzuò shùnlì การงานราบรื่น
感情順利 gǎnqíng shùnlì สมหวังในความรัก
考試順利 kǎoshì shùnlì การสอบราบรื่น
生活順心 shēnghuó shùnxīn ชีวิตราบรื่น

天天開心 tiāntiān kāixīn มีความสุขในทุกวัน
新年／中秋節……快樂 xīnnián / zhōngqiū jié……kuàilè สวัสดีปีใหม่

工作 gōngzuò

早日升遷 zǎorì shēngqiān ได้รับการเลื่อนตำแหน่งโดยเร็ว
步步高升 bùbù gāoshēng เจริญก้าวหน้า

生日 shēngrì

生日快樂 shēngrì kuàilè สุขสันต์วันเกิด
長命百歲 chángmìng bǎisuì ขอให้อายุยืนยาว
永遠年輕 yǒngyuǎn niánqīng วัยรุ่นตลอดกาล

感情 gǎnqíng

有情人終成眷屬 yǒuqíngrén zhōng chéng juànshǔ ขอให้พบรักแท้และได้ครองคู่กันตลอดไป
永浴愛河 yǒngyù aìhé ความรักอยู่คู่ฟ้าดิน
早生貴子 zǎoshēng guìzǐ ขอให้มีลูกชายในเร็ววัน

學業 xuéyè

學業進步 xuéyè jìnbù
การศึกษาสำเร็จก้าวหน้า

金榜題名 jīnbǎng tímíng
ประสบความสำเร็จในการสอบ

搬家 bānjiā

喬遷之喜 qiáoqiān zhīxǐ
ขึ้นบ้านใหม่ ขอให้มีความสุขเกษมสันต์

美輪美奐 měilún měihuàn
ขอให้มีบ้านแสนพิเศษ (ใหญ่โต , หรูหรา)

jùxíng yǎnliàn

A是A，就是B了點

ประโยคนี้ใช้เพื่ออธิบายความหมายเชิงลบในทางอ้อม โดยปกติแล้ว A จะตรงข้ามกับ B

圍巾不錯是不錯，就是普通了點。
這個杯子精緻是精緻，就是貴了點。
他長得漂亮是漂亮，就是個性壞了點。

再 + A + 就 + B了

ถ้าคนๆหนึ่งยังคงกระทำการ A ดังนั้น B ก็จะเกิดขึ้น

再不吃麵線就要涼了！
他再不努力工作錢就要用光了。
你再說一次我就生氣了。

A不A

ใช้เพื่อสร้างประโยคคำถามในภาษาจีน โดยการซ้ำคำ และให้คำว่า 不 อยู่ตรงกลาง จะมีความหมายเช่นเดียวกันกับ 「……嗎？」

你喜歡嗎? →你喜歡不喜歡？
妳要睡一下嗎? →妳要不要睡一下？
你站得起來嗎? →你站不站得起來？

ดังนั้น ในกรณีที่ A มีมากกว่า 2 พยางค์ สามารถละคำให้สั้นลงได้ เช่น

喜歡不喜歡 → 喜不喜歡
好看不好看 → 好不好看
奇怪不奇怪 → 奇不奇怪
貼心不貼心 → 貼不貼心
無聊不無聊 → 無不無聊

做……的

ในฐานะ..........(คุณครู , ผู้ชาย , เด็ก เป็นต้น)

我們做爸媽的，只要看到自己的小孩就開心了，哪還需要什麼禮物呢！
做老師的，本來就該好好教學生。

換我試試看
huàn wǒ shìshi kàn

挑戰一

請根據範例造句。

你／看／很累，沒事吧？→你看起來很累，沒事吧？

1. 他／笑／很大聲？
2. 他的椅子／坐／很舒服。
3. 這件事／說／簡單，做／難。
4. 這個主意／聽／不錯？
5. 媽媽煮的菜／聞／很香？

挑戰二

請根據範例改寫句子。

這個杯子很精緻，可是太貴。→這個杯子精緻是精緻，就是貴了點。

1. 這部電影很好看，可是太長。
2. 他做得很好，可是太慢。
3. 這間房子很大，可是離捷運站太遠。
4. 這個工作很吸引人，可是薪水太少。
5. 這件衣服很漂亮，可是尺寸太大。

挑戰三

請根據範例造句。

他／不努力工作／錢／用光。→他再不努力工作錢就要用光了。

1. 我／吃／太飽。
2. 你／走兩條街／到郵局。
3. 你／賴床／要遲到。
4. 飯／煮／不好吃。
5. 妳／不走／天／黑。

換我試試看

huàn wǒ shìshi kàn

挑戰四

請根據範例改寫句子。

妳要睡一下嗎?→妳要不要睡一下？

1. 這件褲子好看嗎?
2. 你覺得中文難嗎?
3. 這件毛衣保暖嗎?
4. 就要放假了，你開心嗎？
5. 老師上課無聊嗎?

挑戰五

請根據範例改寫句子。

老師應該好好教學生。→做老師的，本來就應該好好教學生。

1. 學生應該好好念書。
2. 商人都很會說話。
3. 法官(judge)必須要很有正義感。

聽力練習

tīnglì liànxí

請根據對話回答問題。

1. 子維他們什麼時候要幫嘉立辦慶生會？
   1.這星期天　2.下星期一　3.上星期二　4.下星期五
2. 他們要去哪家餐廳？
   1.Mamamia　2.Papabia　3.Lolalita　4.Fenomenal
3. 那是家什麼式的餐廳？
   1.義大利式　2.西班牙式　3.泰國式　4.日本式
4. 大家要在哪裡集合？
   1.總統府　2.捷運市政府站　3.火車站　4.捷運古亭站
5. 大家想給嘉立什麼樣的驚喜？
   1.一個蛋糕　2.一束花　3.一本書　4.一幅畫

閱讀
yuèdú

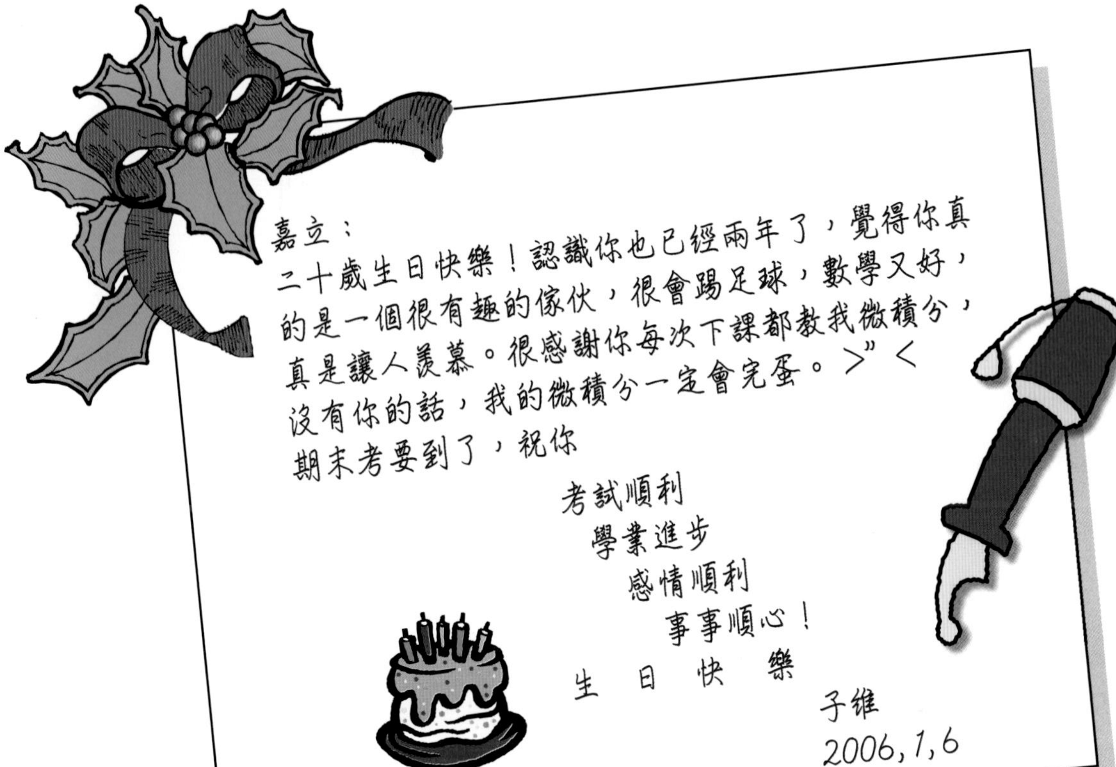

嘉立：

二十歲生日快樂！認識你也已經兩年了，覺得你真的是一個很有趣的傢伙，很會踢足球，數學又好，真是讓人羨慕。很感謝你每次下課都教我微積分，沒有你的話，我的微積分一定會完蛋。>"<

期末考要到了，祝你

考試順利
學業進步
感情順利
事事順心！
生日快樂

子維
2006,1,6

1 有趣 yǒuqù
ที่น่าสนใจ

2 傢伙 jiāhuo
เพื่อน , คู่หู

3 踢足球 tī zúqió
เล่นฟุตบอล

4 羨慕 xiànmù
อิจฉา (ในเชิงบวก)

5 微積分 wéjīfēn
วิชาแคลคูลัส

6 完蛋 wándàn
แย่แล้ว

7 期末考 qímòkǎo
สอบปลายภาค

8 學業進步 xuéyè jìnbù
การศึกษาสำเร็จก้าวหน้า

9 感情 gǎnqíng
ความรู้สึก

10 事事順心 shìshì shùnxīn
การงานทุกอย่างราบรื่น , สมปรารถนา

LESSON 8

第八課 洗手作羹湯

dì bā kè xǐshǒu zuò gēng tāng

ล้างมือและปรุงซุป

對話

duìhuà

艾婕自從[1]到臺灣以後，就對臺灣豐富[2]的小吃很感興趣[3]。
zìcóng fēngfù gǎn xìngqù

今天她決定要向[4]龍媽學做菜，回法國後[5]就可以煮給家人和朋友吃了。
xiàng hòu

（龍媽找了一份[6]食譜[7]，準備教艾婕她最愛吃的蝦仁蛋炒飯[8]）
fèn shípǔ xiārén dàn chǎofàn

小辭典

1. 自從 จาก , ตั้งแต่
2. 豐富 อุดมสมบูรณ์
3. 感興趣 มีความสนใจ
4. 向 มุ่ง , ไปทาง
5. 後 หลังจาก , ภายหลัง
6. 份 (ลักษณนาม)
7. 食譜 สูตรอาหาร
8. 蝦仁蛋炒飯 ข้าวผัดไข่ใส่แฮมและกุ้ง

蝦仁蛋炒飯

— ˊ ˋ ˇ ˋ

【材料[9]】
cáiliào

蠔油 適量[10]
háoyóu shìliàng

油
ˊ

胡椒適量
hújiāo ˋ ˋ

罐頭 玉米一匙[11]
guàntóu yùmǐ ˋ chí

洋蔥 丁 20克[12]
yángcōng dīng kè

鹽適量
yán ˋ ˋ

白飯一碗[13]
báifàn ˋ wǎn

蝦仁八隻[14]
xiārén — zhī

紅蘿蔔丁 1/4 個
hóngluóbo dīng sì fēng zhī yīge

雞蛋一顆[15]
jīdàn ˋ kē

蔥花 適量
cōnghuā ˋ ˋ

【作法[16]】
zuòfǎ

1. 先[17]把油 倒入[18] 鍋[19] 中。
xiān ˇ yóu dàorù gūo —

2. 用[20] 中火[21] 先 炒[22] 洋蔥丁和蝦仁，撈[23]起來。
yòng zhōnghuǒ — chǎo ˊ — — ˋ — ˊ lāoqǐlái

3. 再炒蛋和蔬菜，然後倒入白飯均勻[24] 拌炒[25]。
ˋ ˇ ˋ ˋ shūcài ˊ ˋ ˋ ˋ ˊ ˋ jūnyún bànchǎo

4. 加入[26]之前[27] 的洋蔥、蝦仁和調味料 炒均勻。
jīa ˋ zhīqián ˊ — — ˊ ˋ tiáowèiliào ˇ — ˊ

5. 最後灑上蔥花即可[28]。
ˋ ˋ ˇ ˋ — — jíkě

LESSON

8

（廚房[29]裡）
chúfáng ˇ

艾婕：我們要怎麼開始呢？
ˇ ˋ ˇ ˉ ˇ

龍媽：先來準備[30]材料吧！我來洗蝦子、打蛋[31]和開罐頭，
ˉ ˊ zhǔnbèi ˊ ˋ ˇ ˊ ˇ ˉ dǎ dàn ˋ ˉ ˋ ˊ

艾婕，妳可以幫我切菜嗎？
ˋ ˊ ˇ ˇ ˇ ˉ ˇ ˉ ˋ

艾婕：好啊，要怎麼切呢？
ˇ ˋ ˇ ˉ

龍媽：蘿蔔先洗一洗，然後再削[32]皮[33]；洋蔥也先剝[34]皮，
ˊ ˉ ˇ ˋ ˇ ˊ ˋ ˋ xiāo pí ˊ ˉ ˇ ˉ bō ˊ

然後切丁[35]。小心[36]一點不要切到手了。
ˊ ˋ ˉ dīng xiǎoxīn ˋ ˇ ˊ ˋ ˉ ˋ ˇ

小辭典

9. 材料 เครื่องปรุง , ส่วนผสม
10. 適量 ปริมาณที่เหมาะสม
11. 匙 ช้อน
12. 克 กรัม
13. 碗 ชาม , ถ้วย
14. 隻 ตัว (ลักษณนามของสัตว์)
15. 顆 อัน , เม็ด (ลักษณนามสิ่งของเล็กๆ)
16. 作法 วิธีทำ
17. 先 ก่อน , เริ่มจาก
18. 倒入 เทลงไป
19. 鍋 หม้อ
20. 用 ใช้
21. 中火 ไฟปานกลาง
22. 炒 ผัด
23. 撈 ตักขึ้นมา
24. 均勻 คลุกให้เข้ากัน
25. 拌炒 ผัดให้เข้ากัน
26. 加 เพิ่ม , เติม
27. 之前 ก่อนหน้า
28. 即可 ก็ได้
29. 廚房 ห้องครัว
30. 準備 เตรียม , จัดเตรียม
31. 打蛋 ตอกไข่
32. 削 ตัด , ลอก , ปอก
33. 皮 เปลือก , หนัง
34. 剝 การปอก(เปลือก)
35. 丁 ชิ้นเล็กๆ
36. 小心 ระมัดระวัง

艾婕：什麼是切丁？

龍媽：切丁就是把材料切成小**方塊**[37] fāngkuài。

艾婕：龍媽媽，我切好了，這樣可以嗎？

龍媽：太**棒**[38] bàng 了！那現在我們可以開始了。妳看，先倒一些

油到鍋子裡，**等**[39] **它**[40] děng tā 熱了**以後**[41] yǐhòu，先炒蝦仁和洋蔥，

記得[42] jìde 不要炒太**久**[43] jiǔ，炒太久的話蝦子會**硬**[44]硬的 yìngyìng de。

嗯，這樣就好了 hǎo le。

艾婕：然後呢？

龍媽：然後我們把那些打好的蛋啊，蔬菜啊放下去炒。好，

現在可以把飯倒進來炒了。火不要太大，不然菜會**燒焦**[45] shāojiāo。

艾婕：這樣就好了嗎？

小辭典

37. 方塊 ชิ้น , ก้อน
38. 棒 ยอดเยี่ยม
39. 等 รอ , รอคอย
40. 它 มัน (สรรพนาม)
41. 以後 หลังจากนั้น
42. 記得 จำได้ , จำไว้
43. 久 ระยะเวลานาน
44. 硬 แข็ง
45. 燒焦 ไหม้ , เกรียม

龍媽：還沒[46]呢！再把洋蔥、蝦仁加進來，炒一炒。現在可以放調味料和蔥了。OK，這樣就行了。妳吃一口看看會不會太鹹[47]。

艾婕：聞起來好香喔！嗯……好好吃喔！

龍媽：來吧，去洗個手，我們開動[48]囉！

46. 還沒 ยังไม่
47. 鹹 เค็ม
48. 開動 เริ่มต้น (รับประทาน)

(ตั้งแต่อ้ายเจี๋ยมาถึงประเทศไต้หวัน ก็มีความสนใจเกี่ยวกับอาหารการกินต่างๆที่อุดมสมบูรณ์เป็นอย่างมาก วันนี้คิดว่าจะไปขอเรียนรู้วิธีการทำอาหารจากคุณแม่หลง ตอนที่กลับประเทศฝรั่งเศสไปแล้วจะได้ทำให้ครอบครัวและเพื่อนๆทาน)

(คุณแม่หลงหาสูตรอาหารมาเล่มหนึ่ง เตรียมที่จะสอนอ้ายเจี๋ยทำอาหารที่เธอชอบ คือ ข้าวผัดไข่ใส่กุ้ง)

ข้าวผัดไข่ใส่กุ้ง

เครื่องปรุง วัตถุดิบ: **ซอสหอยนางรม ในปริมาณพอเหมาะ**

น้ำมัน

พริกไทย ในปริมาณพอเหมาะ

ข้าวโพดกระป๋อง 1 ช้อน

หัวหอมสับ 20 กรัม

เกลือ ในปริมาณพอเหมาะ

ข้าวขาว 1 ถ้วย

กุ้ง 8 ตัว

แครอทสับ ¼ ลูก

ไข่ไก่ 1 ฟอง

ต้นหอม ในปริมาณพอเหมาะ

วิธีทำ:

1. **นำน้ำมันเทลงไปในกระทะก่อน**
2. **เริ่มผัดหัวหอมสับและกุ้ง โดยใช้ไฟปานกลาง หลังจากนั้น ตักขึ้นมาพักไว้**
3. **นำไข่และผักลงไปผัด หลังจากนั้นตามด้วยข้าวขาว ผัดคลุกเคล้าให้เข้ากัน**
4. **ให้นำหัวหอมสับ กุ้ง และเครื่องปรุงรสที่ผัดก่อนหน้า นำไปผัดรวมกับข้าว**
5. **สุดท้ายอาจจะโรยด้วยต้นหอมซอยด้วยก็ได้**

LESSON 8

(ในห้องครัว)

อ้ายเจี๋ย: พวกเราจะต้องเริ่มต้นอย่างไรดีคะ

คุณแม่หลง: เริ่มด้วยการเตรียมเครื่องปรุงและวัตถุดิบละกัน
เดี๋ยวแม่ล้างกุ้ง ตอกไข่ แล้วก็เปิดกระป๋อง
อ้ายเจี๋ย ช่วยแม่หั่นผักได้ไหม

อ้ายเจี๋ย: ได้เลยค่ะ หั่นแบบไหนดีคะ

คุณแม่หลง: ล้างแครอทก่อน หลังจากนั้นก็ปอกเปลือก ; หัวหอมก็ต้องปอกเปลือกก่อน หลังจากนั้นค่อยหั่นเป็นชิ้นๆ ต้องระวังอย่าโดนนิ้วตัวเองนะ

อ้ายเจี๋ย: หั่นเป็นชิ้น คือหั่นอย่างไรคะ

คุณแม่หลง: หั่นเป็นชิ้นก็คือการหั่นวัตถุดิบออกเป็นชิ้นสี่เหลี่ยมเล็กๆ

อ้ายเจี๋ย: คุณแม่คะ ฉันหั่นเรียบร้อยแล้ว แบบนี้ได้ไหมคะ

คุณแม่หลง: ยอดเยี่ยม! ถ้าอย่างนั้น พวกเราเริ่มลงมือได้เลย
ดูนะ เริ่มจากการเทน้ำมันลงไปในกระทะก่อน หลังจากรอน้ำมันร้อนแล้ว นำกุ้งและหัวหอมลงไปผัดก่อน ต้องจำไว้ด้วยว่า อย่าผัดนานเกินไป ถ้าผัดนานเกินไปกุ้งก็จะแข็ง
ประมาณนี้ใช้ได้แล้ว

อ้ายเจี๋ย: แล้วหลังจากนั้น ทำอะไรต่อคะ

คุณแม่หลง: หลังจากนั้น พวกเรานำไข่ที่ตอกไว้แล้ว และผัก ลงไปผัด
ตอนนี้ นำข้าวเทลงไปผัดรวมได้เลย อย่าใช้ไฟแรงเกินไป มิฉะนั้นผักก็จะไหม้ได้

อ้ายเจี๋ย: แบบนี้ใช้ได้แล้วไหมคะ

คุณแม่หลง: ยังไม่ได้ ต้องนำหัวหอมและกุ้งเทลงไปผัดรวมกัน ตอนนี้สามารถเติมเครื่องปรุงรสและต้นหอมได้ , โอเค แบบนี้ใช้ได้แล้ว คุณลองชิมซักคำดูว่าเค็มเกินไปหรือไม่

อ้ายเจี๋ย: กลิ่นหอมมากเลย อื้ม....อร่อยมากเลย

คุณแม่หลง: มาๆ ไปล้างมือแล้วมารับประทานกันเถอะ

你不可以不知道
nǐ bù kěyǐ bù zhīdào

涼拌耳絲

【材料】
熟豬耳朵 四兩
辣椒 少許
蒜頭 少許

【調味料】
辣豆瓣醬 少許
白醋 少許
麻油 少許
糖 少許

【作法】
1. 把熟豬耳朵切絲。
2. 把豬耳朵、辣椒、蒜頭和所有調味料攪拌均勻即可。

煮法 วิธีการทำอาหาร

煮 (zhǔ) ต้ม
烤 (kǎo) ย่าง
煎 (jiān) ทอด
炒 (chǎo) ผัด
炸 (zhá) ทอดในน้ำมัน
涼拌 (liángbàn) ยำ

味道 รสชาติอาหาร
wèidào

鹽吃起來很鹹 (xián) เค็ม
檸檬吃起來很酸 (suān) เปรี้ยว
糖果吃起來很甜 (tián) หวาน
藥吃起來很苦 (kǔ) ขม
辣椒吃起來很辣 (là) เผ็ด

調味料 เครื่องปรุงรส

黑胡椒 (hēi hújiāo) พริกไทยดำ
糖 (táng) น้ำตาล
醋 (cù) น้ำส้มสายชู
橄欖油 (gǎnlǎn yóu) น้ำมันมะกอก
辣椒醬 (làjiāo jiàng) ซอสพริก
番茄醬 (fānqié jiàng) ซอสมะเขือเทศ
辣豆瓣醬 (làdòubàn jiàng) เต้าเจี้ยวแบบเผ็ด
香油 (xiāng yóu) น้ำมันงาขาว
麻油 (má yóu) น้ำมันงาดำ
醬油 (jiàngyóu) ซอสถั่วเหลือง

句型演練
jùxíng yǎnliàn

自從A（以後），就B

เมื่อ A เกิดขึ้น แล้ว B ก็จะเกิดขึ้น

A （時間） B

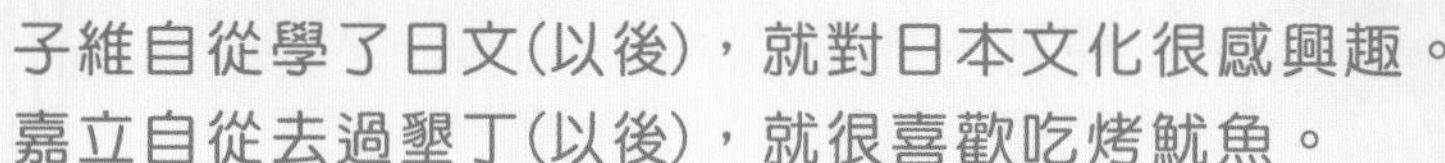

子維自從學了日文（以後），就對日本文化很感興趣。
嘉立自從去過墾丁（以後），就很喜歡吃烤魷魚。

先A，再B，然後再C，最後再D

A เกิดขึ้นก่อน แล้วตามด้วย B และต่อด้วย C และสุดท้ายตามด้วย D

A → B → C → D

先倒油，再放蛋，然後放鹽，最後再放胡椒，就好了。
我等下要先去郵局，再去銀行，然後再到醫院，最後再去市場。

不要……不然……

ห้าม........ , ถ้าไม่อย่างนั้นละก็........

不要炒太久，不然（的話）菜會燒焦。
＝不要炒太久，炒太久（的話）菜會燒焦。
不要吃太多，不然（的話）你等一下會吃不下。
＝不要吃太多，吃太多（的話）你等一下會吃不下。

……啊……啊 ＝ ……啦……啦

เป็นการยกตัวอย่างสิ่งต่างๆ สามารถใช้ได้ทั้ง 2 คำ คล้ายกับคำว่า (เช่น........เป็นต้น)

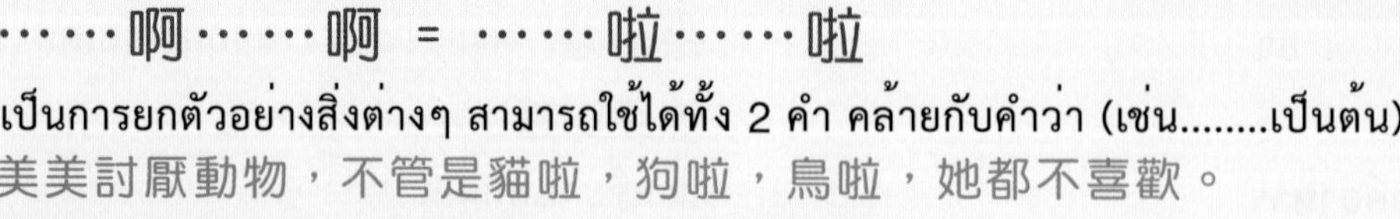

美美討厭動物，不管是貓啦，狗啦，鳥啦，她都不喜歡。
他本來就喜歡花啊草啊的，難怪會去當農夫。

V看 看 （=V V看）

เป็นการลองที่จะทำกริยานั้นๆ

你穿看看會不會太大 ＝ 你穿穿看會不會太大。
你吃看看會不會太鹹 ＝ 你吃吃看會不會太鹹。

動詞 + 個 + 賓語

เป็นการเน้นการกระทำหนึ่งๆในช่วงเวลาสั้น ๆ ทำให้เป็นเรื่องธรรมดา โดยการเพิ่ม「個」

洗手 → 洗個手

打球 → 打個球

吃飯 → 吃個飯

把

เป็นการเปลี่ยนรูปแบบประโยคบอกเล่าทั่วไป ให้เป็นประโยคที่สิ่งนั้นถูกกระทำหรือได้รับผลกระทบจากการกระทำ โดยการใช้「把」

我關窗戶 → 我把窗戶關起來

龍媽倒掉垃圾 → 龍媽把垃圾倒掉

那隻小貓喝牛奶 → 那隻小貓把牛奶喝下去

我關窗戶

ประโยคนี้หมายความว่า " ฉันปิดหน้าต่าง "

我把窗戶關起來

ประโยคนี้หมายความว่า " หน้าต่างถูกปิด(โดยฉัน) "

否定

<table>
<tr><td>我</td><td rowspan="3">沒有</td><td rowspan="3">把</td><td>窗戶</td><td rowspan="3">（給）</td><td>關起來。</td></tr>
<tr><td>龍媽</td><td>垃圾</td><td>倒掉。</td></tr>
<tr><td>那隻小貓</td><td>牛奶</td><td>喝下去。</td></tr>
</table>

<table>
<tr><td>你</td><td rowspan="3">不</td><td rowspan="3">可以
可能</td><td rowspan="3">把</td><td>窗戶</td><td rowspan="3">（給）</td><td>關起來。</td></tr>
<tr><td>龍媽</td><td>垃圾</td><td>倒掉。</td></tr>
<tr><td>那隻小貓</td><td>牛奶</td><td>喝下去。</td></tr>
</table>

LESSON 8

換我試試看

huàn wǒ shìshi kàn

挑戰一

請根據範例造句。

例：嘉立／去過墾丁以後／很喜歡吃烤魷魚

→ 嘉立自從去過墾丁以後，就很喜歡吃烤魷魚。

1. 艾婕／跟龍媽一起去買菜／很喜歡殺價
2. 她／有了小孩／變得很溫柔
3. 子芸／上了大學／沒有彈鋼琴了
4. 他／那天／沒有回來過
5. 我／看完醫生／好多了

挑戰二

請根據範例造句。

例：倒油 → 放蛋 → 放鹽 →放胡椒

→ 先倒油，再放蛋，然後再放鹽，最後再放胡椒。

1. 煮飯 → 炒菜
2. 洗澡 → 刷牙 → 睡覺
3. 掃地 → 拖地 → 洗碗
4. 買肉 → 買蘿蔔 → 買蝦仁 → 買火腿
5. 去市場 → 去銀行 → 去郵局 → 去學校

挑戰三

請根據範例造句。

例：炒太久 → 菜會燒焦

→ 不要炒太久，不然的話會菜燒焦。=不要炒太久，炒太久的話會菜燒焦。

1. 說太大聲 → 被別人聽到 ___ = ___
2. 走太遠 → 你迷路 ___ = ___
3. 穿太少 → 你感冒 ___ = ___
4. 太甜 → 客人會不喜歡 ___ = ___
5. 加太多辣椒 → 我會吃不下___ =___

挑戰四

請根據範例造句。

例：美美討厭動物，不管是狗鳥貓她都不喜歡。

→ 美美討厭動物，不管是貓啊，狗啊，鳥啊，她都不喜歡。

1. 小紅喜歡海鮮不管是魚、蝦子、螃蟹，她都喜歡。
2. 他常常跟我說一些他在英國、法國、德國看到的事。
3. 千千愛漂亮，鞋子、衣服、耳環，都是她的最愛。
4. 嘉立喜歡吃水果，不管是蘋果、橘子、草莓，他都喜歡。
5. 子軒喜歡運動，不管是籃球、棒球、網球，他都打得很好

挑戰五

請根據範例造句。

例：你／穿／會不會太大

→ 你穿看看會不會太大。= 你穿穿看會不會太大。

1. 我／問／有沒有牛奶 ____ = ____
2. 你／說／對不對 ____ = ____
3. 我／聽／她說什麼 ____ = ____
4. 你／喝／會不會太甜 ____ = ____
5. 我／想／要怎麼說 ____ = ____

挑戰六

請根據範例造句。

例：打球 → 打個球

1. 上廁所 ________________
2. 打招呼 ________________
3. 吃飯 ________________
4. 睡覺 ________________
5. 搭公車 ________________

LESSON

8

挑戰七

請根據範例造句。

例：我炒一炒蔬菜

→ 我把蔬菜炒一炒

1. 爸爸喝光了啤酒
2. 我切一切水果
3. 貓吃了魚
4. 我不打開窗戶
5. 媽媽沒關音樂

挑戰八

請你教同學做一道你最愛吃的家鄉菜

食譜：____________________

【材料】

____

____

____

____

【作法】

1. ______________________________
2. ______________________________
3. ______________________________
4. ______________________________

tīnglì liànxí

子芸想去印度玩，她打電話給千千，她去過印度。

問她應該怎麼辦簽證（visa）。

請根據對話依序填上1-6。

◯ 準備錢

◯ 搭公車611到印度－臺北協會（INDIA-TAIPEI ASSOCIATION）

◯ 訂機票

◯ 2-3天以後，到印度－臺北協會拿簽證

◯ 照相

◯ 把身分證拿去影印

LESSON 9

第九課 看電影

dì jiǔ kè kàn diànyǐng

ดูภาพยนตร์

對話
duìhuà

自從上次吃完飯後，子芸和森川就變[1]成了好朋友。子芸怕[2]森川

ˋ ˊ ˋ ˋ ˉ ˊ ˋ ˋ ˇ ˊ ˋ ˉ ˉ ˋ biàn ˊ ˇ ˊ ˇ ˇ ˊ pà ˉ ˉ

剛來臺灣還[3]不適應[4]，會無聊[5]，所以有時[6]會帶[7]他出去[8]走走，

ˉ ˊ ˊ ˉ hái ˊ shìyìng ˋ wúliáo ˇ ˇ yǒushí ˋ dài ˉ chūqù ˇ ˇ

參加[9]一些活動[10]。這個星期六，她決定邀[11]森川去看電影[12]。

cānjiā ˋ ˉ huódòng ˋ ˉ ˊ ˋ ˉ ˊ ˋ yāo ˉ ˉ ˋ ˋ ˋ ˇ

（在餐廳，子芸和森川一邊[13]吃飯，一邊討論[14]等一下[15]要看

ˋ ˉ ˉ ˇ ˊ ˋ ˉ ˉ yìbiān ˉ ˋ yìbiān tǎolùn děngyíxià ˋ ˋ

哪部[16]電影）

ˇ bù ˋ ˇ

森川：看「００７」怎麼樣？聽說這一次不只[17]**故事**很[18]**精采**，
ˋ ˊ ˊ ˊ ˇ ˋ — — ˋ ˊ ˋ ˋ ˇ gùshì ˇ jīngcǎi

女[19]**主角** 也很漂亮，而且還[20]**得**了不少**獎**。
ˇ zhǔjiǎo ˇ ˇ ˋ ˋ ˊ ˇ ˊ dé ˋ ˇ jiǎng

子芸：不要啦，我不喜歡[21]**打**打[22]**殺**殺的[23]**片子**。
ˊ ˋ ˇ ˋ ˇ — dǎ ˇ shā — piànzi

森川：那去看「[24]**電車**」[25]**最近**[26]**一直**在 [27]**廣告** 的日本[28]**鬼片**。
ˋ ˋ ˋ diànchē zuìjìn yìzhí ˋguǎnggào ˋ ˇ guǐpiàn

[29]**演**女鬼的[30]**演員** 也很漂亮。
yǎn ˇ ˇ yǎnyuán ˇ ˇ ˋ ˋ

小辭典

1. 變 เปลี่ยนแปลง , กลายเป็น
2. 怕 กลัว , กังวล
3. 還 ยัง
4. 適應 การปรับตัว
5. 無聊 น่าเบื่อ
6. 有時 บางครั้ง , บางเวลา
7. 帶 นำ , หยิบ
8. 出去 ออกไป , ออก
9. 參加 เข้าร่วม
10. 活動 กิจกรรม
11. 邀 เชิญ , เชื้อเชิญ
12. 電影 ภาพยนตร์
13. 一邊 ในขณะที่ (ทำ 2 อย่างในเวลาเดียวกัน)
14. 討論 อภิปราย , พูดถึง
15. 等一下 รอซักครู่
16. 部 เรื่อง , ตอน (ลักษณนามของภาพยนตร์หรือละคร)
17. 故事 เรื่อง
18. 精采 ยอดเยี่ยม , สนุกสนาน
19. 主角 นักแสดงนำ
20. 得獎 ได้รับรางวัล
21. 打 ต่อสู้ , ตี
22. 殺 ฆ่า
23. 片子 ภาพยนตร์ , วิดีโอ
24. 電車 รถราง
25. 最近 เร็วๆนี้
26. 一直 ตลอดเวลา , มาโดยตลอด
27. 廣告 โฆษณา
28. 鬼片 หนังผี
29. 演 แสดง
30. 演員 นักแสดง

子芸：你就只知道漂亮的女演員。我**比較**[31]**膽小**[32]，看**恐怖片**[33] 晚上會**作惡夢**[34]。花錢自己**嚇**[35]自己，太**划不來**[36]了。

森川：我知道了，「**單身**[37]**日記**[38]」怎麼樣？**愛情**[39]**喜劇片**[40]，**雜誌**[41]上的**影評**[42] 說**內容**[43] 很**有趣**[44]。一個墨西哥**導演**[45] **拍**[46]的。

子芸：啊！我知道那部片！我很喜歡那個導演，**只要**[47]是他的**作品**[48]我都看過！

森川：我也很喜歡他，**特別**[49]是他的「**命運**[50]之歌」，**劇情**[51]又**幽默**[52]又**諷刺**[53]。他的電影有一種很特別的**風格**[54]。

31. 比較 ค่อนข้าง
32. 膽小 ขี้ขลาด
33. 恐怖片 หนังสยองขวัญ
34. 作惡夢 ฝันร้าย
35. 嚇 ทำให้ตกใจ
36. 划不來 ไม่คุ้มค่า , ไม่คุ้ม
37. 單身 โสด
38. 日記 บันทึกประจำวัน , ไดอารี่
39. 愛情 ความรัก
40. 喜劇片 ภาพยนตร์ตลก
41. 雜誌 นิตยสาร
42. 影評 วิจารณ์ภาพยนตร์
43. 內容 เนื้อหา
44. 有趣 น่าสนใจ
45. 導演 ผู้กำกับ
46. 拍 ถ่ายทำ
47. 只要 ตราบเท่าที่ , เพียงแค่
48. 作品 ผลงาน
49. 特別 พิเศษ
50. 命運 พรหมลิขิต
51. 劇情 เนื้อเรื่อง
52. 幽默 ตลก
53. 諷刺 เสียดสี , เหน็บแนม , ประชด
54. 風格 รูปแบบ

子芸：「命運之歌」真的很棒，可是我更愛「回家」。那是他

[55]**唯一**的[56]**紀錄片**，非常[57]**感人**。
wéiyī jìlù piàn gǎnrén

森川：真的嗎？我下次去[58]**找**來看。
zhǎo

子芸：看不出來你是會看[59]**冷門**電影的人，我還[60]**以為**你只喜歡
lěngmén yǐwéi

[61]**刺激** [62]**好玩**的[63]**動作片**或恐怖片。
cìjī hǎowán dòngzuò piàn

森川：妳[64]**誤會**我了，我[65]**品味**可是很好的。電影的[66]**內涵**很重要。
wùhuì pǐnwèi nèihán

子芸：太好了，[67]**反正** [68]**好萊塢**片也看[69]**膩**了，這次就來點[70]**新鮮**
fǎnzhèng hǎoláiwù nì xīnxiān

的吧！啊，六點四十三分了！我們快去買[71]**票**吧，
piào

不然到時候就只能看[72]**午夜場**了！
wǔyèchǎng

55. 唯一 เท่านั้น , หนึ่งเดียว
56. 紀錄片 สารคดี
57. 感人 ประทับใจ , ตรึงใจ
58. 找 หา , ค้นหา
59. 冷門 ไม่เป็นที่นิยม
60. 以為 คิดไปว่า
61. 刺激 น่าตื่นเต้น
62. 好玩 สนุกสนาน , ตลกขบขัน
63. 動作片 ภาพยนตร์แนวแอคชั่น
64. 誤會 เข้าใจผิด
65. 品味 รสนิยม
66. 內涵 ความหมายแฝง , โดยนัย
67. 反正 อย่างไรก็ตาม
68. 好萊塢 ฮอลลีวูด
69. 膩 เบื่อหน่าย
70. 新鮮 ใหม่ , สด
71. 票 ตั๋ว
72. 午夜場 รอบดึก

LESSON 9

คำแปลจากบทเรียน

(หลังจากทานอาหารด้วยกันครั้งก่อน จื่อหวินและเสินชวนก็กลายเป็นเพื่อนกัน จื่อหวินกลัวว่าเสินชวนเพิ่งเดินทางมาประเทศไต้หวันแล้วยังปรับตัวไม่ได้ อาจจะรู้สึกเบื่อ ดังนั้นมีเวลาก็จะพาเขาออกไปเดินเที่ยว ร่วมกิจกรรมต่างๆ ในวันเสาร์นี้ จื่อหวินตั้งใจจะชวนเสินชวนไปดูภาพยนตร์)

(ในขณะที่จื่อหวินและเสินชวนทานอาหารกันอยู่ในร้านอาหารนั้น ก็พลางพูดคุยกันว่าเดี๋ยวจะดูภาพยนตร์เรื่องใด)

เสินชวน: ดูเรื่อง 007 ดีไหม? ได้ยินมาว่าครั้งนี้ไม่ใช่เพียงแค่เรื่องราวเข้มข้นสนุกสนาน นักแสดงนำหญิงยังสวยอีกด้วย แถมยังได้รับรางวัลมาแล้วไม่น้อย

จื่อหวิน: ไม่เอาดีกว่า ฉันไม่ชอบดูหนังเกี่ยวกับพวกต่อสู้

เสินชวน: ถ้าอย่างนั้นดูหนังผีจากญี่ปุ่นเรื่อง Ghost Train ดีไหม ช่วงนี้โฆษณาตลอดเลย คนที่แสดงเป็นผีผู้หญิงก็สวยด้วย

จื่อหวิน: คุณรู้จักแต่พวกนักแสดงผู้หญิงสวยๆ ฉันเป็นคนค่อนข้างขี้กลัว ดูหนังผีทีไรตอนกลางคืนมักจะฝันร้าย เสียเงินเพื่อทำให้ตัวเองตกใจ ไม่คุ้มเลย

เสินชวน: รู้แล้ว ถ้าอย่างนั้น ดูเรื่อง Bridget Jones's Diary ดีไหม หนังรักโรแมนติกคอมเมดี้ บทวิจารณ์ในนิตยสารว่าเนื้อหาน่าสนใจมาก ถ่ายทำโดยผู้กำกับชาวเม็กซิกัน

จื่อหวิน: อืม ฉันรู้จักหนังเรื่องนั้น ฉันชอบผู้กำกับคนนี้ ผลงานของเขา ฉันดูมาหมดแล้ว

เสินชวน: ฉันก็ชอบเขาเหมือนกัน โดยเฉพาะเรื่อง Song of Destiny เนื้อเรื่องทั้งตลกทั้งเสียดสี ภาพยนตร์ของเขามีลักษณะที่พิเศษมาก

จื่อหวิน: Song of Destiny เยี่ยมมากจริงๆ แต่ว่าฉันชอบเรื่อง Home มากกว่า เรื่องนั้นเป็นสารคดีเรื่องเดียวของเขา น่าประทับใจมาก

เสินชวน: **จริงหรอ คราวหน้าจะต้องไปหามาดูบ้าง**

จื่อหวิน: **ดูไม่ออกเลยว่าคุณเป็นคนชอบดูหนังนอกกระแส ฉันคิดว่าคุณคงชอบดูหนังแนวแอคชั่นที่น่าตื่นเต้นสนุกสนานหรือไม่ก็พวกหนังแนวสยองขวัญ**

เสินชวน: **คุณเข้าใจผมผิดแล้ว รสนิยมของผมดีนะ เนื้อหาของหนังคือสิ่งที่สำคัญ**

จื่อหวิน: **ดีจังเลย อย่างไรก็ตาม หนังฮอลลีวูด ก็ดูจนเบื่อแล้ว ครั้งนี้หาอะไรใหม่ๆดูดีกว่า โอ้ว หกโมงสี่สิบสามนาทีแล้ว พวกเรารีบไปซื้อตั๋วกันเถอะ ถ้าไม่อย่างนั้นก็คงจะต้องได้ดูรอบดึกแน่เลย**

LESSON 9

你不可以不知道

nǐ bù kěyǐ bù zhīdào

2006臺北電影節

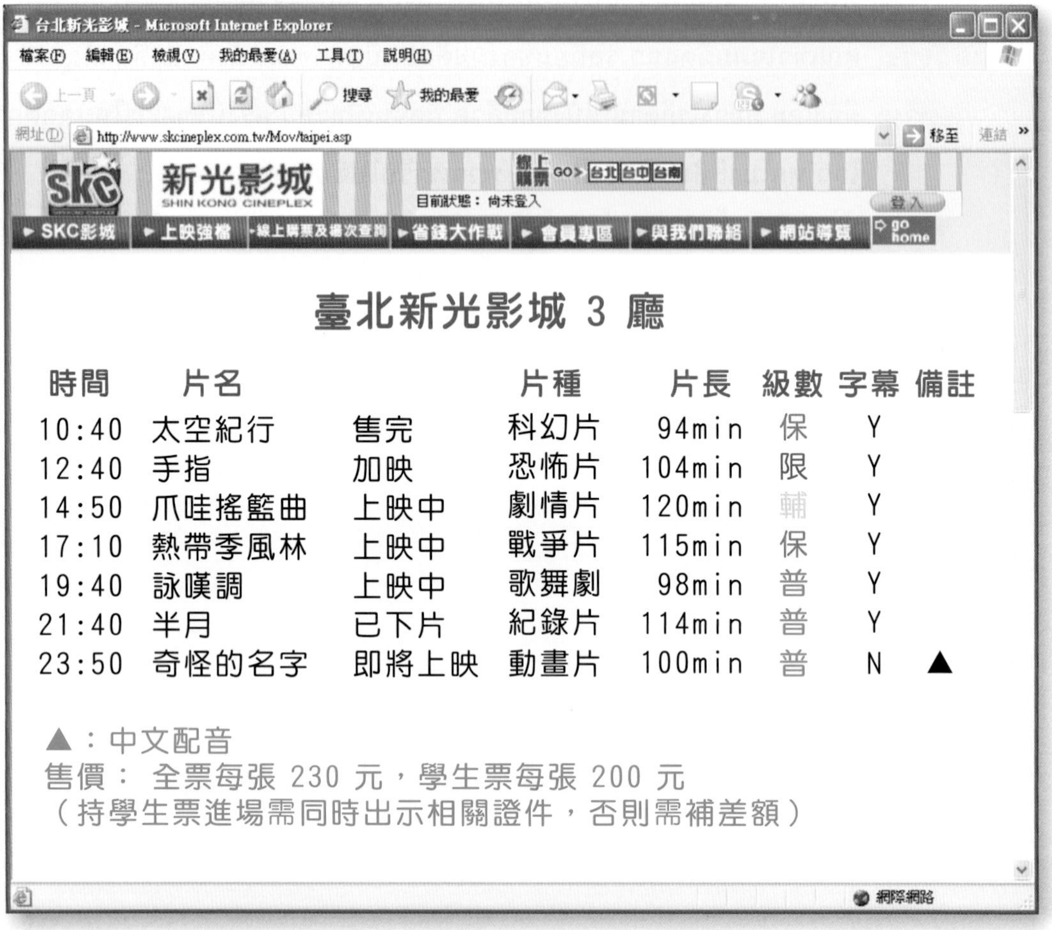

台北新光影城 - Microsoft Internet Explorer

臺北新光影城 3 廳

時間	片名		片種	片長	級數	字幕	備註
10:40	太空紀行	售完	科幻片	94min	保	Y	
12:40	手指	加映	恐怖片	104min	限	Y	
14:50	爪哇搖籃曲	上映中	劇情片	120min	輔	Y	
17:10	熱帶季風林	上映中	戰爭片	115min	保	Y	
19:40	詠嘆調	上映中	歌舞劇	98min	普	Y	
21:40	半月	已下片	紀錄片	114min	普	Y	
23:50	奇怪的名字	即將上映	動畫片	100min	普	N	▲

▲：中文配音

售價： 全票每張 230 元，學生票每張 200 元

（持學生票進場需同時出示相關證件，否則需補差額）

影片類型 ประเภทของภาพยนตร์

恐怖片 ภาพยนตร์แนวสยองขวัญ
kǒngbù piàn

劇情片 ภาพยนตร์แนวดราม่า
jùqíng piàn

喜劇片 ภาพยนตร์แนวตลก
xǐjù piàn

悲劇 ภาพยนตร์แนวโศกนาฏกรรม
bēijù

科幻片 ภาพยนตร์แนววิทยาศาสตร์
kēhuàn piàn

動作片 ภาพยนตร์แนวแอคชั่น
dòngzuò piàn

戰爭片 ภาพยนตร์แนวสงคราม
zhànzhēng piàn

紀錄片 ภาพยนตร์แนวสารคดี
jìlù piàn

動畫片 ภาพยนตร์อนิเมชั่น
dònghuà piàn

卡通 การ์ตูน
kǎtōng

歌舞劇 ละครเวที
gēwǔjù

影集 ภาพยนตร์ซีรีส์
yǐngjí

關於電影 เกี่ยวกับภาพยนตร์

影展 เทศกาลภาพยนตร์
yǐngzhǎn

配角 นักแสดงประกอบ / นักแสดงสมทบ
pèijiǎo

影評人 นักวิจารณ์ภาพยนตร์
yǐngpíng rén

影迷 แฟนภาพยนตร์
yǐngmí

配音 ดนตรีประกอบ
pèiyīn

字幕 คำบรรยาย (ของภาพยนตร์)
zìmù

預告片 ตัวอย่างภาพยนตร์
yùgào piàn

上映 กำลังฉาย , ออกฉาย
shàngyìng

即將上映 กำลังจะเข้าฉาย , เข้าฉายเร็วๆนี้
jíjiāng shàngyìng

下片 ภาพยนตร์ที่ออกโรงแล้ว
xiàpiàn

票房很好／很差 อันดับ box office (ดี/ไม่ดี)
piàofáng hěnhǎo / hěnchā

二輪電影院 โรงหนังควบ
èrlún diànyǐngyuàn

錄影帶店 ร้านเช่าวิดีโอ
lùyǐngdài diàn

場次 เวลาฉายภาพยนตร์
chǎngcì

早場 รอบเช้า
zǎo chǎng

晚場 รอบเย็น , ค่ำ
wǎn chǎng

午夜場 รอบดึก
wǔyè chǎng

買票 ซื้อตั๋วภาพยนตร์

售票處 ที่ขายตั๋ว
shòu piào chù

全票 ตั๋วปกติ , ตั๋วผู้ใหญ่
quán piào

半票 ตั๋วเด็ก
bàn piào

學生票 ตั๋วนักเรียน
xuéshēng piào

句型演練
jùxíng yǎnliàn

一邊……，一邊……（= 一面……，一面……）
（= 邊……，邊……）

ในขณะที่ (ใช้ในกรณีทำกริยา 2 อย่างในเวลาเดียวกัน)

我	一邊	吃飯	一邊	看電視
他	一面	洗澡	一面	唱歌
媽媽	邊	講電話	邊	笑

LESSON 9

A不只A，還B ไม่เพียงแต่ A แต่ยัง B อีกด้วย

這家店的東西	不只	很精緻，	還	很便宜。
這本書		很厚		很難懂。
今天的天氣		很冷，		下雨。

比較／更

หากต้องการเปรียบเทียบของ 2 สิ่ง สามารถที่จะใช้คำว่า 比較 หรือ 更 ก็ได้ อย่างไรก็ตาม คำ 2 คำนี้จะใช้ในสถานการณ์ที่ต่างกัน สามารถเปรียบเทียบได้จากตัวอย่างดังต่อไปนี้

(其他的花不怎麼漂亮，) 這朵花比較漂亮。
(其他的花也很漂亮，) 這朵花更漂亮。
(昨天不怎麼冷，) 今天比較冷。
(昨天也很冷，) 今天更冷。
(小王的個性還可以，) 老李的個性比較壞。
(小王的個性不好，) 老李的個性更壞。

และคำว่า 比較 นั้น มักจะใช้ในรูปประโยคที่แสดงถึงความสุภาพมากกว่า

只要……就／都

มักใช้คำว่า " 只要 ……就／都 " เป็นการพูดเกี่ยวกับบางสิ่งบางอย่างภายใต้เงื่อนไขหนึ่ง

只要	是	媽媽作的菜，	我	都	喜歡吃。
		這個導演拍的電影，	他		看。
		我知道，	我	就	告訴你。
		小英喜歡，	子羽		買給她。

是……的

ใช้ " 是 …… 的 " เพื่อแสดง / อธิบายแนวคิดหรือทัศนคติของคุณ ส่วนคำที่ตามหลัง " 是 " นั้น คือใจความสำคัญของประโยค และสามารถเพิ่มคำว่า " 可 " เข้าไปหน้า " 是 " เพื่อเป็นการเน้นความสำคัญให้มากขึ้นอีกด้วย

你的品味怎麼樣？／ 我品味（可）是很好的。
這部電影是誰演的？／這部電影（可）是成龍演的。(不是別人演的)
你是什麼時候知道這件事的？／我是昨天知道這件事的。(不是今天不是昨天)

換我試試看

huàn wǒ shìshi kàn

挑戰一

請根據範例造句。

例：我吃飯+看電視

→ 我一邊吃飯一邊看電視

1. 我讀書+聽音樂
2. 小明打球+大叫
3. 媽媽煮湯+切菜
4. 她寫日記+笑
5. 子芸看電影+哭

挑戰二

請根據範例造句。

例：這一次的故事很精采+得了不少獎 。

→這一次不只故事很精采，還得了不少獎。

1. 這個歌手 ：長得漂亮+很有氣質
2. 這個籃球選手 ：跑得快+跳得高
3. 這部片 ：演員好+很有內涵
4. 艾婕 ：會說中文+會說英文
5. 子維 ：喜歡爬山+騎腳踏車

LESSON 9

挑戰三

看圖造句。

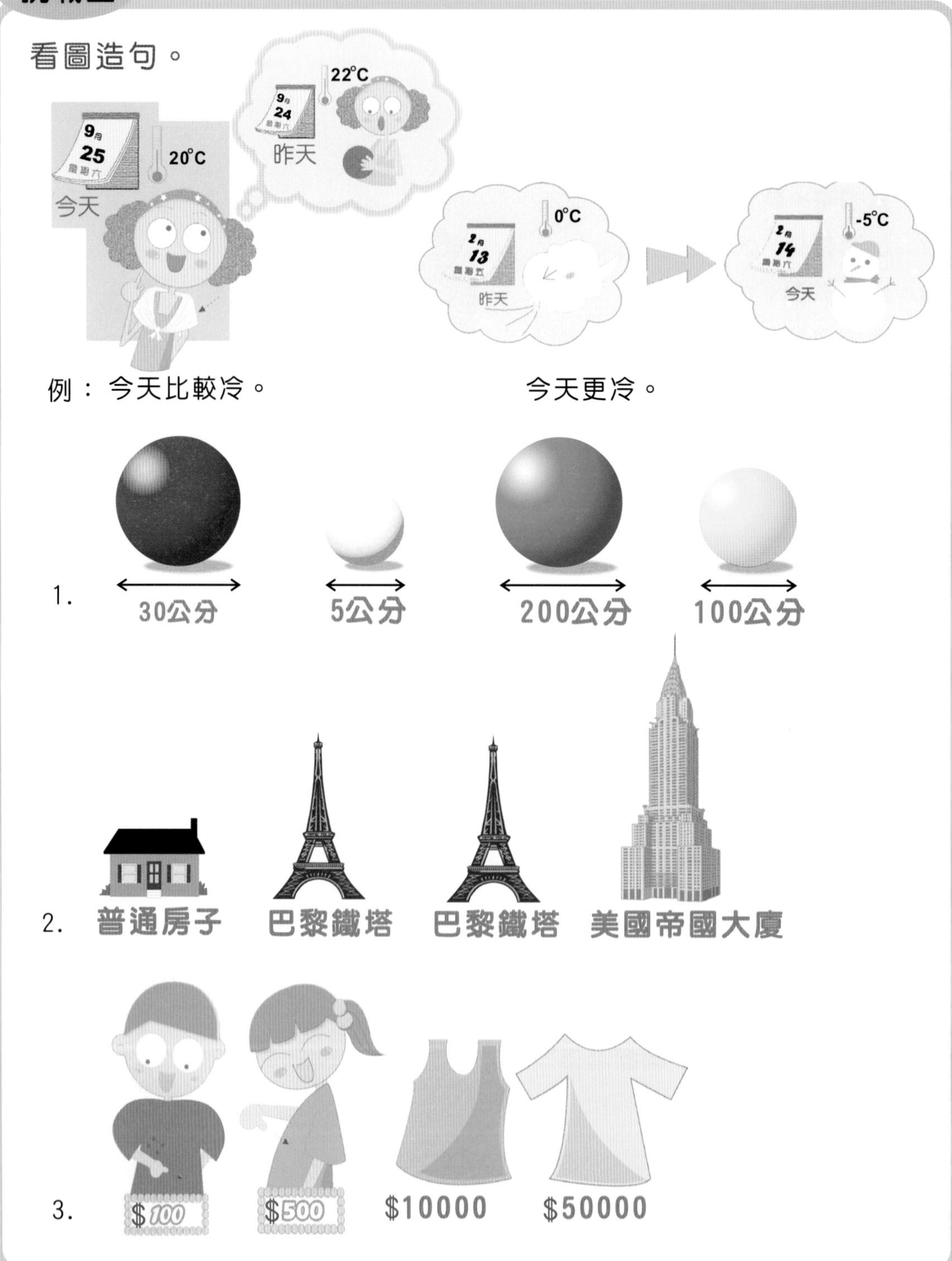

挑戰四

請根據範例造句。

例：那個導演拍的電影／他／看

→ 只要是那個導演拍的電影，他都看。

1. 小英給的東西／小狗／吃
2. 老師上課說過的／我們／記下來
3. 你敢說／我／敢做
4. 看到書／他／想買
5. 公司放假／爸爸／帶我們出去玩

挑戰五

請根據範例造句。

例：我買這本書。

→誰買這本書的？

→ 是我買這本書的。

1. 爸爸把啤酒喝光了。
2. 艾婕在臺灣學中文。
3. 這臺電腦在臺灣製造。
4. 這個演員很有名。
5. 這部電影得過很多獎。

LESSON 9

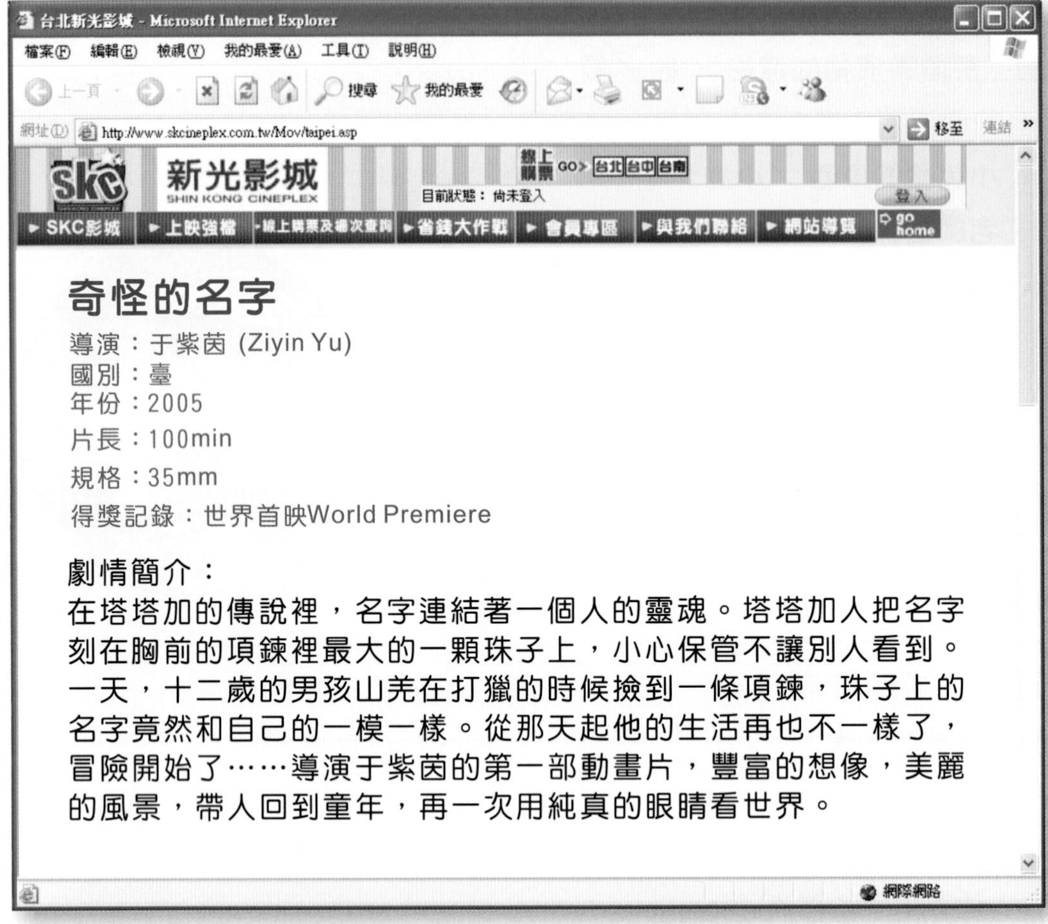

奇怪的名字

導演：于紫茵 (Ziyin Yu)
國別：臺
年份：2005
片長：100min
規格：35mm
得獎記錄：世界首映World Premiere

劇情簡介：

在塔塔加的傳說裡，名字連結著一個人的靈魂。塔塔加人把名字刻在胸前的項鍊裡最大的一顆珠子上，小心保管不讓別人看到。一天，十二歲的男孩山羌在打獵的時候撿到一條項鍊，珠子上的名字竟然和自己的一模一樣。從那天起他的生活再也不一樣了，冒險開始了……導演于紫茵的第一部動畫片，豐富的想像，美麗的風景，帶人回到童年，再一次用純真的眼睛看世界。

傳說 ตำนาน chuánshuō	珠子 ลูกปัด zhūzi	一模一樣 เหมือนกัน yìmóyíyàng
連結 เชื่อมโยง liánjié	保管 เก็บรักษา bǎoguǎn	冒險 ผจญภัย màoxiǎn
靈魂 จิตวิญญาณ línghún	山羌 เก้ง shānqiāng	想像 จินตนาการ xiǎngxiàng
胸 หน้าอก xiōng	打獵 ล่า , ล่าสัตว์ dǎliè	童年 วัยเด็ก tóngnián
項鍊 สร้อยคอ xiàngliàn	撿 หยิบ jiǎn	純真 ไร้เดียงสา chúnzhēn

聽力練習
tīnglì liànxí

請根據對話找到適合的海報，並填上數字。

1.（　　　　　）

2.（　　　　　）

3.（　　　　　）

4.（　　　　　）

LESSON 10

第十課 看醫生
dì shí kè kàn yīshēng

ไปพบแพทย์

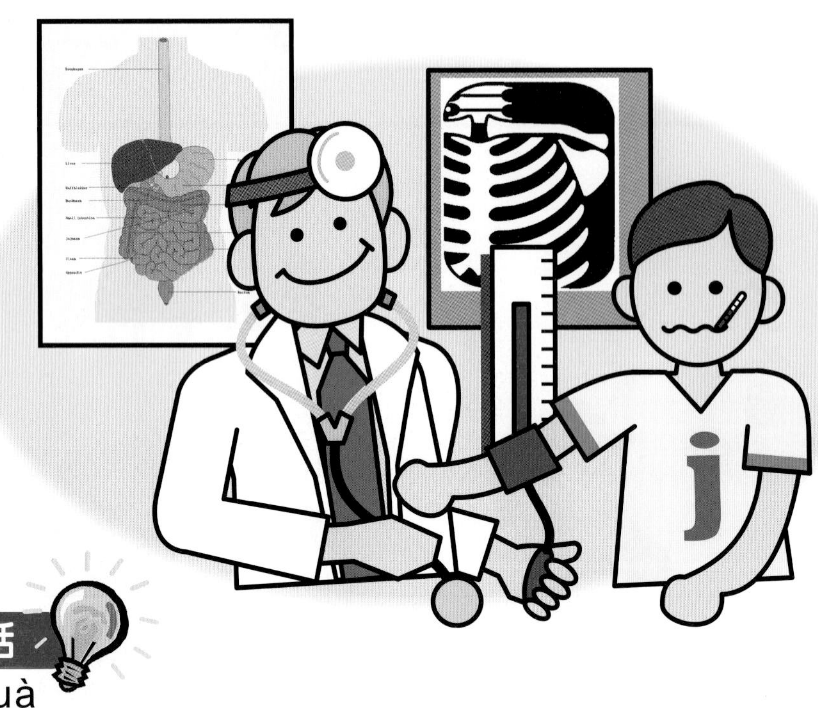

對話
duìhuà

森川來臺北兩個月了，臺北冬天[1]的天氣[2]不太穩定[3]，常常一下[4]冷，一下熱。上星期五他下班[5]回家時，突然[6]覺得身體[7]不大舒服[8]，休息[9]了幾天都沒有好，便[10]決定去看醫生[11]。

dōngtiān　tiānqì　wěndìng　yíxià　yíxià　xiàbān　túrán juéde　shēntǐ　shūfú　xiūxí　biàn　yīshēng

（在診所[12]櫃臺[13]）

zhěnsuǒ　guìtái

森川：妳好，我想掛號[14]。

guàhào

護士[15]：您是初診[16]嗎？

hùshì　chūzhěn

森川：對。

護士：好的。請填[17]一下這張病歷表[18]，有健保卡[19]嗎？

tián　bìnglì biǎo　jiànbǎokǎ

森川：有的。

護士：掛號**費**[20] (fèi) 是一百五十元。請到那邊 **稍等**[21] (shāo) 一下，到你的時候會**叫**[22] (jiào) 你。

森川：好。謝謝。

（**診療室**[23] 裡）
zhěnliáoshì

醫生：森川晴史……你是日本人呀！剛來臺灣嗎？

森川：嗯，剛來沒多久，可能還不習慣臺灣的天氣，所以感冒了。

醫生：有哪些**症狀**[24] (zhèngzhuàng)？

森川：我**頭暈**[25] (tóuyūn)、沒有**食慾**[26] (shíyù)、覺 (jué) 得很累，整 (zhěng) 天都 (dōu) 只想睡覺 (shuìjiào)。

1. 冬天 ฤดูหนาว
2. 天氣 อากาศ
3. 穩定 คงที่ , เสถียร
4. 一下 ซักครู่
5. 下班 เลิกงาน
6. 突然 กะทันหัน , ทันใดนั้น
7. 身體 ร่างกาย
8. 舒服 สะดวกสบาย
9. 休息 พักผ่อน
10. 便 (เป็นคำเติมหน้ากิริยาเพื่อเน้นคำกิริยานั้น)
11. 醫生 แพทย์
12. 診所 คลินิก
13. 櫃臺 เคาน์เตอร์
14. 掛號 ลงทะเบียน , รับบัตรคิว
15. 護士 พยาบาล
16. 初診 วินิจฉัยเบื้องต้น
17. 填 กรอก
18. 病歷表 ประวัติคนไข้
19. 健保卡 บัตรประกันสุขภาพ
20. 費 ค่าธรรมเนียม , ค่าใช้จ่าย
21. 稍等 รอซักครู่
22. 叫 เรียก
23. 診療室 ห้องรักษา
24. 症狀 อาการ
25. 頭暈 มึนศีรษะ , เวียนศีรษะ
26. 食慾 ความอยากอาหาร

LESSON 10

醫生：有沒有發燒[27]、咳嗽[28]、鼻塞[29]、流鼻涕[30]或鼻水[31]？
ˇ ˊ ˇ fāshāo késòu bísāi liú bítì ˋ bíshuǐ

森川：什麼是鼻塞？
ˊ ˋ ˊ ˉ

醫生：鼻塞就是鼻子[32]塞[33]住，沒辦法[34] 正常[35] 呼吸[36]。
ˊ ˉ ˋ ˋ bízi sāi ˋ ˊ bànfǎ zhèngcháng hūxī

森川：有鼻涕，沒有發燒。咳嗽倒[37]還好，
ˇ ˊ ˋ ˊ ˇ ˉ ˉ ˊ ˋ dào ˊ ˇ

只是有時喉嚨[38] 會癢[39] 癢的。
ˇ ˋ ˇ ˊ hóulóng ˋ yǎng ˇ

醫生：我看看，吸氣[40]……吐氣[41]……很好，轉過來，吸……吐
ˇ ˋ ˋ xīqì tǔqì ˇ ˇ ˇ ˋ ˊ ˉ ˇ

……好，嘴巴[42] 張開[43]，啊……好了。
ˇ zuǐba zhāngkāi ˇ

森川：我的狀況[44] 還好嗎？
ˇ zhuàngkuàng ˊ ˇ

醫生：還不錯，只是輕微[45] 的流行性 感冒[46]，沒有發炎[47]的症狀。
ˊ ˊ ˋ ˇ ˋ qīngwéi liúxíngxìng gǎnmào ˊ ˇ fāyán ˋ ˋ

休息幾天就會好了。
ˉ ˊ ˇ ˉ ˋ ˋ ˇ

小辭典

27. 發燒 มีไข้
28. 咳嗽 ไอ
29. 鼻塞 คัดจมูก
30. 鼻涕 น้ำมูก
31. 鼻水 น้ำมูก
32. 鼻子 จมูก
33. 塞 อุด , ตัน
34. 辦法 วิธีการ
35. 正常 ปกติ
36. 呼吸 หายใจ
37. 倒 ในทางกลับกัน
38. 喉嚨 คอ , ลำคอ
39. 癢 อาการคัน , ระคาย
40. 吸氣 หายใจเข้า
41. 吐氣 หายใจออก
42. 嘴巴／嘴 ปาก
43. 張開 เปิด , อ้า
44. 狀況 อาการ , สภาพ
45. 輕微 เล็กน้อย
46. 流行性感冒 ไข้หวัดใหญ่
47. 發炎 อักเสบ

記得多喝熱開水，不要吃**冰**[48]的東西，也不要吃**羊肉**[49] 和**橘子**[50]。
bīng yángròu júzi

森川：為什麼不要吃羊肉和橘子？

醫生：哦，這跟**中醫**[51]有**關**[52]，**根據**[53]中醫**理論**[54]，吃橘子咳嗽會**加重**[55]；
zhōngyī guān gēnjù lǐlùn jiāzhòng

吃羊肉也會加重**病情**[56]。來，這是你的**處方**[57]，到**藥局**[58]去**領**[59]藥吧！
bìngqíng chǔfāng yàojú lǐngyào

（藥局裡）

森川：小姐妳好，我想**拿**[60]藥。
ná

小姐：好的……這是你的藥，白包三餐飯後吃，綠包睡前吃。

紅色的這包是**退燒**[61]藥。
tuìshāoyào

森川：會有**副作用**[62]嗎？我還**得**[63]工作。
fùzuòyòng děi

小姐：只有綠包吃了會想睡覺，**放心**[64]吧！
fàngxīn

森川：好的。謝謝！

48. 冰 น้ำแข็ง , เย็น
49. 羊肉 เนื้อแกะ
50. 橘子 ส้ม
51. 中醫 แพทย์แผนจีน
52. 關 เกี่ยวข้องกับ
53. 根據 ตามที่ , เกี่ยวกับ
54. 理論 ทฤษฎี
55. 加重 รุนแรงขึ้น , ทวี
56. 病情 อาการป่วย
57. 處方 ใบสั่งยา
58. 藥局 เภสัชกรรม , แผนกยา
59. 領 รับ
60. 拿 หยิบ , ถือ , นำ
61. 退燒 ไข้ลด
62. 副作用 ผลข้างเคียง
63. 得 ต้อง , จะต้อง
64. 放心 วางใจ , สบายใจ

คำแปลจากบทเรียน

(เสินชวนมาอยู่ที่เมืองไทเปได้สองเดือนแล้ว อากาศในหน้าหนาวของเมืองไทเปไม่ค่อยแน่นอน เดี๋ยวหนาวเดี๋ยวร้อนอยู่บ่อยๆ เมื่อวันศุกร์ที่แล้ว ตอนที่เขาเลิกงานกลับบ้านนั้น ทันใดนั้นก็รู้สึกไม่ค่อยสบายตัวนัก พักผ่อนมาหลายวันก็ยังไม่ดีขึ้น เลยตัดสินใจที่จะไปพบแพทย์)

(ที่เคาน์เตอร์ของคลินิกแห่งหนึ่ง)

เสินชวน: สวัสดีครับ ผมต้องการรับบัตรคิวครับ

พยาบาล: คุณมาครั้งแรกหรือเปล่าคะ

เสินชวน: ครับ

พยาบาล: ค่ะ กรุณากรอกประวัติคนไข้ด้วยนะคะ มีบัตรประกันสุขภาพไหมคะ

เสินชวน: มีครับ

พยาบาล: ค่าธรรมเนียม 150 หยวนค่ะ กรุณารอทางนั้นซักครู่นะคะ
พอถึงคิวของคุณแล้ว พยาบาลจะเรียกค่ะ

เสินชวน: ครับ ขอบคุณครับ

(ในห้องรักษา)

แพทย์: คุณเสินชวนฉิงสื่อ คุณเป็นคนญี่ปุ่น เพิ่งมาประเทศไต้หวันใช่ไหมครับ

เสินชวน: ครับ เพิ่งมาได้ไม่นานเท่าไหร่ อาจจะยังไม่คุ้นเคยกับอากาศของประเทศไต้หวัน ดังนั้นถึงได้ไม่สบาย

แพทย์: มีอาการเป็นอย่างไรบ้าง

เสินชวน: เวียนศีรษะ เบื่ออาหาร รู้สึกเหนื่อยแล้วก็อยากนอนทั้งวัน

แพทย์: มีอาการไข้ ไอ คัดจมูก น้ำมูกไหลหรือมีน้ำมูกมั้ย

เสินชวน: "ปี๋ไซ" (คัดจมูก) คืออะไรหรอครับ

แพทย์: "ปี๋ไซ" หมายถึงอาการคัดจมูก

เสินชวน: มีน้ำมูก ไม่มีไข้ อาการไอก็ไม่มีปัญหา แต่บางครั้งอาจมีอาการระคายคอ

แพทย์: ไหนขอตรวจดูหน่อย หายใจเข้า...หายใจออก ดีมาก
หันมาอีกด้าน หายใจเข้า...หายใจออก ดีมาก
ไหนอ้าปากกว้างๆหน่อย...ดีมาก

เสินชวน: อาการของผมเป็นอย่างไรบ้างครับ

แพทย์: ก็ไม่เป็นอะไรมาก มีอาการไข้หวัดใหญ่เล็กน้อย ไม่มีอาการอักเสบ พักผ่อนไม่กี่วันก็หายแล้วครับ ต้องดื่มน้ำอุ่นมากๆ อย่าทานของเย็น แล้วก็ห้ามทานเนื้อแกะและส้ม

เสินชวน: ทำไมถึงห้ามทานเนื้อแกะและส้มล่ะครับ

แพทย์: อืม เรื่องนี้เกี่ยวกับทางด้านแพทย์แผนจีน ตามทฤษฎีของแพทย์แผนจีนนั้นทานส้ม จะทำให้อาการไอหนักมากขึ้น ทานเนื้อแกะก็จะทำให้อาการป่วยหนักมากขึ้นด้วย
อันนี้คือใบสั่งยาของคุณ ไปรับยาได้ที่แผนกยา

(แผนกเภสัชกรรม)

เสินชวน: สวัสดีครับ ผมต้องการรับยาครับ

เจ้าหน้าที่ผู้หญิง: ค่ะ อันนี้เป็นยาของคุณค่ะ ซองสีขาวทานสามมื้อหลังอาหาร ซองสีเขียวทานก่อนนอน ซองสีแดงเป็นยาลดไข้ค่ะ

เสินชวน: จะมีผลข้างเคียงไหมครับ ผมยังต้องทำงาน

เจ้าหน้าที่ผู้หญิง: มีแค่ซองสีเขียวทานแล้วอาจมีอาการง่วงนอนค่ะ สบายใจได้ค่ะ

เสินชวน: ครับ ขอบคุณครับ

LESSON 10

你不可以不知道
nǐ bù kěyǐ bù zhīdào

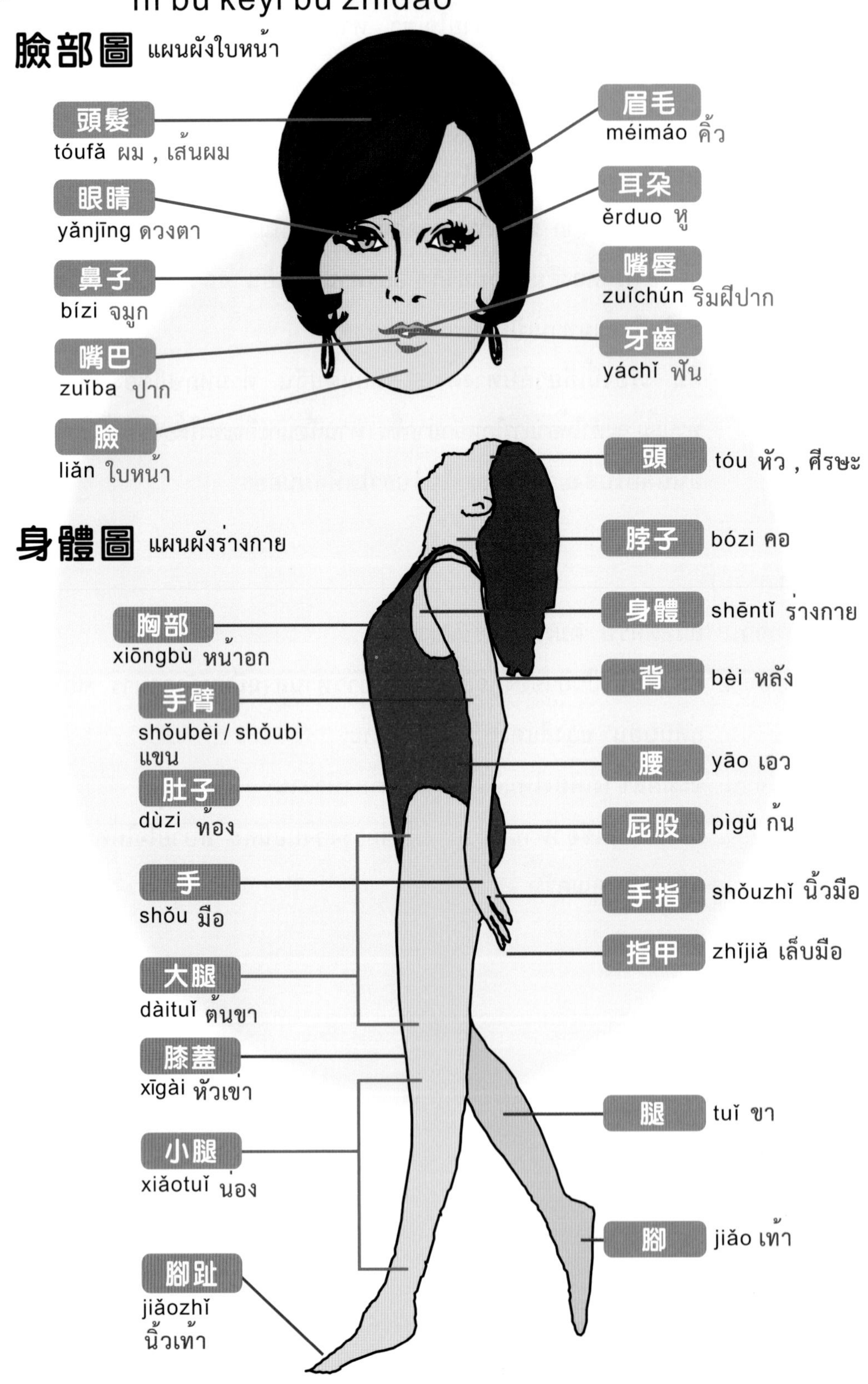

臉部圖 แผนผังใบหน้า
頭髮
tóufǎ ผม , เส้นผม
眼睛
yǎnjīng ดวงตา
鼻子
bízi จมูก
嘴巴
zuǐba ปาก
臉
liǎn ใบหน้า
眉毛
méimáo คิ้ว
耳朵
ěrduo หู
嘴唇
zuǐchún ริมฝีปาก
牙齒
yáchǐ ฟัน
身體圖 แผนผังร่างกาย
頭
tóu หัว , ศีรษะ
脖子
bózi คอ
身體
shēntǐ ร่างกาย
胸部
xiōngbù หน้าอก
背
bèi หลัง
手臂
shǒubèi / shǒubì
แขน
腰
yāo เอว
肚子
dùzi ท้อง
屁股
pìgǔ ก้น
手
shǒu มือ
手指
shǒuzhǐ นิ้วมือ
指甲
zhǐjiǎ เล็บมือ
大腿
dàituǐ ต้นขา
膝蓋
xīgài หัวเข่า
腿
tuǐ ขา
小腿
xiǎotuǐ น่อง
腳
jiǎo เท้า
腳趾
jiǎozhǐ
นิ้วเท้า

健康檢查表

學生健康檢查項目表
รายการตรวจสุขภาพสำหรับนักเรียน

（照片）

基本資料
ข้อมูลพื้นฐาน

姓名(ชื่อสกุล) ________________ xìngmíng

性別(เพศ) □男 ผู้ชาย □女 ผู้หญิง xìngbié

身分證字號(เลขที่บัตรประชาชน) ________________ shēnfènzhèng zìhào

年齡(อายุ) ________ 歲 ปี niánlíng

出生年月日(วันเดือนปี เกิด) ____/____/____ chūshēng nián yuè rì

身高(ส่วนสูง) ________ 公分 เซนติเมตร shēngāo

護照號碼(เลขที่หนังสือเดินทาง) ________________ hùzhào hàomǎ

體重(น้ำหนัก) ________ 公斤 กิโลกรัม tǐzhòng

國籍(สัญชาติ) ________________ guójí

血型(หมู่เลือด) ________ 型 xiěxíng

病　史
ประวัติการรักษา

您有沒有過下列疾病：(คุณเคยมีอาการดังต่อไปนี้หรือไม่)
nín yǒuméiyǒu guò xiàliè jíbìng

□ 心臟病(โรคหัวใจ) xīnzàngbìng

□ 高血壓(โรคความดันเลือดสูง) gāoxiěyā

□ 肺病(โรคปอด) fèi

□ 肝病(โรคตับ) gān

□ 腎臟病(โรคไต) shènzàng

□ 胃病(โรคกระเพาะอาหาร) wèi

□ 皮膚病(โรคผิวหนัง) pífū

□ 近視(สายตาสั้น) jìnshì

□ 手術(การผ่าตัด) shǒushù ○動過 ____次手術 哪裡：________ ○沒有

□ 過敏(โรคภูมิแพ้) guòmǐn ○有，對 ________ 過敏 ○沒有

□ 耳聾(หูหนวก) ěrlóng

□ 啞(เป็นใบ้) yǎ

□ 蛀牙(ฟันผุ) zhùyá ○有，________ 顆 ○沒有

□ 其他(อื่นๆ) ________________

LESSON
10

痠痛 suān tòng
ปวดกล้ามเนื้อ
頭暈 tóuyūn
มึนศีรษะ , เวียนศีรษะ
吐 tù
อาเจียน
昏倒 hūndǎo
เป็นลม
拉肚子 lādùzi
ท้องเสีย
受傷 shòushāng
ได้รับบาดเจ็บ
流血 liúxiě
เลือดไหล

打針 dǎzhēn
ฉีดยา
打點滴 dǎdiǎndī
ให้น้ำเกลือ

住院 zhùyuàn
นอนโรงพยาบาล

句型演練
jùxíng yǎnliàn

一下……，一下……

ใช้ 一下…，一下… ใช้อธิบายกริยาที่เกิดในช่วงระยะเวลาสั้นๆ
臺北的冬天天氣不穩定，常常一下冷，一下熱的。
你一下說要去百貨公司，一下要去博物館，你到底要去哪裡？
姊姊結婚時一下要訂飯店，一下要寫邀請卡，把大家都累壞了。

覺

1. jué　รู้สึกว่า , คิดว่า , ตระหนักว่า ตัวอย่างเช่น 例：覺得 (คิดว่า , รู้สึกว่า) ／發覺 (ตระหนักว่า) 我覺得這個想法很好。
小明上了公車，才發覺自己沒帶錢包。

2. jué　รู้สึก , สัมผัส ตัวอย่างเช่น 例：知覺 (สติ , รู้สึกตัว)／味覺 (รสสัมผัส)
那位小姐在路邊失去知覺昏倒了。
當廚師必須要有好的味覺。

3. jiào　การนอนหลับ ตัวอย่างเช่น 例：睡覺 (นอนหลับ)
小胖每天什麼都不做，就只睡覺。

(一)整 ＋ measure ＋N＋ 都

整

「整」หมายความว่า ทั้งหมด , ครบถ้วน โดยปกติมักตามด้วยคำว่า
「都」เพื่อแสดงความสมบูรณ์ครบถ้วน

弟弟一口就把(一)整杯水都喝完了。
今天(一)整天都在下雨。
王太太罵人的聲音，(一)整條街都聽得到。

倒

เราใช้คำว่า「倒」เพื่ออธิบายความเป็นจริงที่เกินความคาดหมาย
บางครั้งอาจเติมคำว่า「還」 ต่อท้ายเพื่อเป็นการเน้นอีกด้วย

咳嗽倒還好，只是有時候喉嚨會癢癢的。
那家小店看起來不怎樣，生意倒還不錯。
艾婕的中文雖然聲調不清楚，發音倒是很好。

得

1. de เป็นคำที่ใช้ต่อท้ายหลังจากคำกริยาเพื่อแสดงความเป็นไปได้หรือความสามารถ
   艾婕寫字寫得很漂亮。
   龍媽講電話講得很開心。

2. dé รับ , ได้รับ
   這本書得了很多獎。
   老陳得了一種怪病，沒有一個醫生能治得好。

3. děi ต้อง , จะต้อง , ต้องการ
   不要太晚睡了，明天還得早起呢！
   我們做老師的，就得好好教學生。

LESSON 10

換我試試看

huàn wǒ shìshi kàn

挑戰一

照範例重組句子

例:姊姊結婚時／訂飯店／寫邀請卡／把大家都累壞了。

→姊姊結婚時一下要訂飯店，一下要寫邀請卡，把大家都累壞了。

1. 妹妹／哭，／笑，／我都不知道該怎麼辦了。
2. 中秋節的時候，／我們／吃柚子，／放煙火，／好不熱鬧。
3. 爸爸／擦窗戶，／洗碗，從早上忙到下午。
4. 天氣／下雨，／出太陽，／真是奇怪。
5. 他／要開會，／要送貨，／真是忙。

挑戰二

短文填空

覺得　知覺　發覺　聽覺　睡覺

中國人說人的身體裡面有三個靈魂，七個「魄」。有時晚上____的時候，人的魂魄會偷偷的從身體裡跑出來。中國人把這種現象叫作「靈魂出竅」。靈魂出竅的時候，人的身體是沒有____的，但是視覺、____、觸覺等等都還在。所以靈魂的主人往往沒有____自己靈魂出竅了。所以，下次你若睡完覺了還是____身體很累，小心，說不定你的魂魄剛剛跑出去玩了呢！

挑戰三

請把下列句子改為「(一)整 ＋ measure＋N＋都」的形式。

例：弟弟一口就把水喝完了。

→弟弟一口就把(一)整杯水都喝完了。

1. 長假的時候，高速公路上都是車。
2. 房間有一股燒焦的味道。
3. 龍爸把蘋果吃光了。
4. 我的心屬於他。
5. 你可以一天不上網嗎?

挑戰四

連連看

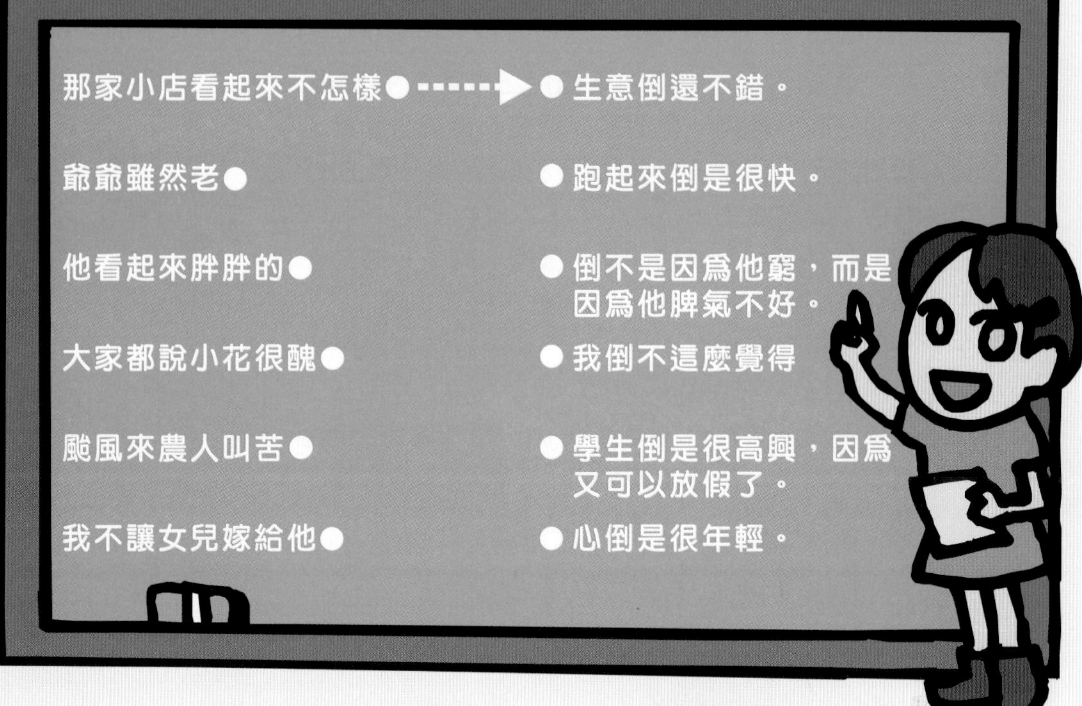
那家小店看起來不怎樣
生意倒還不錯。
爺爺雖然老
跑起來倒是很快。
他看起來胖胖的
倒不是因爲他窮，而是因爲他脾氣不好。
大家都說小花很醜
我倒不這麼覺得
颱風來農人叫苦
學生倒是很高興，因爲又可以放假了。
我不讓女兒嫁給他
心倒是很年輕。

挑戰五

請寫出句子中「得」的拼音

1. 十一點了，我得(　　)回家了！
2. 楊小姐的西班牙文說得(　　)很好。
3. 子芸從千千那裡得(　　)到了不少出國玩的資訊。
4. 老陳自從得(　　)了那種怪病，每天都得(　　)到醫院給醫生檢查，累得(　　)他哇哇叫。
5. 人生有失必有得(　　)，想活得(　　)自在，就得(　　)看得(　　)開。

LESSON 10

對話重組
duèhuà chóngzǔ

請依對話順序填上數字。

小豬的牙齒已經痛了一個星期了，連飯都沒有辦法吃。他媽媽帶他去看[1]牙醫。

- ☐ 醫生：好，這瓶[2]漱口水給你，下個月記得回來[3]複診喔。
- ☐ 小豬：我的牙齒已經痛一星期了，現在都沒辦法吃飯。
- ☐ 小豬：我知道了，我以後會多[4]刷牙和做[5]定期檢查的。
- ☐ 小豬：好的。謝謝醫生！
- ☐ 醫生：來，我看看。不要怕，嘴巴張開，啊……嗯……
- ☐ 醫生：你有好幾顆[6]蛀牙，你平常有刷牙的習慣嗎？
- ☐ 醫生：小朋友哪裡痛呢？
- ☐ 小豬：我的狀況還可以嗎？
- ☐ 醫生：這樣不夠，想要有[7]健康的牙齒，每次吃完東西都得刷牙才行。還有，每半年都得定期檢查。不然等牙齒蛀壞了，就得[8]拔牙了。
- ☐ 小豬：嗯……我每天早上起來都有刷牙。

1. 牙醫 yáyī หมอฟัน
2. 漱口水 shùkǒushuǐ น้ำยาบ้วนปาก
3. 複診 fùzhěn มาพบแพทย์ครั้งที่ 2
4. 刷牙 shuāyá แปรงฟัน
5. 定期檢查 dìngqí jiǎnchá ตรวจสุขภาพสม่ำเสมอ
6. 蛀牙 zhùyá ฟันผุ
7. 健康 jiànkāng สุขภาพแข็งแรง
8. 拔牙 báyá ถอนฟัน

聽力練習
tīnglì liànxí

請判斷下列陳述是對（○）或錯（×）。

阿里星期三晚上突然肚子痛住院，他的朋友嘉立和子維一起去探望他。

- ☐ 醫生說阿里可以吃水果，而且要多喝牛奶。
- ☐ 阿里沒有動手術。
- ☐ 阿里肚子痛是因為他吃太多了。
- ☐ 阿里不只肚子痛，還吐和拉肚子。
- ☐ 阿里是吃海鮮食物中毒的。
- ☐ 阿里現在狀況好多了，應該下星期就可以出院了。

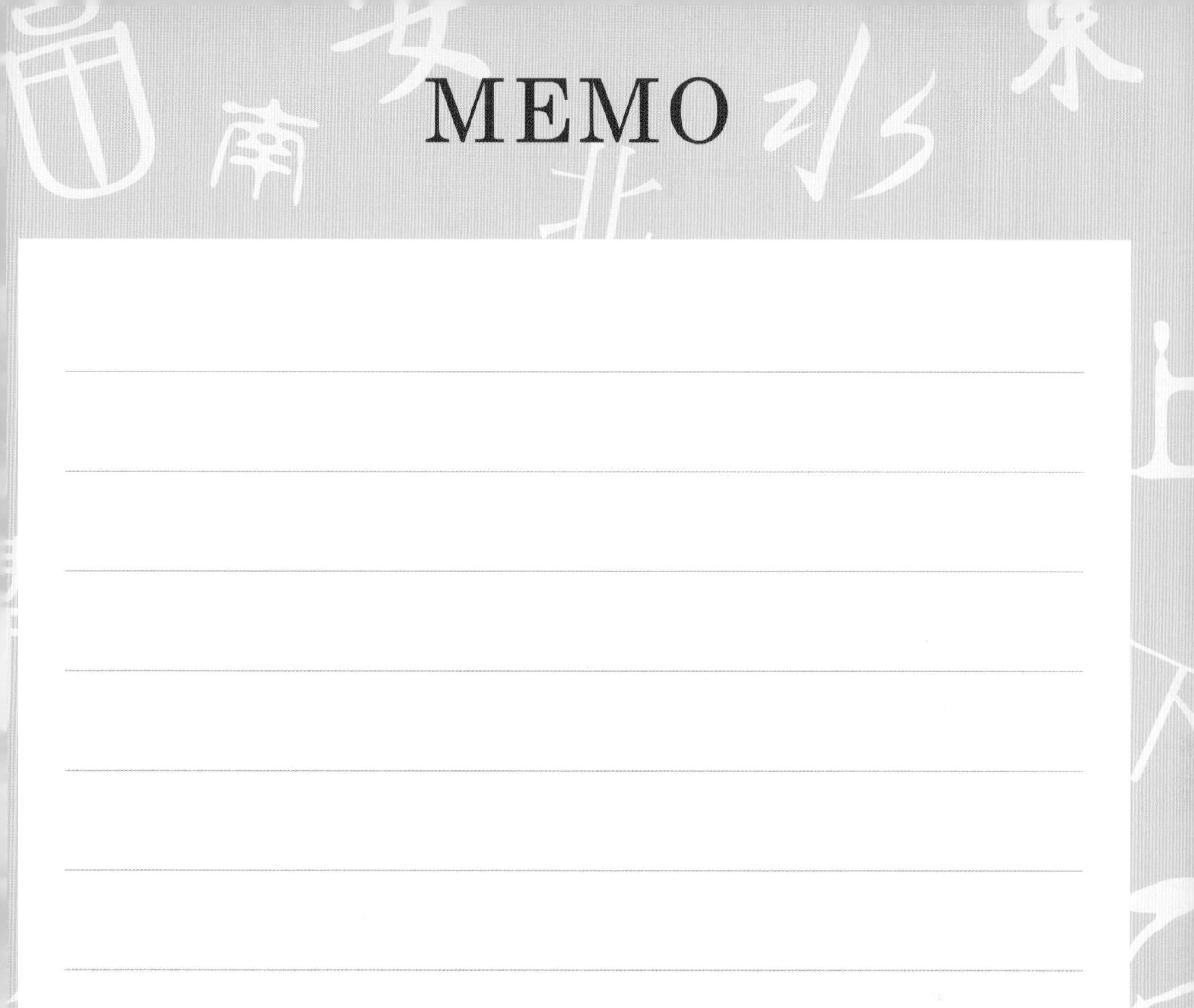

MEMO

第十一課 約會
dì shí yī kè yuē huì

การนัดหมาย

對話
duìhuà

[1]其實森川一看到子芸，就對她[2]一見鍾情。加上跟子芸在一起工作久了，更對她愈來愈有[3]好感。下個星期就是[4]情人節了，森川希望能約子芸出去，對她說出心裡的話。為了在那天有最好的表現，森川打電話給他的臺灣朋友碧玉[5]求救。

qíshí（其實）、yíjiàn zhōngqíng（一見鍾情）、hǎogǎn（好感）、qíngrén jié（情人節）、wèi le（為了）、bìyù（碧玉）、qiújiù（求救）

碧玉：喂？

森川：碧玉嗎？我是森川。那個……我有件事情想[6]請教妳。（qǐngjiào）

碧玉：怎麼了？[7]發生什麼事了嗎？（fāshēng）

森川：那個……其實是這樣，我喜歡上一個臺灣女生，想[8]趁情人節跟她[9]告白，可是我是日本人，不知道有沒有什麼（chèn）

[10]**禁忌**，所以想[11]**拜託**妳給我一點[12]**建議**。
jìnjì ˇ ˇ ˇ bàituō ˇ ˇ ˇ ˋ ˇ jiànyì

碧玉：哈哈哈，我還[13]**以為**是什麼事呢！哪個女生這麼幸運啊？
ˇ ˊ yǐwéi ˋ ˊ ˋ ˇ ˇ ˉ ˋ ˋ ˋ

森川：嗯……是一起[14]**合作**的[15]**同事**。
ˋ ˋ ˇ hézuò tóngshì

碧玉：是那個你跟我[16]**提**過，「又漂亮又聰明笑起來很[17]**迷人**
ˋ ˋ ˇ ˉ ˇ tí ˋ ˋ ˋ ˋ ˋ ˉ ˊ ˋ ˇ ˊ ˇ mírén

看到她會被電到」的小姐嗎？
ˋ ˋ ˉ ˋ ˋ ˋ ˋ ˇ ˇ

森川：我已經很[18]**不好意思**了，妳就別再[19]**鬧**我了。對，就是她。
ˇ ˇ ˉ ˇ bùhǎo yìsi ˇ ˋ bié ˋ nàoˇ ˋ ˋ ˋ ˉ

碧玉：好啦，這次就先[20]**饒**你，[21]**咱們**來 [22]**講** [23]**正經** 的。臺灣女生
ˇ ˋ ˋ ˋ ˉ ráo ˇ zánmenˊ jiǎng zhèngjīng ˊ ˉ ˇ ˉ

[24]**一般來說**比較[25]**害羞**、[26]**矜持**，加上你們又是同事，所以追的時
yìbān láishuō ˇ ˋ hàixīu jīnchí ˉ ˋ ˇ ˋ ˋ ˊ ˋ ˇ ˇ ˉ ˊ

1. 其實 ในความเป็นจริง
2. 一見鍾情 รักแรกพบ
3. 好感 รู้สึกดี
4. 情人節 วันวาเลนไทน์
5. 求救 ขอความช่วยเหลือ
6. 請教 ปรึกษา , ขอคำแนะนำ
7. 發生 เกิดขึ้น
8. 趁 ใช้โอกาสนี้
9. 告白 สารภาพ
10. 禁忌 ข้อห้าม
11. 拜託 ได้โปรด , ขอร้อง , กรุณา
12. 建議 ข้อเสนอแนะ
13. 以為 คิดไปเองว่า
14. 合作 ความร่วมมือ
15. 同事 เพื่อนร่วมงาน
16. 提 พูดถึง , กล่าวถึง
17. 迷人 มีเสน่ห์ , น่าดึงดูด
18. 不好意思 รู้สึกอับอาย
19. 鬧 ทำให้สนุก
20. 饒 ยกโทษให้ , ปล่อยไป้
21. 咱們 พวกเรา
22. 講 พูด , บอก
23. 正經 จริงจัง
24. 一般來說 โดยทั่วไป
25. 害羞 ขี้อาย
26. 矜持 สงบเสงี่ยม

候最好[27]**含蓄**一點，不要太[28]**急**，不然[29]**弄** 得[30]**彼此**[31]**尷尬**就不好了。
ˋ ˋ ˇ hánxù ˋ ˇ ˊ ˋ ˋ jí ˋ ˊ nòng bǐcǐ gāngà ˋ ˋ ˇ

森川：那我該怎麼做？
ˋ ˇ ˉ ˇ ˋ

碧玉：要有[32]**紳士** [33]**風度**，[34]**體貼**一點，像幫她拿東西或開門，
ˋ ˇ shēnshì fēngdù tǐtiē ˋ ˇ ˋ ˉ ˉ ˊ ˉ ˋ ˉ ˊ

送一點小禮物也不錯，最好能[35]**逗**她笑。臺灣女生
ˋ ˋ ˇ ˇ ˇ ˇ ˋ ˇ ˊ ˋ ˋ ˇ ˊ dòu ˉ ˋ ˊ ˉ ˇ ˉ

喜歡溫柔體貼又[36]**幽默**的男人。記得要說些[37]**甜言蜜語**，
ˇ ˉ ˉ ˊ ˇ ˉ ˋ yōumò ˊ ˊ ˋ ˊ ˋ ˉ ˉ tiányán mìyǔ

可是[38]**千萬** 不要太[39]**肉麻**！
ˇ ˋ qianwàn ˊ ˋ ˋ ròumá

森川：唉，[40]**如果**我能逗她笑就好了。 還有呢？
rúguǒ ˇ ˊ ˋ ˉ ˋ ˋ ˇ ˊ ˇ

碧玉：[41]**另外**，臺灣女生說話不喜歡太[42]**露骨**，她們比較會用[43]**委婉**、
lìngwài ˊ ˉ ˇ ˉ ˉ ˋ ˋ ˇ ˉ ˋ lùgǔ ˉ ˇ ˋ ˋ ˋ wěiwǎn

27. 含蓄 ไม่ต้องเปิดเผยมาก
28. 急 เร่งรีบ , รีบร้อน
29. 弄 ทำ , จัดการ
30. 彼此 กันและกัน , ต่างคนต่าง....
31. 尷尬 อึดอัด , อับอาย
32. 紳士 สุภาพบุรุษ
33. 風度 ลักษณะ
34. 體貼 รอบคอบ , เข้าใจ
35. 逗 ถ้า
36. 幽默 แซว , หยอกล้อ
37. 甜言蜜語 อารมณ์ขัน , ตลก
38. 千萬 คำหวาน
39. 肉麻 โดยเด็ดขาด
40. 如果 ขนลุก
41. 另外 นอกจากนี้
42. 露骨 เปิดเผย
43. 委婉 อ้อมๆ

44 暗示 45 方法說話。而你就得 46 花點 47 心思去 48 破解她們的 49 密碼囉！
ànshì fāngfǎ — ˋ ˊ ˇ ˋ ˇ huā ˇ xīnsī ˋ pòjiě — mìmǎ

森川：唔……我會 50 努力的。
wú ˇ ˋ nǔlì

碧玉：放心吧，我 51 相信 你不是 52 不解風情的 53 木頭。來，
ˋ — ˇ xiāngxìn ˇ ˊ ˋ bùjiě fēngqíng mùtou ˊ

我教你幾 54 招……
ˇ — ˇ ˇ zhāo

（二月十四號晚上，在 55 居酒屋）
ˋ ˋ ˊ ˋ ˋ ˇ ˋ ˋ jūjiǔwū

子芸：剛剛的日本 56 能劇真美！你的 57 解說好 58 詳細，你真的
— — ˋ ˇ néngjù — ˇ ˇ jiěshuō ˇ xiángxì ˇ —

是 59 行家呢！
ˋ hángjiā

森川：哪裡，我要學的還多著呢。妳喜歡這裡的菜嗎？
ˇ ˇ ˇ ˋ ˊ ˊ — ˇ ˇ — ˋ ˇ ˋ

子芸：好 60 極了。真 61 佩服你，能找到這麼 62 優雅又好吃的餐廳。
ˇ jí — pèifú ˇ ˊ ˇ ˋ ˋ yōuyǎ ˋ ˇ — — —

44. 暗示 บ่งบอกโดยนัย
45. 方法 วิธีการ
46. 花 ใช้(เวลา,เงิน)
47. 心思 ความคิด , คิดว่า
48. 破解 ถอด , ไข (รหัส)
49. 密碼 รหัส
50. 努力 ขยัน , พยายาม
51. 相信 เชื่อใจ , เชื่อมั่น
52. 不解風情 ไม่รู้เรื่อง
53. 木頭 ไม้ , ท่อนไม้
54. 招 เทคนิค , เคล็ดลับ
55. 居酒屋 อิซากาย่า (ชื่อบาร์สไตล์ญี่ปุ่น)
56. 能劇 ละครดนตรีญี่ปุ่นแบบดั้งเดิม
57. 解說 คำอธิบาย
58. 詳細 ละเอียด
59. 行家 ผู้เชี่ยวชาญ
60. 極 ที่สุด , อย่างมาก
61. 佩服 ชื่นชม
62. 優雅 สง่างาม

森川：妳這樣講我就**鬆一口氣**[63]（sōng yìkǒuqì）了，我還怕妳吃不慣呢。

子芸：不不，我真的很喜歡。不過……你的**臉**[64]（liǎn）怎麼這麼**紅**（hóng），不舒服嗎？

森川：好像有點熱，妳不覺得嗎？

子芸：今天**寒流**[65]（hánliú）來耶（ye）！日本人**果然**[66]（guǒrán）比較不怕冷。

森川：子芸小姐，我有些話想跟妳說。

子芸：呃？子芸小姐？

森川：我……我一直想**告訴**[67]（gàosù）妳，我真的很喜歡……喜歡……喜歡臺灣啦。

63. 鬆一口氣 โล่งอกไปที , ทำให้สบายใจ
64. 臉紅 หน้าแดง
65. 寒流 คลื่นความเย็น
66. 果然 ตามที่คาดไว้
67. 告訴 บอก

ในความเป็นจริงแล้ว แค่เสินชวนพบกับจื่อหวินครั้งแรก ก็เรียกได้ว่าเป็นรักแรกพบเลย อีกทั้งยังได้ทำงานด้วยกันกับจื่อหวินมาเป็นเวลานาน ทำให้ยิ่งรู้สึกดีเพิ่มขึ้นเรื่อยๆ สัปดาห์หน้าก็จะเป็นวันวาเลนไทน์แล้ว เสินชวนหวังว่าจะสามารถนัดจื่อหวินออกไปข้างนอกได้ และจะได้พูดความในใจกับเธอ เพื่อให้วันนั้นออกมาดีที่สุด เสินชวนจึงได้โทรศัพท์หาเพื่อนชาวไต้หวันของเขาที่ชื่อ ปี้หวี้ เพื่อขอความช่วยเหลือ

ปี้หวี้: **ฮัลโหล**

เสินชวน: **ใช่คุณปี้หวี้ไหม? ฉันคือเสินชวน**
อืม... ฉันมีเรื่องอยากขอคำแนะนำจากคุณ

ปี้หวี้: **เป็นอย่างไร ? เกิดเรื่องอะไรขึ้นหรอ**

เสินชวน: **อืม...คือความจริงเรื่องมันเป็นแบบนี้ ฉันชอบผู้หญิงไต้หวันคนหนึ่ง อยากใช้โอกาสเนื่องในวันวาเลนไทน์นี้ สารภาพรักกับเธอ แต่ว่าฉันเป็นคนญี่ปุ่น ไม่รู้ว่ามีข้อห้ามอะไรหรือไม่ ดังนั้นเลยอยากขอร้องคุณช่วยให้คำแนะนำหน่อย**

ปี้หวี้: **ฮาๆๆ ฉันก็นึกว่าเรื่องอะไร ผู้หญิงคนไหนกันนะ ช่างโชคดีจริง**

เสินชวน: **อืม....เป็นเพื่อนร่วมงานคนหนึ่ง**

ปี้หวี้: **ใช่ผู้หญิงที่คุณเคยพูดถึง ที่ทั้งสวยทั้งฉลาด ยิ้มแล้วมีเสน่ห์ดึงดูด คนนั้นไหม**

เสินชวน: **ตอนนี้ฉันรู้สึกเขินแล้ว อย่าแซวฉันอีกเลย ใช่แล้ว เป็นเธอคนนั้นแหล่ะ**

ปี้หวี้: **โอเค ครั้งนี้จะยอมปล่อยไปก่อน พวกเรามาคุยกันอย่างจริงจังแล้วดีกว่า ผู้หญิงไต้หวันโดยทั่วไปแล้วค่อนข้างขี้อาย สงบเสงี่ยม แถมพวกคุณยังเป็นเพื่อนร่วมงานกันอีก ดังนั้น ทางที่ดีเวลาเข้าไปหาเขาก็อย่าเปิดเผยมากนัก ไม่ต้องรีบร้อน ไม่อย่างนั้นเดี๋ยวจะทำให้ ต่างฝ่ายต่างอึดอัดก็จะยิ่งไม่ดี**

เสินชวน: **ถ้าอย่างนั้น ฉันควรทำอย่างไร**

ปี้หวี้: **ทั้งยังต้องมีความเป็นสุภาพบุรุษ ดูแลเอาใจใส่เขาหน่อย อย่างเช่นช่วยผู้หญิงถือของ หรือเปิดประตูให้ มีของขวัญเล็กน้อยมอบให้ก็ไม่เลว ทำให้เธอยิ้มได้ยิ่งดี ผู้หญิงไต้หวันชอบผู้ชายที่สุภาพ เข้าใจผู้หญิงและมีอารมณ์ขัน แล้วก็อย่าลืมที่จะพูดจาด้วยคำหวานๆ**

แต่ห้ามทำหยาบคายโดยเด็ดขาด และอย่าพูดเลี่ยนๆ มากไปนะ

เสินชวน: โอ้ ถ้าฉันสามารถทำให้เธอยิ้มได้ก็ดีเลย แล้วมีอย่างอื่นอีกไหม

ปี้หวี้: นอกจากนั้น เวลาผู้หญิงไต้หวันพูดคุยนั้นไม่ชอบที่จะเปิดเผยมากนัก พวกเธอชอบที่จะใช้วิธีพูดอ้อมๆ บ่งบอกโดยนัย และคุณอาจต้องใช้ความคิดซักหน่อยเพื่อที่จะตีความหมายของพวกเธอ

เสินชวน: อู้วว ฉันจะพยายาม

ปี้หวี้: วางใจเถอะ ฉันเชื่อว่าคุณไม่ใช่พวกท่อนไม้ที่ไม่รู้เรื่องอะไรเลย มา..ฉันจะสอนเทคนิคบางส่วนให้

(ตอนเย็นของวันที่ 14 กุมภาพันธ์ ที่ภัตตาคารอิซากาย่า)

จื่อหวิน: ละครดนตรีญี่ปุ่นแบบดั้งเดิม ที่เพิ่งจบไปสวยงามมาก คำอธิบายของคุณละเอียดมาก คุณนี่เป็นผู้เชี่ยวชาญจริงๆ

เสินชวน: ไม่หรอกครับ ยังต้องเรียนรู้อีกมาก คุณชอบอาหารของที่ร้านนี้ไหมครับ

จื่อหวิน: ดีมากเลยค่ะ คุณนี่น่าชื่นชมจริงๆ ที่สามารถหาร้านอาหารที่ทั้งหรูหรา แถมอาหารยังอร่อยอีกด้วย

เสินชวน: คุณพูดแบบนี้ผมค่อยสบายใจหน่อย ผมก็ยังกลัวว่าคุณจะทานไม่ได้

จื่อหวิน: ไม่เลย ฉันชอบมากๆ แต่ว่า....ทำไมหน้าของคุณถึงได้แดงขนาดนี้ ไม่สบายหรือเปล่า

เสินชวน: รู้สึกร้อนๆนิดหน่อย คุณไม่รู้สึกหรอ

จื่อหวิน: วันนี้มีคลื่นความเย็นพัดมา ชาวญี่ปุ่นไม่น่ากลัวความหนาวเย็น

เสินชวน: คุณจื่อหวินครับ ผมมีอะไรบางอย่างอยากจะพูดกับคุณ

จื่อหวิน: หา?...คุณจื่อหวิน?

เสินชวน: ผม....ผมอยากจะบอกคุณมาโดยตลอด ผมชอบมาก.....ชอบ......ชอบประเทศไต้หวัน

你不可以不知道

nǐ bù kěyǐ bù zhīdào

愛情心理測驗

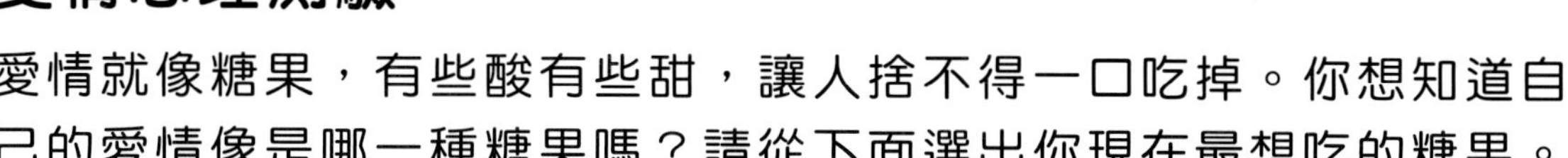

愛情就像糖果，有些酸有些甜，讓人捨不得一口吃掉。你想知道自己的愛情像是哪一種糖果嗎？請從下面選出你現在最想吃的糖果。

A 巧克力　B 麥芽糖　C 喉糖　D 牛奶糖　E 薑糖　F 棉花糖

A 巧克力 類型——浪漫感性

你很浪漫，缺少了愛情，人生好像就沒了意義。巧克力只要愛上一個人，就會完全投入這段感情。敏感而浪漫的你，對有才華的對象，最沒有抵抗力。

B 麥芽糖 類型——愛情高手

你是天生的愛情高手，懂得享受愛情，製造浪漫。麥芽糖可能很黏，也可能很硬，所以對你的伴侶來說，跟你在一起非常刺激，可能幾天前才甜甜蜜蜜跟你一起計畫未來，幾天後你已經不見人影，或態度大變。

C 喉糖 類型——外冷內熱

你很實際，外表冷漠穩重，內心卻是溫柔又感性。不了解你的人，一開始會認為你是不重感情的人。事實上，就是因為你重感情，所以對愛情的態度才會這麼謹慎。你對精心挑選的情人非常堅貞，只要認定了最愛，就會相當投入。

D 牛奶糖 類型——柔情似水

牛奶糖類型的人為愛而活，每件事都以伴侶為優先。在愛情中，你是個小女人／小男人，你很溫柔體貼，大部分的人都為你心動。敏感、愛幻想的你，對別人很包容，也不吝嗇與人分享一切美好的事物。

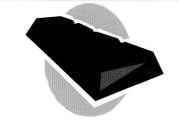

E 薑糖 類型——敢愛敢恨

敢愛敢恨的薑糖有一種特別的魅力，愛情雖不是你生命中的唯一，可是只要談戀愛便會轟轟烈烈，當發現喜歡的目標，就會勇往直前。天生熱情的你，放電與被電都易如反掌。

F 棉花糖 類型——冷若冰霜

外表冷漠的棉花糖，通常給人的感覺都是不好接近，性格冷漠。其實你的冷淡來自謹慎，跟人保持距離不過是保護自己而已。當你遇見自己喜歡的人，會對他非常的好，對感情十分忠誠執著。

浪漫 โรแมนติก
làngmàn

感性 ความรู้สึก
gǎnxìng

敏感 ความรู้สึก อ่อนไหว
mǐngǎn

黏 เหนียว
nián

伴侶 เพื่อน
bànlǚ

甜甜蜜蜜 หวานชื่น
tiántián mìmì

實際 ที่จริง , แท้จริง
shíjì

冷漠 ไม่แยแส , ไม่สนใจ , เย็นชา
lěngmò

重感情 ใช้ความรู้สึกเป็นสิ่งสำคัญ
zhòng gǎnqíng

堅貞 ซื่อสัตย์
jiānzhēn

柔情似水 นุ่มนวลเหมือนน้ำ
róuqíng sì shuǐ

小女人 สาวน้อยที่บอบบาง
xiǎonǚrén

心動 ใจเต้น
xīndòng

包容 ให้อภัย
bāoróng

魅力 เสน่ห์
mèilì

談戀愛 มีความรัก
tán liànài

轟轟烈烈 เสียงคึกครื้น
hōnghōng lièliè

易如反掌 ง่ายเหมือนกระดิกนิ้ว
yì rú fǎnzhǎng

冷若冰霜 เยือกเย็นเหมือนน้ำแข็ง
lěng ruò bīngshuāng

忠誠 ซื่อสัตย์ , จงรักภักดี
zhōngchéng

執著 ยึดมั่น , แน่วแน่
zhízhuó

句型演練
jùxíng yǎnliàn

一……就……
ทันทีที่......ก็......
我一看到她的人，就決定要娶她作老婆。
人們一思考，上帝就發笑。
森川很聰明，小玉一說，他就懂了。

已經……就……
เราสามารถใช้ 已經……就 เพื่อเป็นการให้คำแนะนำ
兒子已經知道錯了，你就不要再罵他了。
爸爸工作回來已經很累了，你就別吵他了。
你女朋友已經很傷心了，你就少說兩句吧。

愈來愈……
ยิ่ง......ยิ่ง...... (เพิ่มมากขึ้นไปในทิศทางใดทิศทางหนึ่ง)
蘇小妹長大以後愈來愈漂亮，我都認不出來了。
很多人擔心地球會變得愈來愈熱。
他們之間的問題愈來愈多，最後就分手了。

趁
ใช้ประโยชน์จาก หรือ ใช้ประโยชน์หรือโอกาสที่......เพื่อที่จะกระทำการอย่างใดอย่างหนึ่ง
小偷趁大家不注意的時候跑掉了。
趁現在還有時間，趕快把問題說一說。
小孩趁媽媽午睡的時候跑出去玩。

為了……
เพื่อ , เพื่อที่จะ (สิ่งใดสิ่งหนึ่ง เป็นแนวแรงกระตุ้นหรือแรงบันดาลใจ)......
為了你的健康，以後不可以再抽菸了。
為了能買一棟自己的房子，龍姊努力工作賺錢。
這個男人為了錢什麼都做得出來。

如果……就好了

มันคงจะดีถ้า......(ความคาดหวังบางอย่างที่ไม่เป็นความจริง หรือ ไม่มีทางเกิดขึ้นได้)

如果這雙鞋子再小一點就好了。

如果他在這裡就好了。

人如果能永遠快樂就好了!

huàn wǒ shìshi kàn

挑戰一

按照範例重組句子。

例：人們／思考，／上帝／發笑

→人們一思考，上帝就發笑。

1. 艾婕／打開門，／小狗／跑進來了
2. 婉婷／坐車／頭暈
3. 學生／考試／忘記答案
4. 小胖／想到媽做的菜／流口水
5. 他／喝酒／亂唱歌

挑戰二

按照範例改寫句子。

例：爸爸工作回來很累，你別吵他。

→爸爸工作回來已經很累了，你就別吵他了。

1. 大雄很緊張，你別再嚇他了。
2. 時間不早，你快點睡吧。
3. 小明考不好，你別再說他了。
4. 這道菜很鹹，你別再加醬油了。
5. 事情過去，你別再想了。

huàn wǒ shìshi kàn

挑戰三

按照範例改寫句子。

例：王伯伯病得很嚴重，誰都醫不好。

→王伯伯病得愈來愈嚴重，誰都醫不好。

1. 森川的臉紅了。
2. 夏天到了，白天變長了。
3. 自從失戀以後，貝貝就變瘦了。
4. 結婚以後，千千的老公對她很體貼。
5. 老了以後，睡覺的時間短了。

挑戰四

按照範例重組句子。

例：大家不注意的時候／跑掉了。／小偷

→小偷趁大家不注意的時候跑掉了。

1. 媽媽／寫作。／寶寶睡覺的時候
2. 陳小姐／商店特價／買了好多東西。
3. 小翁／睡了一下覺。／坐公車的時候
4. 老闆不在的時候／偷懶。／員工們
5. 把她的東西藏起來。／小男生／小女生不注意的時候

挑戰五

按照範例改寫句子。

例：龍姊的夢想是出國念書。龍姊努力賺錢。

→龍姊為了出國念書的夢想而努力賺錢。

1. 艾婕想學好中文。艾婕到臺灣來。
2. 森川想要一個美好的約會。森川查了很多家餐廳。
3. 子芸想在約會時看起來更美。子芸很小心的化了妝。
4. 陳媽媽希望讓孩子健康。陳媽媽不再喝酒。
5. 大家希望能讓龍奶奶開心。大家幫她辦了一個慶生會。

挑戰六

按照範例造句。

例：我沒有錢

→如果我有錢就好了！

1. 颱風來了，今天我們不能去海邊了。
2. 真可惜葛雷不會說中文。
3. 剛剛糖放太多了。
4. 人不會飛。
5. 狗不會說話。

學生活動 森川的告白

森川實在是太害羞了，只要一看到子芸的臉，腦袋就變得一片空白，把跟碧玉練習過的話忘得一乾二淨。你覺得他該怎麼辦，才能贏得子芸的心？跟你的同伴一組，將接下來的故事演出來。

聽力練習

tīnglì liànxí

中午在辦公室裡，淑惠和怡君小聲的討論她們最新的八卦。
請根據問題回答對或錯。

1. 淑惠昨天在居酒屋看到子芸和森川。
2. 森川在辦公室是個萬人迷，大家都很喜歡他。
3. 同事們覺得子芸是個害羞的女生。
4. 淑惠和怡君對森川和子芸的戀情很樂觀。
5. 怡君對談戀愛沒有興趣。

MEMO

LESSON **12**

第十二課 找工作

dì shíèr kè zhǎo gōngzuò

การหางาน

森川到臺灣來快一年了，**按照**[1] 公司**規定**[2]，明年六月他就必須回
— — ˋ ˊ — ˇ ˋ ˋ ˊ ànzhào — — guīdìng ˊ ˊ ˋ ˋ — ˋ ˋ — ˊ

日本去了。可是森川喜歡臺灣，更**捨不得**[3]**離開**[4]子芸，於是決
ˋ ˇ ˋ ˇ ˋ — — ˇ — ˊ — ˋ shěbùde líkāi ˇ ˊ ˊ ˋ ˊ

定要在臺灣找工作。
ˋ ˋ ˋ ˊ — ˇ — ˋ

1. 按照 ตามที่
2. 規定 กฎระเบียบ , ข้อบังคับ
3. 捨不得 ไม่เต็มใจที่จะ
4. 離開 ไป , ออกจาก , ลาจาก
5. 科技 เทคโนโลยี
6. 資深 มีประสบการณ์
7. 工程師 วิศวกร
8. 說明 อธิบาย , บรรยาย
9. 系統 ระบบ
10. 設計 การออกแบบ
11. 程式 โปรแกรม , โครงการ
12. 管理 การจัดการ , บริหาร
13. 責任 ความรับผิดชอบ
14. 全職 งานประจำ
15. 出差 ปฏิบัติงานนอกสถานที่
16. 待遇 ค่าตอบแทน , สวัสดิการ
17. 面議 การสัมภาษณ์
18. 休假 วันหยุด , วันลา
19. 制度 ระบบ
20. 條件 เงื่อนไข
21. 限制 ข้อจำกัด , ข้อห้าม
22. 學歷 วุฒิการศึกษา , ประวัติการศึกษา
23. 科系 สาขาวิชา , ภาควิชา
24. 經驗 ประสบการณ์
25. 電腦 คอมพิวเตอร์
26. 專業 วิชาเอก , สาขาวิชา
27. 辦公室 (โปรแกรม) ออฟฟิศ
28. 作業 ทำงาน , การบ้าน
29. 資料庫 ฐานข้อมูล
30. 熟悉 คุ้นเคย , ชำนาญ
31. 應徵 สมัคร (งาน)

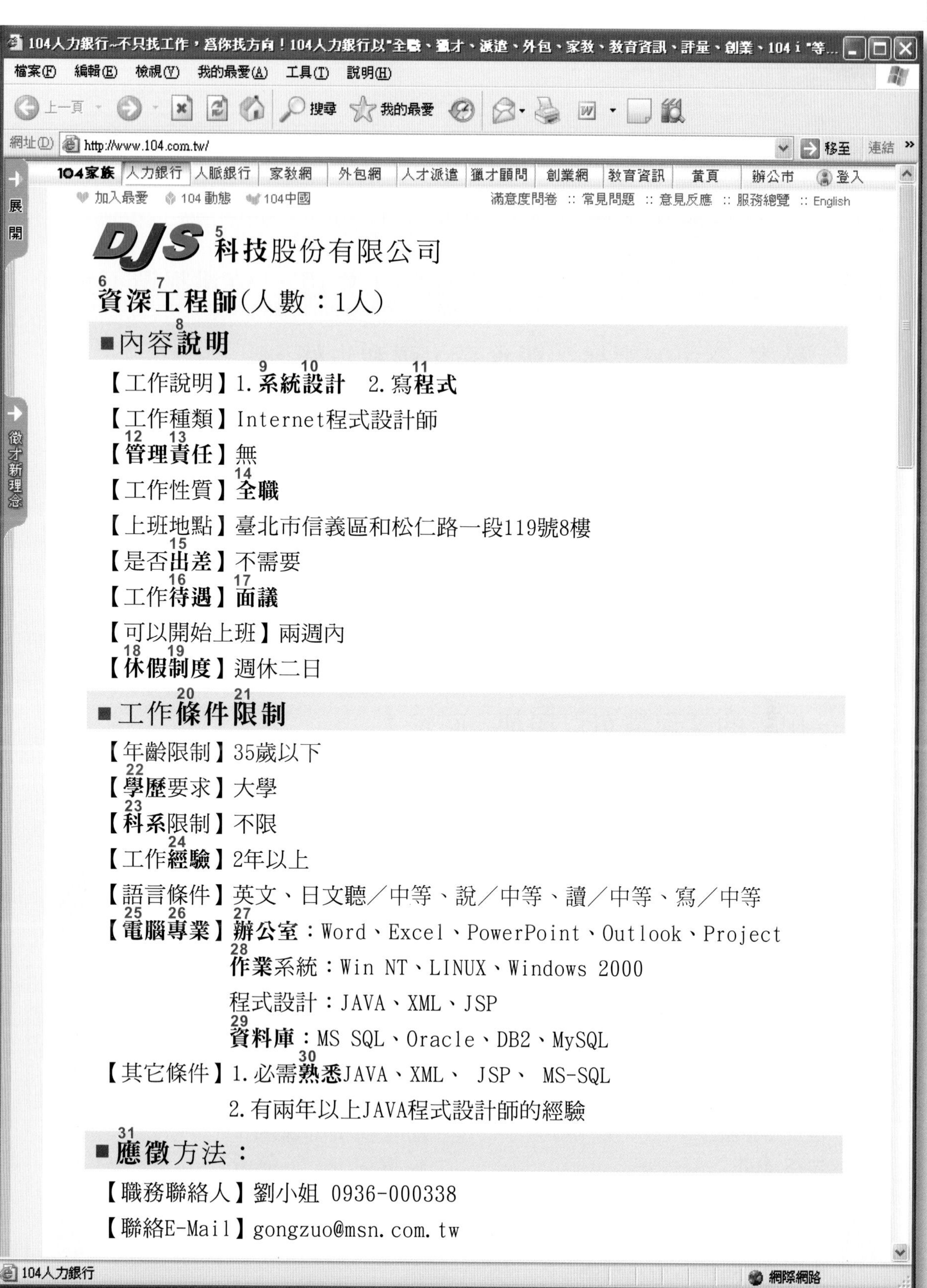

104人力銀行~不只找工作，爲你找方向！104人力銀行以"全職、獵才、派遣、外包、家教、教育資訊、評量、創業、104 i "等...

檔案(F) 編輯(E) 檢視(V) 我的最愛(A) 工具(T) 說明(H)

上一頁 搜尋 我的最愛

網址(D) http://www.104.com.tw/ 移至 連結

104家族 人力銀行 人脈銀行 家教網 外包網 人才派遣 獵才顧問 創業網 教育資訊 黃頁 辦公市 登入

加入最愛 104動態 104中國 滿意度問卷 :: 常見問題 :: 意見反應 :: 服務總覽 :: English

展開

徵才新理念

DJS **科技**[5]股份有限公司

資[6]**深**[7]**工程師**(人數：1人)

■內容**說明**[8]

【工作說明】1. **系**[9]**統設計**[10]　2. 寫**程式**[11]

【工作種類】Internet程式設計師

【**管**[12]**理責任**[13]】無

【工作性質】**全職**[14]

【上班地點】臺北市信義區和松仁路一段119號8樓

【是否**出差**[15]】不需要

【工作**待遇**[16]】**面議**[17]

【可以開始上班】兩週內

【**休**[18]**假制度**[19]】週休二日

■工作**條件**[20]**限制**[21]

【年齡限制】35歲以下

【**學歷**[22]要求】大學

【**科系**[23]限制】不限

【工作**經驗**[24]】2年以上

【語言條件】英文、日文聽／中等、說／中等、讀／中等、寫／中等

【**電**[25]**腦專業**[26]】**辦公室**[27]：Word、Excel、PowerPoint、Outlook、Project
作業[28]系統：Win NT、LINUX、Windows 2000
程式設計：JAVA、XML、JSP
資料庫[29]：MS SQL、Oracle、DB2、MySQL

【其它條件】1. 必需**熟悉**[30]JAVA、XML、 JSP、 MS-SQL
2. 有兩年以上JAVA程式設計師的經驗

■**應**[31]**徵**方法：

【職務聯絡人】劉小姐 0936-000338

【聯絡E-Mail】gongzuo@msn.com.tw

104人力銀行 網際網路

LESSON 12

（下班以後在森川家，子芸和子維一起幫森川找[32] 工作）
zhǎo

森川：外國人要在臺灣找工作真是不容易。

子維：不過只要找得到，能有**合法**[33]的**工作證**[34]， 待遇都還不錯。
héfǎ gōngzuò zhèng

松本 公司怎麼樣？**薪水**[35]高，**福利**[36]也好，
sōngběn xīnshuǐ fúlì

還有**年終**[37] **獎金**[38] 和**員工**[39] 旅遊。
niánzhōng jiǎngjīn yuángōng

森川：可是上班時間太長了，工作**壓力**[40]很大。
yālì

而且還必須**配合**[41]公司出差和**加班**[42]耶！
pèihé jiābān

子維：那也不錯啊，松本是日本**分公司**[43]，
fēngōngsī

出差的話你還可以**順便**[44] 回家！
shùnbiàn

子芸：這家呢？DJS科技，週休二日，**勞保**[45]、**健保**[46] 都有，
láobǎo jiànbǎo

附[47]員工**宿舍**[48]，薪水也不錯。
sùshè

小辭典

32. 找 หา , ค้นหา
33. 合法 ถูกกฎหมาย
34. 工作證 ใบอนุญาตทำงาน
35. 薪水 เงินเดือน
36. 福利 สวัสดิการ
37. 年終 สิ้นปี
38. 獎金 โบนัส , เงินรางวัล
39. 員工 พนักงาน
40. 壓力 ความกดดัน , ความเครียด
41. 配合 ความร่วมมือ
42. 加班 ทำงานล่วงเวลา
43. 分公司 บริษัทย่อย
44. 順便 สะดวก , ทางผ่าน , ถือโอกาส
45. 勞保 ประกันแรงงาน
46. 健保 ประกันสุขภาพ
47. 附 แนบ , แนบมาด้วย
48. 宿舍 หอพัก

森川：還有員工**教育**[49] jiàoyù **訓練**[50] xùnliàn，和……年終**尾牙**[51] wěiyá 大**摸彩**[52] mōcǎi。

年終尾牙是什麼啊？

子芸：年終尾牙就是年底的時候，**老闆**[53] lǎobǎn 請員工吃飯。

森川：喔……，這個日本也有耶！不過我們叫作「忘年會」。

子維：不管哪一家，先寄**履歷**[54] lǚlì 過去再說吧！

森川：上次已經寄一些過去了，希望很快就會有**面試**[55] miànshì 的機會。

（電話鈴聲）

森川：我來接！喂？您好！我是森川。嗯……真的嗎？那真是太好了……什麼時候……五月八號下午三點半在**人事部**[56] rénshìbù？好的，好的，我一定會準時到。謝謝你，謝謝！（掛上電話）有公司請我去面試了！

小辭典

49. 教育 การศึกษา
50. 訓練 การฝึกอบรม
51. 尾牙 งานเลี้ยงปลายปี
52. 摸彩 จับฉลาก
53. 老闆 หัวหน้า , นายจ้าง
54. 履歷 เรซูเม่ , ประวัติย่อ
55. 面試 สัมภาษณ์
56. 人事部 ฝ่ายบุคคล

子芸：這麼快就有**回應**[57] (huíyìng) 了？！真是太好了！

子維：來吧，我們快來幫他**惡補**[58] (èbǔ) 一下，**免得**[59] (miǎnde) 他到時候又害羞起來，什麼都忘了，**老是**[60] (lǎoshì) 說一些**奇怪**[61] (qíguài) 的話！

（森川臉紅了一下）

對話 二 duìhuà èr

（在竹內公司的辦公室裡，森川正在面試）

經理[62] (jīnglǐ)：森川先生，可以請您先自我介紹嗎？

森川：好的。我叫森川晴史，來自日本大阪 (dàbǎn)。大學的時候**主修**[63] (zhǔxiū) **資訊**[64] (zīxùn) 工程，之前在日本的山下公司**服務**[65] (fúwù)，

小辭典

57. 回應 การตอบสนอง
58. 惡補 เสริม , ชดเชย
59. 免得 เพื่อหลีกเลี่ยง , เพื่อที่จะ
60. 老是 สม่ำเสมอ , เป็นประจำ
61. 奇怪 แปลกประหลาด
62. 經理 ผู้จัดการ
63. 主修 สาขาวิชา , วิชาเอก
64. 資訊 ข้อมูล
65. 服務 การบริการ

當程式設計師。去年三月**外派**[66]到臺灣工作。現在
ˉ ˊ ˋ ˋ ˋ ˉ ˋ ˊ ˉ ˋ wàipài ˋ ˊ ˉ ˉ ˋ ˋ ˋ

合約[67] 要**結束**[68]了，**由於**[69]我很喜歡臺灣，所以希望能
héyuē ˋ jiéshù yóuyú ˇ ˇ ˇ ˉ ˊ ˉ ˇ ˇ ˉ ˋ ˊ

留在這裡工作。
ˊ ˋ ˋ ˇ ˉ ˋ

經理：是什麼**吸引**[70]你來**本**[71]公司應徵工作呢？
ˋ ˊ xīyǐn ˇ ˊ běn ˉ ˉ ˋ ˉ ˉ ˋ

森川：我在臺灣**觀察**[72] 了幾個月，我覺得臺灣在這**方面**[73] 很有
ˇ ˋ ˊ ˉ guānchá ˇ ˋ ˇ ˊ ˊ ˉ ˋ ˋ fāngmiàn ˇ ˇ

前景[74]，我**認為**[75]在這裡我能有更大的**發展**[76] **空間**[77]。
qiánjǐng ˇ rènwéi ˋ ˋ ˇ ˇ ˊ ˇ ˋ ˋ fāzhǎn kōngjiān

另外，我看過**貴**[78]公司的**資料**[79]，貴公司的制度很好，
ˋ ˋ ˇ ˋ ˋ guì ˉ ˉ zīliào ˋ ˉ ˉ zhìdù ˇ ˇ

不過如果能更**國際化**[80]，一定會更有競爭力。
ˊ ˋ ˊ ˇ ˊ ˋ guójìhuà ˊ ˋ ˋ ˋ ˇ ˋ ˉ ˋ

小辭典

66. 外派 ถูกส่งไปทำงานต่างประเทศ
67. 合約 สัญญา
68. 結束 สิ้นสุด
69. 由於 เพราะว่า , เนื่องจาก
70. 吸引 ดึงดูด
71. 本…… นี้ , ...ของเรา (คำทางการ)
72. 觀察 สังเกต
73. 方面 ด้าน , มุมมอง , แง่มุม
74. 前景 อนาคต , โอกาส
75. 認為 คิดเห็นว่า
76. 發展 พัฒนา
77. 空間 ช่องว่าง , ที่ว่าง
78. 貴 ของคุณ (สุภาพ)
79. 資料 ข้อมูล
80. 國際化 ความเป็นสากล

LESSON 12

經理：很好，所以你對你的專業**有自信**[81]？

森川：是的。我在日本時**接**[82]的**案子**[83]都是國際**企業**[84]的案子，我對自己的**能力**[85]很有**信心**[86]。

經理：在我們公司裡，**團隊**[87]**合作**[88]很**重要**[89]，你覺得你可以**勝任**[90]嗎？

森川：我以前服務的公司也都是**小組**[91]合作，我相信對我來說，**人際**[92]**溝通**[93]不是問題。

經理：很好，謝謝你。下星期一就來上班吧！希望我們合作**愉快**[94]！

81. 有自信 เชื่อมั่นในตัวเอง
82. 接 รับ
83. 案子 กรณี , งาน
84. 企業 ธุรกิจ , องค์กร
85. 能力 ความสามารถ
86. 信心 ความมั่นใจ
87. 團隊 ทีม , ทีมงาน
88. 合作 ความร่วมมือ
89. 重要 สำคัญ
90. 勝任 สามารถทำงานได้
91. 小組 กลุ่ม
92. 人際 ความสัมพันธ์ระหว่างบุคคล , ระหว่างบุคคล
93. 溝通 การสื่อสาร
94. 愉快 มีความสุข , สนุกสนาน

คำแปลจากบทเรียน

เสินชวนมาอยู่ที่ประเทศไต้หวันจะครบหนึ่งปีแล้ว ตามกฎระเบียบข้อบังคับของบริษัทในเดือนพฤษภาคมของปีหน้าเขาจะต้องกลับประเทศญี่ปุ่นแล้ว แต่ว่าเสินชวนชอบประเทศไต้หวันและไม่อยากที่จะไปจากจื่อหวิน ดังนั้นจึงตัดสินใจที่จะหางานที่ประเทศไต้หวัน

บริษัท เทคโนโลยี DJS จำกัด

วิศวกรที่มีประสบการณ์ (จำนวน 1 ตำแหน่ง)

■ อธิบายเนื้อหา

【รายละเอียดงาน】 1. การออกแบบระบบ 2.เขียนโครงการ

【ประเภทงาน】 โปรแกรมเมอร์อินเตอร์เน็ต

【ความรับผิดชอบในการจัดการ】 ไม่มี

【ลักษณะการทำงาน】 งานประจำ

【สถานที่ทำงาน】 ชั้น 8 เลขที่ 119 ถนนซงเหริน เขตซิ่นอี้ เมืองไทเป

【การทำงานนอกสถานที่】 ไม่จำเป็น

【ค่าตอบแทน】 ตกลงกันได้

【วันที่สามารถเริ่มงานได้】 ภายในสองสัปดาห์

【ระบบวันหยุด-วันลา】 หยุด 2 วันต่อสัปดาห์

■ เงื่อนไขในการทำงาน

【อายุ】 อายุไม่เกิน 35 ปี

【วุฒิการศึกษา】 ระดับปริญญาตรี

【สาขาวิชา】 ไม่กำหนด

【ประสบการณ์ทำงาน】 2 ปีขึ้นไป

【ความสามารถทางด้านภาษา】 ฟังพูดอ่านเขียน ภาษาอังกฤษ ภาษาญี่ปุ่น(ระดับกลาง)

【วิชาเอกทางด้านคอมพิวเตอร์】 (โปรแกรม) ออฟฟิศ : word , excel , PowerPoint , outlook , project

ระบบปฏิบัติการ : Win NT , LINUX , Windows 2000

การเขียนโปรแกรม : JAVA , XML , JSP

ฐานข้อมูล : MS SQL , Oracle , DB2 , MySQL

【เงื่อนไขอื่นๆ】 1. ความชำนาญโปรแกรม JAVA , XML , JSP , My-SQL

2. มีประสบการณ์เกี่ยวการใช้โปรแกรม JAVA 2 ปีขึ้นไป

LESSON 12

■ วิธีการสมัคร

【ผู้ติดต่องาน】 คุณหลิว 0936-000338

【E-Mail ติดต่อ】 gongzuo@msn.com.tw

(หลังเลิกงาน ที่บ้านของเสินชวน จื่อหวินและจื่อเหวยช่วยกันหางานให้กับเสินชวน)

เสินชวน: ชาวต่างชาติต้องการที่จะมาหางานทำในประเทศไต้หวันไม่ง่ายเลย

จื่อเหวย: แต่ถ้าหางานได้แล้วสามารถมีใบอนุญาตทำงานแบบถูกกฎหมาย ถือเป็นสิ่งที่ดีทีเดียว บริษัท มัทสึโมโตะ (Matsumoto) เป็นอย่างไร เงินเดือนสูง สวัสดิการก็ดี แถมยังมีโบนัสสิ้นปี แล้วก็ยังมีทริปของพนักงานอีกด้วย

เสินชวน: แต่ว่าเวลาทำงานยาวมากเลย ความเครียดในการทำงานก็มาก และอาจจะต้องให้ความร่วมมือกับบริษัทในการทำงานล่วงเวลาและนอกสถานที่อีกด้วย

จื่อเหวย: แบบนั้นก็ไม่เลวเลย บริษัท มัทสึโมโตะ (Matsumoto) เป็นบริษัทย่อยจากประเทศญี่ปุ่น ถ้าได้ทำงานนอกสถานที่ก็จะได้ถือโอกาสกลับบ้านด้วยเลย

จื่อหวิน: แล้วบริษัทนี้ล่ะ? บริษัท เทคโนโลยี DJS หยุดสัปดาห์ละ 2 วัน มีทั้งประกันแรงงาน ประกันสุขภาพ มีหอพักพนักงาน เงินเดือนก็ไม่เลว

เสินชวน: ยังมีฝึกอบรมพนักงานและ.......ปลายปียังมีงานเลี้ยงและจับฉลากใหญ่ "เหนียนจงเหว่ยหยา" คืออะไรหรอ

จื่อหวิน: "เหนียนจงเหว่ยหยา" คือ หัวหน้าจะชวนพวกเราทานอาหารในตอนสิ้นปี

เสินชวน: ออ...แบบนี้ที่ญี่ปุ่นก็มีเหมือนกัน แต่พวกเราเรียกว่า หว่างเหนียนฮุ่ย

จื่อเหวย: ไม่ว่าจะเป็นบริษัทไหน ส่งเรซูเม่ไปก่อนแล้วค่อยว่ากัน

เสินชวน: ครั้งที่แล้วส่งไปแล้วส่วนนึง หวังว่าจะมีโอกาสได้เรียกสัมภาษณ์ในเร็ววัน

(เสียงโทรศัพท์ดัง)

เสินชวน: ผมรับเอง ฮัลโหล.....สวัสดีครับ ผมชื่อเสินชวน อืม...หรอคะ ถ้าอย่างนั้นก็ดีเลย............เมื่อไหร่........วันที่ 8 เดือนพฤษภาคม ตอนบ่ายสามโมงครึ่งที่ฝ่ายบุคคล? ครับ ผมจะไปให้ตรงเวลาครับ ขอบคุณมากครับ ขอบคุณ (หลังจากวางสาย) มีบริษัทเรียกผมไปสัมภาษณ์แล้ว

จื่อหวิน: อะไรจะได้รับการตอบรับรวดเร็วขนาดนี้ ดีมากๆเลย

จื่อเหวย: มานี่มา พวกเราช่วยกันติว ช่วยกันเสริมให้กับเขาหน่อย ถึงเวลานั้นแล้วเกิดอายขึ้นมา ก็ลืมไปหมดทุกอย่าง มักพูดอะไรแปลกๆ เป็นประจำ

(เสินชวนหน้าแดงเล็กน้อย)

(ณ สำนักงานบริษัทจู๋เน่ย เสินชวนกำลังสัมภาษณ์งานอยู่)

ผู้จัดการ: คุณเสินชวน ขอให้คุณช่วยแนะนำตัวหน่อยครับ

เสินชวน: ครับ ผมชื่อเสินชวนฉิงสื่อ มาจากเมืองโอซาก้า ประเทศญี่ปุ่น ตอนปริญญาตรี เรียนสาขาวิชา วิศวกรรมสารสนเทศ ตอนอยู่ที่ญี่ปุ่นทำงานด้านบริการและโปรแกรมเมอร์ของบริษัทยามาชิตะ เมื่อเดือนมีนาคมปีที่แล้ว ถูกส่งมาทำงานที่ประเทศไต้หวัน ตอนนี้สัญญาใกล้จะสิ้นสุดแล้ว แต่เนื่องจากผมชอบประเทศไต้หวันมาก ดังนั้นจึงอยากที่จะทำงานอยู่ที่นี่

ผู้จัดการ: อะไรดึงดูดให้คุณเลือกทำงานกับบริษัทของเรา

เสินชวน: ผมอยู่ในประเทศไต้หวันและได้สังเกตมาหลายเดือน ผมคิดว่าประเทศไต้หวันมีโอกาสอย่างมากในด้านนี้ ผมคิดว่าอยู่ที่นี่ผมสามารถที่จะมีโอกาสสำหรับการพัฒนาได้อีกมาก นอกจากนั้น ผมได้ศึกษาข้อมูลของทางบริษัทแล้ว ระบบของบริษัทของคุณดีมาก และถ้าสามารถมีความเป็นสากลเพิ่มมากขึ้น จะทำให้มีความสามารถในการแข่งขันมีมากยิ่งขึ้น

ผู้จัดการ: ดีมาก ดังนั้น แปลว่าคุณมั่นใจในความสามารถของคุณ?

เสินชวน: ใช่ครับ ตอนผมอยู่ที่ประเทศญี่ปุ่น งานที่ผมรับดูแลเป็นองค์กรต่างประเทศทั้งหมด ผมมีความมั่นใจในความสามารถของผมมาก

ผู้จัดการ: ในบริษัทของเรา การทำงานเป็นทีมมีความสำคัญมาก คุณคิดว่าคุณสามารถทำได้ไหม

เสินชวน: เมื่อก่อนตอนที่ผมทำงานอยู่ที่บริษัท ก็จะเป็นการทำงานแบบกลุ่มย่อย ผมเชื่อว่าสำหรับผมแล้วการสื่อสารและความสัมพันธ์ระหว่างบุคคลไม่ใช่ปัญหา

ผู้จัดการ: ครับ ขอบคุณครับ ในวันจันทร์หน้าก็มาเริ่มทำงานได้เลย หวังว่าพวกเราจะทำงานด้วยกันอย่างมีความสุข

LESSON 12

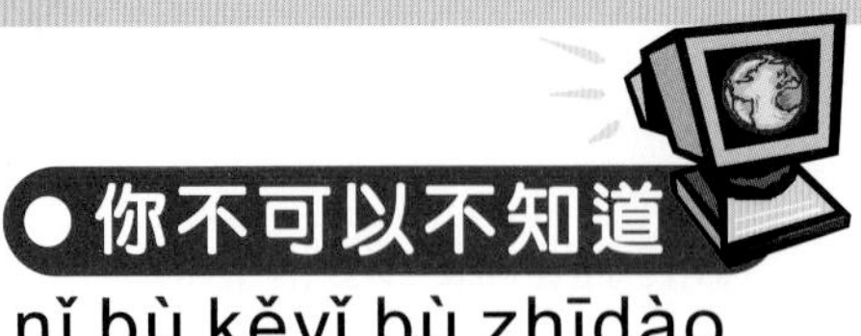

你不可以不知道

nǐ bù kěyǐ bù zhīdào

一、履歷表

姓名	森川晴史 MORIKAWA HARESHI		
生日	西元1976年11月25日	婚姻狀況	未婚
學歷	1. 日本筑波大學情報學群學士 2. 日本東京工業大學情報理工學研究所碩士		
個性	1. 積極進取、認真負責 2. 沉穩細心、應變力強		
專長	1. 電腦網路 2. 資料庫系統 3. 應用密碼 4. 電子商務	5. 作業系統設計與製作 6. 影像資料壓縮 7. 晶片設計	
語文能力	日文、英文、中文		

聯絡方式				
	通訊地址	臺北市信義區松仁路二段64號	電話	02-21081119
	行動電話	0936-102036		
	e-mail	sashimihaochi@gmail.com		

二、工作經歷

服務機關名稱	職別	任職起訖年月
Sphere	程式設計師	2001年8月～2003年10月
山下科技公司	電子工程師	2004年1月～2007年7月

三、自傳

我叫森川晴史，在臺灣已經兩年了。畢業於日本筑波大學情報學群（相當於臺灣的資訊工程學系）及日本東京工業大學情報理工學研究所。主要研究電腦網路及程式設計。

從研究所畢業以後，我接到Sphere公司的聘書，到Sphere公司擔任程式設計師，我在那裡主要做的是開發新的遊戲軟體。Sphere公司是家剛成立的小公司，雖然背景不強，但是很有創意。只是因為資本較少，常常忙起來一個人要當兩個人用。在Sphere公司工作的經驗是一個很好的磨練，我在那裡培養出快速處理案件的能力和良好的抗壓性，Sphere公司的高創意也給我許多啟發。只是在Sphere公司工作時的壓力實在太大，生活作息常常不正常，讓我的健康受到了影響，於是我最後決定離開Sphere。

在Sphere公司之後，我第二份工作是在山下公司擔任工程師。山下公司是一家跨國公司，在亞洲、美洲、歐洲都有分公司，也和很多國際公司有合作。一開始在山下公司，我被歸在程式設計小組下，接過的案子有捷運自行行駛系統設計、M-36機器人研發、TOYOTA汽車GPS系統設計等。在2003年我升到資訊小組的組長，開始代表公司到國外去視察，所以我對歐美的資訊市場有一定的了解。

因為之前的訓練，我對人事調度略有經驗，加上表現良好，於是在2006年被調到臺灣擔任臺灣分公司的程式設計總監。我以前就曾經拜訪過臺灣，也在臺灣學過中文，所以中文和臺灣對我來說都不陌生。在臺灣的工作是一個全新的挑戰，如何管理底下的外籍員工，並帶領大家合作，寫出最合乎客戶要求的程式，是我不停努力的目標。所幸我的努力並沒有白費，在臺灣的經驗給了我寶貴的一課，除了在人事管理方面更有心得，也讓我觀察到臺灣獨特的商機。臺灣的電腦產業很發達，在研發的路上也已經起步。我相信現在的臺灣更需要具有創意、外語能力及專業能力的人才。

貴公司身為臺灣屬一屬二的新銳公司，產品以高創意和精密聞名，相信對這方面的人才需要一定更為迫切。我相信以我的專業能力以及工作經驗，一定能勝任貴公司這次徵才的職位。期盼我有與貴公司合作的一天。

LESSON 12

句型演練
jùxíng yǎnliàn

表示意見

我	覺得	臺灣的資訊業很有前景。
	認為	子維這樣做是對的。
	相信	艾婕會喜歡這份禮物的。
	想	這次面試對嘉立來說很重要。

對

1. เพื่อที่จะแสดงถึงวิธีในการปฏิบัติต่อคนหรือบางสิ่งบางอย่าง

子芸對人很熱情。

森川對自己的工作能力很有信心。

龍爸對病患很有耐心。

2. เพื่อระบุถึงเป้าหมายในการกระทำ

那個女孩對我輕輕的一笑。

不知道子芸對森川有什麼看法。

艾婕對子維說了一句悄悄話。

對……來說

เพื่อบ่งบอกหรืออธิบายถึงบางสิ่งบางอย่างในสายตาหรือมุมมองของใครคนหนึ่ง

對老闆來說，員工最重要的特質是勤勞。

對艾婕來說，來臺灣學中文的日子是她最好的回憶。

這只手錶你來說不算什麼，但是對我來說卻很重要。

……化

เป็นคำที่เติมไว้ด้านหลัง แปลว่า "กลายเป็น......." ซึ่งคล้ายกับ การเติม "-ize" ในภาษาอังกฤษ

國際化 = ความเป็นสากล

工業化 = อุตสาหกรรม

商業化 = เชิงพาณิชย์

換我試試看

huàn wǒ shìshi kàn

挑戰一

看圖討論

挑戰二

重組句子

例：人／很熱情／子芸

→子芸對人很熱情。

1. 妤霖／鋼琴／很有天分。
2. 森川／電腦／從小／有興趣。／就
3. 大人／說話／小孩子／要有禮貌。
4. 很好。／小英的爸媽／她
5. 有些老師／很凶。／學生

挑戰三

依照範例造句

例：艾婕：「到臺灣來學中文是我最好的回憶。」

→對艾婕來說，到臺灣來學中文的日子是她最好的回憶。

1. 龍媽：「我的家庭是世界上最珍貴的東西。」
2. 森川：「成為電腦專家是我從小的夢想，為了這個夢想，我很努力讀書。」
3. 子維：「英文好難。」
4. 子芸：「蟑螂是全世界最噁心的動物。」
5. 龍爸：「投給一號候選人的人都是笨蛋。」

LESSON 12

挑戰四

填空

沙漠化　簡單化　暖化　工業化

地球會變成水世界嗎？

科學家指出，這幾年來地球______，將會讓南北極的冰山融化，以後地球可能會成為一個水世界。氣溫上升的原因，是因為很多__________國家製造了太多二氧化碳（CO_2）。另外，樹木減少也讓地球慢慢__________。如果人類再不把生活__________，地球有一天將不再適合人類居住。

●學生活動

寫一份自己的自傳

●聽力練習

tīnglì liànxí

請聽廣播，並判斷問題是對（ v ）或錯（ X ）。

□妤霖從十七歲才開始學鋼琴

□對妤霖來說，音樂是她生命的全部

□妤霖認為古典音樂比其他音樂更能感動人

□妤霖沒想到她會在西班牙Andorra的鋼琴比賽裡得獎

□妤霖認為藝術家遇到困難是正常的，可是不是件好事

詞性表

ภาษาไทย	中文
คำนาม	名詞
วิสามานยนาม	專有名詞
คำสรรพนาม	代名詞
สรรพนามคำถาม	疑問代名詞
ลักษณนาม	量詞
คำกริยา	動詞
คำกริยาแสดงสภาวะ	靜態動詞
ส่วนประกอบ คำขยาย	補語
คำขยายเกี่ยวกับการเคลื่อนไหว	趨向補語
คำวิเศษณ์	副詞
คำสันทาน (คำเชื่อม)	連接詞
คำอุทาน	嘆詞
คำบุพบท	介詞
คำเสริม	助詞
คำเสริมน้ำเสียง	語氣助詞
คำชี้เฉพาะ	指示詞
สำนวน	套語

附錄單字 & 翻譯

第一課

1. 一家 yìjiā　คำนาม / บ้าน , ครอบครัว
小李一家都很親切。
xiǎo lǐ yìjiā dōu hěn qīnqiè
ครอบครัวของเสียวหลี่เป็นคนใจดีมาก

2. 家庭 jiātíng　คำนาม / ครอบครัว
中國社會以大家庭為主。
zhōngguó shèhuì yǐ dà jiātíng wéizhǔ
สังคมชาวจีนส่วนใหญ่เป็นครอบครัวขยายเป็นหลัก

家 jiā　คำนาม/ บ้าน , ครอบครัว
我家在桃園。
wǒ jiā zài táoyuán
บ้านของฉันอยู่ที่เมืองเถาหยวน

寄宿家庭 jìsù jiātíng　คำนาม วลี / ครอบครัวโฮมสเตย์
湯姆已經回到他的寄宿家庭去了。
tāngmǔ yǐjīng huí dào tā de jìsù jiātíng qù le
ทอม(ชื่อคน)กลับไปที่ครอบครัวโฮมสเตย์แล้ว

家人 jiārén　คำนาม / ครอบครัว , สมาชิกในครอบครัว
我愛我的家人。
wǒ ài wǒ de jiārén
ฉันรักครอบครัวของฉัน

3. 要 yào　คำกริยา / ต้องการ อยาก [แสดงความต้องการ , ต้องการ]
我要去上洗手間。
wǒ yào qù shàng xǐshǒujiān
ฉันอยากจะไปเข้าห้องน้ำ

4. 向 xiàng　คำบุพบท / มุ่ง , ไปทาง , ต่อ
向 + คำนาม
我向老師敬禮。
wǒ xiàng lǎoshī jìnglǐ
ฉันทำความเคารพคุณครู

5. 介紹 jièshào　คำกริยา / แนะนำ
我要向大家介紹一位來自德國的朋友。
wǒ yào xiàng dàjiā jièshào yíwèi láizì déguó de péngyǒu
ฉันอยากจะแนะนำเพื่อนชาวเยอรมันของฉันให้ทุกคนได้รู้จัก

自我介紹 zìwǒ jièshào
คำกริยา วลี / แนะนำตัวเอง
คำนาม วลี / การแนะนำตัวเอง
請阿龍先向大家自我介紹。
qǐng ālóng xiān xiàng dàjiā zìwǒ jièshào
เชิญแอรอนแนะนำตัวให้ทุกคนได้รู้จัก
阿龍的自我介紹很有趣。
ālóng de zìwǒ jièshào hěn yǒuqù
การแนะนำตัวของแอรอนน่าสนใจมาก

6. 新 xīn　คำกริยาแสดงสภาวะ / ใหม่
我今天認識了不少新同學。
wǒ jīntiān rènshì le bùshǎo xīn tóngxué
วันนี้ฉันได้รู้จักกับเพื่อนใหม่หลายคน

7. 朋友 péngyǒu　คำนาม / เพื่อน
我最好的朋友是一個日本人。
wǒ zuìhǎo de péngyǒu shì yí ge rìběn rén
เพื่อนที่ดีที่สุดของฉันเป็นคนญี่ปุ่น

8. 了 le　คำเสริม / [เป็นเครื่องหมายเติมเพื่อให้สมบูรณ์มากขึ้น]
媽媽說了很多話。
māma shuō le hěn duō huà
คุณแม่พูดอะไรหลายอย่าง

9. 一下 yíxià　ตัวเลข + ลักษณนาม / ซักครู่ [ใช้ในการขอร้องแบบสุภาพ]
我們先休息一下，十分鐘後回來。
wǒmen xiān xiūxí yíxià, shí fēnzhōng hòu huílái
พวกเราพักผ่อนซักครู่ก่อน อีกสิบนาทีค่อยกลับมา

10. 大家 dàjiā　คำนาม / ทุกคน , พวกคุณ
大家都還沒回來。
dàjiā dōu háiméi huílái
ทุกคนยังไม่กลับมา

大家好 dàjiāhǎo　สวัสดีทุกคน

大家好！我是你們的新老師。
dàjiāhǎo! wǒ shì nǐmen de xīn lǎoshī
สวัสดีทุกคน ฉันเป็นอาจารย์ใหม่ของพวกคุณ

11. 叫（作）jiào(zuò) คำกริยา / เรียก
高雄以前叫作打狗。
gāoxióng yǐqián jiàozuò dǎgǒu
เมื่อก่อนเมืองเกาสงมีชื่อเรียกว่าต๋าโก่ว

12. 來自 láizì คำกริยา + คำบุพบท / มาจาก
我的葡萄牙語老師來自巴西。
wǒ de pútáoyá yǔ lǎoshī láizì bāxī
อาจารย์สอนภาษาโปรตุเกสของพวกเรามาจากประเทศบราซิล

13. 法國 fàguó / fǎguó คำนาม / ประเทศฝรั่งเศส
法國位於歐洲西部。
fàguó wèiyú ōuzhōu xībù
ประเทศฝรั่งเศสตั้งอยู่ในทวีปยุโรปตะวันตก

14. 請 qǐng คำวิเศษณ์ / เชิญ , เรียนเชิญ , กรุณา [ใช้ในการขอร้องแบบสุภาพ]
請上來寫這個字。
qǐng shànglái xiě zhège zì
เชิญขึ้นมาเขียนตัวอักษรตัวนี้
不要客氣，請坐！
búyào kèqì qǐngzuò
ไม่ต้องเกรงใจ เชิญนั่ง

15. 把 bǎ
คำบุพบท
把 + สิ่งของ (จะถูก) จัดการ กระทำ
幫我把那包垃圾丟掉。
bāng wǒ bǎ nà bāo lèsè diū diào
ช่วยฉันนำถุงขยะนั้นไปทิ้งให้หน่อย

16. 這裡 zhèlǐ คำชี้เฉพาะ + คำนามเกี่ยวกับสถานที่/ ที่นี่ , ตรงนี้
這裡是臺北車站。
zhèlǐ shì táiběi chēzhàn
ที่นี่คือสถานีไทเป

17. 當成 dāngchéng คำกริยา / คิดเสมือนว่า
小明把她當成妹妹一樣照顧。
xiǎomíng bǎ tā dāngchéng mèimei yíyàng zhàogù
เสี่ยวหมิงดูแลเขาเสมือนน้องสาวของเขา

18. 長得 zhǎngde คำกริยา / ดู , ดูเหมือน (รูปร่างหน้าตา) (ดี , ไม่ดี , etc.)
阿龍長得很帥，在學校很受歡迎。
ālóng zhǎngde hěn shuài zài xuéxiào hěn shòu huānyíng
แอรอนหน้าตาหล่อและมีชื่อเสียงมากในโรงเรียน

19. 好 hǎo คำวิเศษณ์ / มาก , จริงๆ
你好聰明啊！
nǐ hǎo cōngmíng a
คุณนี่ฉลาดมากเลย

20. 漂亮 piàoliàng คำกริยาแสดงสภาวะ / สวย , สวยงาม
這朵玫瑰花好漂亮！
zhè duǒ méiguī huā hǎo piàoliàng
ดอกกุหลาบนี้สวยงามมาก

21. 問 wèn คำกริยา / ถาม
有問題的話一定要問喔！
yǒu wèntí de huà yídìng yào wèn o
หากมีข้อสงสัยโปรดถามได้เลยนะ

問題 wèntí คำนาม / คำถาม , ปัญหา , ข้อสงสัย
請回答以下的問題。
qǐng huídá yǐxià de wèntí
โปรดตอบคำถามต่อไปนี้
子維：艾婕，那就交給你了！艾婕：沒問題！
zǐwéi àijié nà jiù jiāo gěi nǐ le àijié méi wèntí
จื่อเหว่ย : อ้ายเจี๋ย ถ้าอย่างนั้นก็ยกให้คุณเลยนะ
อ้ายเจี๋ย : ไม่มีปัญหา

22. 請問 qǐngwèn ขอถามหน่อย
請問兔子最愛吃的食物是什麼？
qǐngwèn tùzi zuìài chī de shíwù shì shéme
ขอถามสักหน่อย กระต่ายชอบกินอะไรมากที่สุด

這位 zhèwèi คำชี้เฉพาะ + ลักษณนาม / คนนี้ , ท่านนี้
我向您介紹一下，這位是楊老師。
wǒ xiàng nín jièshào yíxià zhèwèi shì yáng lǎoshī
ฉันขอแนะนำให้ท่านรู้จักสักหน่อย ท่านนี้คืออาจารย์หยาง

這 zhè (คำชี้เฉพาะ) / นี้
我很喜歡這家餐廳的菜。
wǒ hěn xǐhuān zhè jiā cāntīng de cài
ฉันชอบอาหารของร้านนี้

位 wèi คำสรรพนาม / [สำหรับบุคคลที่เคารพ]
對不起，請問您是哪位？
duìbùqǐ qǐngwèn nín shì nǎ wèi
ขอโทษ ไม่ทราบว่าคุณเป็นใคร

23. 主婦 zhǔfù คำนาม / แม่บ้าน
那位主婦到市場買東西。
nà wèi zhǔfù dào shìchǎng mǎi dōngxī
แม่บ้านคนนั้นไปซื้อของที่ตลาด

家庭主婦 jiātíng zhǔfù คำนาม วลี / แม่บ้าน
我的母親是位家庭主婦。
wǒ de mǔqīn shì wèi jiātíng zhǔfù
คุณแม่ของฉันเป็นแม่บ้าน

24. 可以 kěyǐ คำกริยา / อนุญาตให้ , สามารถ , อาจ
你可以喝酒嗎？
nǐ kěyǐ hē jiǔ ma
คุณดื่มเหล้าได้ไหม

25. 歡迎 huānyíng คำกริยา / ยินดีต้อนรับ
歡迎光臨！
huānyíng guānglín
ยินดีต้อนรับ
讓我們熱烈歡迎我們的新朋友！
ràng wǒmen rèliè huānyíng wǒmen de xīn péngyǒu
ให้การต้อนรับเพื่อนใหม่ของพวกเราอย่างอบอุ่น

26. 內科 nèikē คำนาม / อายุรกรรม
每次看完內科，醫生都會開很多藥。
měicì kàn wán nèikē yīshēng dōu huì kāi hěn duō yào
ทุกครั้งที่หาคุณหมอ คุณหมอมักจะให้ยาเป็นจำนวนมาก

27. 醫生 yīshēng คำนาม / คุณหมอ , แพทย์
生病的話，最好去看醫生。
shēngbìng dehuà zuìhǎo qù kàn yīshēng
ถ้าคุณไม่สบาย คุณควรจะไปพบแพทย์

內科醫生 nèikē yīshēng คำนาม. วลี / อายุรแพทย์
內科醫生正在替病患看病。
nèikē yīshēng zhèngzài tì bìnghuàn kànbìng
คุณหมอกำลังรักษาคนไข้อยู่

28. 不要客氣 búyào kèqì ตามสบาย , ไม่ต้องเกรงใจ
大家不要客氣，多吃一點！
dàjiā búyào kèqì duō chī yìdiǎn
ทุกคนตามสบายนะ ไม่ต้องเกรงใจ ทานเยอะๆ

29. 在 zài คำบุพบท / ใน , ที่ , บน , etc. [ระบุตำแหน่ง]
晚上可以在天空中看見許多星星。
wǎnshàng kěyǐ zài tiānkōng zhōng kànjiàn xǔduō xīngxing
ในตอนกลางคืนสามารถมองเห็นดวงดาวต่างๆมากมายอยู่บนท้องฟ้า

30. 外貿 wàimào คำนาม/ การค้าระหว่างประเทศ
臺北是一個外貿中心。
táiběi shì yí ge wàimào zhōngxīn
เมืองไทเปเป็นศูนย์กลางของการค้าระหว่างประเทศเมืองหนึ่ง

外國 wàiguó คำนาม / ต่างประเทศ
學習外國語文，聽、說、讀、寫都非常重要。
xuéxí wàiguó yǔwén tīng shuō dú xiě dōu fēicháng zhòngyào
การเรียนภาษาต่างประเทศ ไม่ว่าจะเป็น การฟัง การพูด การอ่าน และการเขียน ล้วนมีความสำคัญมาก

貿易 màoyì คำนาม / การค้าขาย
美國與日本之間貿易頻繁。
měiguó yǔ rìběn zhījiān màoyì pínfán
การค้าระหว่างประเทศสหรัฐอเมริกาและประเทศญี่ปุ่นเป็นเรื่องปกติ

31. 公司 gōngsī คำนาม / บริษัท
麥當勞是一家大公司。

màidāngláo shì yì jiā dà gōngsī
แมคโดนัลเป็นบริษัทขนาดใหญ่บริษัทหนึ่ง

32. 上班 shàngbān คำกริยา / เข้างาน , ทำงาน
星期天不用上班。
xīngqítiān búyòng shàngbān
วันอาทิตย์ไม่ต้องไปทำงาน

33. 有 yǒu คำกริยา / มี
我有兩個姊姊。
wǒ yǒu liǎng ge jiějie
ฉันมีพี่สาวสองคน
板橋現在有捷運站了。
bǎnqiáo xiànzài yǒu jiéyùn zhàn le
ตอนนี้ที่ปั่นเฉียวมีสถานีรถไฟฟ้าใต้ดินแล้ว

34. 什麼 shéme / shénme สรรพนาม คำถาม / อะไร
這是做什麼的？
zhè shì zuò shéme de
อันนี้เอาไว้ทำอะไร
什麼是武俠小說？
shéme shì wǔxiá xiǎoshuō
นวนิยายศิลปะการต่อสู้คืออะไร

35. 都 dōu
คำวิเศษณ์ / ทั้งสอง ทั้งหมด
หัวข้อ + 都 + ข้อคิดเห็น :
ทุกหัวข้อที่เกี่ยวกับข้อคิดเห็น
他們都喜歡楊老師的課。
tāmen dōu xǐhuān yáng lǎoshī de kè
พวกเขาทุกคนชอบวิชาของอาจารย์หยาง
整條街都是人。
zhěng tiáo jiē dōu shì rén
ถนนทั้งสายเต็มไปด้วยผู้คน

第二課

語氣助詞
(คำเสริมน้ำเสียง , เอาไว้ใส่ตอนท้ายของประโยค)
กริยาช่วย มักใส่ไว้ท้ายประโยค

1. 喔 o [ใช้เพื่อต้องการกระชับโทนเสียง]
這種花好香喔！
zhè zhǒng huā hǎo xiāng o
ดอกไม้นี้หอมมากเลย
這裡有好喝的果汁，快來喝喔！
zhèlǐ yǒu hǎohē de guǒzhī kuài lái hē o
น้ำผลไม้ที่นี่อร่อยมาก รีบมาดื่มกันเร็ว

2. 吧 ba [เป็นการเน้นให้ผู้รับทำอะไรบางอย่าง]
一起來打球吧！
yìqǐ lái dǎ qiú ba
มาเล่นบอลด้วยกันเถอะ

3. 啦 la ใช้พูดแบบไม่เป็นทางการ แต่มีความหมาย
我就是龍子維啦！
wǒ jiù shì lóng zǐwéi la
ฉันเอง หลงจื่อเหวย

副詞 (คำวิเศษณ์)

1. 一起 yìqǐ ด้วยกัน
要不要一起去吃早餐？
yào bú yào yìqǐ qù chī zǎocān
ไปทานอาหารเช้าด้วยกันไหม

2. 又……又…… yòu ทั้ง.....และ......
又美麗又動人的情歌總是最吸引人的。
yòu měilì yòu dòngrén de qínggē zǒng shì zuì xīyǐn rén de
เป็นเพลงรักที่ทั้งสวยงามและน่าประทับใจ
จึงเป็นเพลงที่น่าสนใจมากที่สุด
這首情歌又美麗又動人。
zhè shǒu qínggē yòu měilì yòu dòngrén
เพลงรักเพลงนี้ ทั้งสวยงามและน่าประทับใจ

3. 最 zuì
ที่สุด , ยอดเยี่ยม (พูดถึงสิ่งที่สุดยอดในบรรดาสิ่งที่กล่าวถึง)
全世界面積最大的國家是俄羅斯。

quán shìjiè miànjī zuì dà de guójiā shì èluósī
ประเทศที่มีพื้นที่มากที่สุดในโลกคือประเทศรัสเซีย

4. 只 zhǐ แค่ , เพียงแค่
表弟只花了五分鐘就寫完全部功課了。
biǎodì zhǐ huā le wǔ fēnzhōng jiù xiě wán quánbù gōngkè le
ลูกพี่ลูกน้องใช้เวลาเพียงแค่ห้านาทีก็ทำการบ้านทั้งหมดของเขาเสร็จเรียบร้อย

5. 太 tài มาก , เกินไป
你走得太快了，我跟不上。
nǐ zǒu de tài kuài le wǒ gēn bú shàng
คุณเดินเร็วเกินไป ฉันเดินตามไม่ทัน

6. 哪會 nǎhuì
(เมื่อพยายามจะโต้แย้ง) ไม่ มันไม่ใช่...
子芸：你吃太多了！
zǐyún nǐ chī tài duō le
子維：哪會多？才兩碗飯而已！
zǐwéi nǎhuì duō cái liǎng wǎn fàn éryǐ
จื่อหวิน : คุณทานเยอะเกินไปแล้ว
จื่อเหวย : ไม่เยอะขนาดนั้น ข้าวแค่สองจานเอง

7. 就 jiù
ก็ (คำวิเศษณ์)
เหตุการณ์+ หัวข้อ + 就 + คำแนะนำ
(เท่าที่ผู้พูดจะคิดได้)
室友的鬧鐘一響，我就醒了。
shìyǒu de nàozhōng yì xiǎng wǒ jiù xǐng le
นาฬิกาปลุกของเพื่อนร่วมห้องของฉันดังขึ้นฉันก็ตื่นแล้ว
小英一年就去了十二個國家。
xiǎoyīng yìnián jiù qù le shíèr ge guójiā
ภายในหนึ่งปี เสี่ยวอิงเดินทางไปมาแล้วสิบสองประเทศ

8. 真的 zhēnde จริงๆ , แท้จริง
小川同學真的很聰明。
xiǎochuān tóngxué zhēnde hěn cōngmíng
เสี่ยวชวน เพื่อนร่วมห้องของฉันฉลาดมากจริงๆ

名詞 (คำนาม)

1. 市場 shìchǎng ตลาด
超級市場的東西往往比較貴一點。
chāojí shìchǎng de dōngxī wǎngwǎng bǐjiào guì yìdiǎn
สิ่งของที่ขายในซุปเปอร์มาร์เก็ตมักจะมีราคาแพงสักหน่อย

2. 菜 cài ผัก ; [โดยทั่วไป] อาหาร ; จานหรือส่วนผสมของมัน
出家人只吃菜不吃肉。
chūjiārén zhǐ chī cài bù chī ròu
พระสงฆ์ทานแต่ผัก ไม่ทานเนื้อสัตว์
龍媽常常到市場買菜。
lóngmā chángcháng dào shìchǎng mǎi cài
คุณแม่หลง มักจะไปตลาดเพื่อซื้ออาหาร

做菜 zuòcài คำกริยา / การทำอาหาร
喜歡做菜的男生不多了。
xǐhuān zuòcài de nánshēng bù duō le
ผู้ชายที่ชอบทำอาหารมีไม่มากนัก

3. 飾品 shìpǐn เครื่องประดับ
這條街上有很多飾品店。
zhè tiáo jiē shàng yǒu hěn duō shìpǐn diàn
บนถนนเส้นนี้มีร้านขายเครื่องประดับมากมาย

4. 店 diàn ร้าน , ร้านค้า
子芸在那家店打工。
zǐyún zài nà jiā diàn dǎgōng
จื่อหวิน ไปทำงานพาร์ทไทม์ที่ร้านนั้น

5. 老闆 lǎobǎn เจ้าของร้าน , หัวหน้า , นายจ้าง , เถ้าแก่
魚店的老闆為人親切、待人客氣。
yú diàn de lǎobǎn wéirén qīnqiè dàirén kèqì
เจ้าของร้านขายปลา เป็นคนใจดี ดูแลลูกค้าอย่างสุภาพ
老闆遲遲不肯替我加薪。
lǎobǎn chíchí bùkěn tì wǒ jiāxīn
เจ้านายปฏิเสธที่จะขึ้นเงินเดือนให้ฉัน

6. 項鍊 xiàngliàn　สร้อยคอ
這條項鍊是純銀的。
zhè tiáo xiàngliàn shì chúnyín de
สร้อยคอเส้นนี้เป็นเงินแท้

7. 戒指 jièzhǐ　แหวน
老師的結婚戒指上有顆很漂亮的鑽石。
lǎoshī de jiéhūn jièzhǐ shàng yǒu kē hěn piàoliàng de zuànshí
บนแหวนแต่งงานของอาจารย์มีเพชรที่สวยงามมาก

8. 邊 biān　ข้าง , ด้านข้าง , ด้าน
方形有四個邊。
fāngxíng yǒu sì ge biān
สี่เหลี่ยมมีด้านสี่ด้าน

這邊 zhèbiān
คำสรรพนาม / ด้านนี้ ; ตรงนี้ ; บริเวณนี้
這邊沒有空位了。
zhèbiān méiyǒu kòngwèi le
ตรงนี้ไม่มีที่ว่างเหลือแล้ว

那邊 nàbiān　คำสรรพนาม / ด้านนั้น , ตรงนั้น , บริเวณนั้น

哪邊 nǎbiān　เกี่ยวกับคำถาม / ที่ไหน
請問你住哪邊？
qǐngwèn nǐ zhù nǎbiān
ขอถามหน่อย คุณพักอยู่ที่ไหน

9. 中國結 zhōngguó jié　เชือกถักจีน
中國結是一門特殊的藝術。
zhōngguó jié shì yì mén tèshū de yìshù
เชือกถักจีนเป็นศิลปะพิเศษอย่างหนึ่ง

中國 zhōngguó　วิสามานยนาม / ประเทศจีน
天一冷我就想吃中國菜了。
tiān yì lěng wǒ jiù xiǎng chī zhōngguó cài le
พออากาศเริ่มเย็น ฉันก็เริ่มอยากจะทานอาหารจีนแล้ว

結 jié　คำนาม / ปม
可不可以請你幫我打個蝴蝶結？
kě bù kěyǐ qǐng nǐ bāng wǒ dǎ ge húdié jié
คุณสามารถที่จะช่วยฉันทำโบว์รูปผีเสื้อได้หรือไม่

10. 太太 tàitai　ใช้เรียกผู้หญิงที่แต่งงานแล้ว
太太，今天想吃點什麼？
tàitai jīntiān xiǎng chī diǎn shéme
คุณผู้หญิง วันนี้คุณอยากทานอะไร
去年的李小姐，今年已經是王太太了。
qùnián de lǐ xiǎojiě jīnnián yǐjīng shì wáng tàitai le
เมื่อปีที่แล้วยังเป็นคุณหลี่อยู่เลย ปีนี้กลายเป็นคุณนายหวังแล้ว

11. 小姐 xiǎojiě　หญิงสาว (ส่วนใหญ่ยังไม่ได้แต่งงาน)
楊小姐跟她的男朋友已經交往三年了。
yáng xiǎojiě gēn tā de nánpéngyǒu yǐjīng jiāowǎng sān nián le
คุณหยางคบกับแฟนหนุ่มของเธอมาได้สามปีแล้ว

12. 點 diǎn　นิดหน่อย
沒關係，多吃點，我煮了很多！
méi guānxi duō chī diǎn wǒ zhǔ le hěn duō
ไม่เป็นไร กินเยอะหน่อย ฉันทำอาหารมาเยอะ

13. 東西 dōngxī　สิ่งของ
房間裡什麼東西也沒有。
fángjiān lǐ shéme dōngxī yě méiyǒu
ไม่มีสิ่งของอะไรอยู่ในห้องเลย

量詞　ลักษณนาม

1. 家 jiā　[ลักษณนามของร้านค้า]
那家餐廳的生意一向很好。
nà jiā cāntīng de shēngyì yíxiàng hěn hǎo
ร้านอาหารร้านนั้นกิจการดีมาก
學校附近有幾家書店？
xuéxiào fùjìn yǒu jǐ jiā shūdiàn
บริเวณใกล้ๆโรงเรียนมีร้านหนังสืออยู่กี่ร้าน

2. 條 tiáo　ลักษณนามที่เกี่ยวกับความยาวหรือเป็นแถบ
這條腰帶跟衣服不搭。
zhè tiáo yāodài gēn yīfú bù dā
เข็มขัดเส้นนี้ไม่เหมาะกับเสื้อผ้าชุดนี้
有一條繩子掛在牆上。
yǒu yì tiáo shéngzi guà zài qiáng shàng
มีเชือกอยู่เส้นหนึ่งแขวนอยู่ที่กำแพง
我養的兩條狗正為了爭一條香腸吃而打架。
wǒ yǎng de liǎng tiáo gǒu zhèng wèile zhēng yì tiáo xiāngcháng chī ér dǎjià

สุนัขสองตัวที่ฉันเลี้ยงไว้กำลังต่อสู้กันเพื่อแย่งกินไส้กรอก
張太太一次就買了六條魚。
chāng tàitai yí cì jiù mǎi le liù tiáo yú
คุณนายจางซื้อปลาทีเดียวหกตัว

3. 塊 kuài ลักษณนามของหน่วยเงินไต้หวัน
一杯珍珠奶茶二十塊。
yì bēi zhēnzhū nǎichá èrshí kuài
ชานมไข่มุกหนึ่งแก้วราคายี่สิบหยวน
一杯珍珠奶茶二十元，對嗎？
yì bēi zhēnzhū nǎichá èrshí yuán duì ma
ชานมไข่มุกราคาแก้วละยี่สิบหยวน ถูกต้องไหม

動詞與靜態動詞 (คำกริยา และ คำกริยาแสดงสภาวะ)

1. 陪 péi คำกริยา / ไปเป็นเพื่อน , ไปด้วย
留下來陪我好嗎？
liú xiàlái péi wǒ hǎo ma
อยู่เป็นเพื่อนฉันก่อนได้ไหม

2. 去 qù คำกริยา / ไป
你要到哪裡去？我要到臺北。
nǐ yào dào nǎlǐ qù wǒ yào dào táiběi qù
คุณต้องการจะไปที่ไหน? ฉันต้องการจะไปไทเป

3. 買 mǎi คำกริยา / ซื้อ
子維買了一雙球鞋。
zǐwéi mǎi le yì shuāng qiúxié
จื่อเหวยซื้อรองเท้าผ้าใบมาหนึ่งคู่
媽媽買了兩條裙子給我。
māma mǎi le liǎng tiáo qúnzi gěi wǒ
คุณแม่ซื้อกระโปรงมาให้ฉันสองตัว

4. 看 kàn คำกริยา / มอง , ดู , อ่าน
我看到老師坐在休息室裡看報紙。
wǒ kàn dào lǎoshī zuò zài xiūxíshì lǐ kàn bàozhǐ
ฉันเห็นอาจารย์นั่งอ่านหนังสือพิมพ์อยู่ในห้องพัก
子芸看電視的時候，一直感覺有人在看他。
zǐyún kàn diànshì de shíhòu yìzhí gǎnjué yǒu rén zài kàn tā
ในขณะที่จื่อหวินนั่งดูโทรทัศน์อยู่นั้น รู้สึกเหมือนว่ามีคนกำลังมองเธออยู่

5. 賣 mài คำกริยา / ขาย
這家店不賣香菸。
zhè jiā diàn bú mài xiāngyān
ร้านนี้ไม่ขายบุหรี่

6. 小 xiǎo คำกริยาแสดงสภาวะ / เล็ก น้อย
我小時候最喜歡玩小汽車了。
wǒ xiǎoshíhòu zuì xǐhuān wán xiǎo qìchē le
ตอนที่ฉันยังเด็ก ฉันชอบเล่นรถของเล่นมาก

7. 便宜 piányí คำกริยาแสดงสภาวะ / ราคาถูก ราคาไม่แพง
便宜一點好嗎？
piányí yìdiǎn hǎo ma
ลดราคาหน่อยได้ไหม?

8. 不錯 búcuò คำกริยาแสดงสภาวะ / ไม่แย่ , ไม่เลว
你的作文寫得很不錯！
nǐ de zuòwén xiě de hěn búcuò
บทความของคุณเขียนได้ไม่เลวเลยทีเดียว

9. 貴 guì คำกริยาแสดงสภาวะ / ราคาแพง
住旅館太貴了。
zhù lǚguǎn tài guì le
พักที่โรงแรมราคาแพงเกินไป

10. 打聽 dǎtīng (คำกริยา) สอบถาม
張三負責打聽李四的下落。
chāng sān fùzé dǎtīng lǐsì de xiàluò
จางซานดูแลรับผิดชอบเกี่ยวกับการสอบถามที่อยู่ของหลี่ซื่อ

11. 不行 bùxíng
คำกริยาแสดงสภาวะ / ไม่ได้ , ไม่มีทาง
你要在這裡吃飯，可以；想要吃飯不給錢，不行。
nǐ yào zài zhèlǐ chīfàn kěyǐ xiǎng yào chīfàn bù gěi qián bùxíng
คุณจะทานอาหารที่นี่ก็ได้ ไม่มีปัญหา แต่ถ้าคิดที่จะทานโดยไม่จ่ายเงินนั้นไม่ได้

12. 虧本 kuīběn คำกริยา / ขาดทุนจากการทำธุรกิจ
花的錢比賺的還多就叫虧本。
huā de qián bǐ zhuàn de hái duō jiù jiàokuīběn
เงินที่ใช้จ่ายออกไปมากกว่าเงินที่หามาได้เรียกว่าขาดทุน

13. 算 suàn คำกริยา/ นับ คำนวณ คิดราคาให้ (ในบทสนทนาจะเกี่ยวกับการให้ส่วนลดพิเศษ)
這碗麵老闆算我二十塊錢。
zhè wǎn miàn lǎobǎn suàn wǒ èrshí kuàiqián
บะหมี่ชามนี้ เจ้าของคิดราคาให้ฉันยี่สิบหยวน

14. 殺價 shājià คำกริยา / ต่อรองราคา
姊姊每次到泰國購物，一定殺價。
jiějie meicì dào tàiguó gòuwù yídìng shājià
ทุกครั้งที่พี่สาวของฉันไปซื้อของที่ประเทศไทย เขาจะต้องต่อราคา

15. 懂 dǒng คำกริยา / เข้าใจ
邁克不懂這一句話的意思。
màikè bù dǒng zhè yí jù huà de yìsi
ไมค์ไม่เข้าใจความหมายของประโยคนี้

16. 厲害 lìhài คำกริยาแสดงสภาวะ / สุดยอด , ยอดเยี่ยม , ชำนาญ
王聰明太厲害了，我完全贏不了他。
wáng cōngmíng tài lìhài le wǒ wánquán yíng bùliǎo tā
หวังชงหมิงสุดยอดมากจริงๆ ฉันไม่มีทางจะเอาชนะเขาได้เลย

17. 教 jiāo คำกริยา / สอน , สั่งสอน
媽媽目前在國小教鋼琴演奏。
māma mùqián zài guóxiǎo jiāo gāngqín yǎnzòu
ตอนนี้คุณแม่ของฉันสอนเปียโนอยู่ที่โรงเรียนประถม

動詞作補語用 (ใช้คำกริยาไปเป็นคำขยาย)

1. 到 dào
ข้อแนะนำ : ผู้รับ + คำกริยา of sense + 到 + สิ่งที่รับรู้
你看到我了嗎？
nǐ kàn dào wǒ le ma
คุณมองเห็นฉันแล้วหรือยัง

小真在公車上聽到一首動人的歌。
xiǎozhēn zài gōngchē shàng tīng dào yì shǒu dòngrén de gē
ตอนที่เสี่ยวเจินอยู่บนรถประจำทางได้ยินเพลงที่รู้สึกประทับใจเพลงหนึ่ง
我好像聞到一股怪味。
wǒ hǎoxiàng wén dào yì gǔ guàiwèi
ดูเหมือนฉันจะได้กลิ่นอะไรแปลกๆซักอย่างหนึ่ง
大兒子終於想到解決辦法了。
dà érzi zhōngyú xiǎng dào jiějué bànfǎ le
ในที่สุดลูกชายคนโตของฉันก็คิดหาวิธีในการแก้ปัญหาได้

2. 起來 qǐlái
ในแง่มุมของ (ความรู้สึกบางอย่าง)
สิ่งที่ต้องการจะบรรยาย + คำกริยา + 起來 + การบรรยาย พรรณนาถึงสิ่งนั้น
這些歌聽起來都很吵。
zhè xiē gē tīng qǐlái dōu hěn chǎo
เพลงเหล่านี้ฟังแล้วเสียงดังหนวกหู
他做的蛋糕看起來不怎樣，吃起來卻非常可口。
tā zuò de dàngāo kàn qǐlái bùzěnyàng chīqǐlái què fēicháng kěkǒu
เค้กที่เขาทำ ดูแล้วไม่ค่อยเท่าไหร่ แต่พอได้ทานแล้วรสชาติดีมาก

疑問代詞 (สรรพนามคำถาม)

1. 多少錢 duōshǎo qián ราคาเท่าไหร่
饅頭一個多少錢？
mántou yí ge duōshǎo qián
หมั่นโถวราคาชิ้นละเท่าไหร่

多少 duōshǎo สรรพนามคำถาม / เท่าไหร่
你有多少兄弟姊妹？
nǐ yǒu duōshǎo xiōngdì jiěmèi
คุณมีพี่น้องกี่คน

錢 qián คำนาม / เงิน
最近我的錢常常不夠花。
zuìjìn wǒ de qián chángcháng bú gòu huā
ช่วงนี้เงินของฉันมักจะไม่ค่อยพอใช้

第三課

1. 後 hòu
คำนาม ของสถานที่ / หลัง (ทั้งชั่วคราวและในเชิงพื้นที่) , ข้างหลัง
她死後留下許多傷心難過的影迷。
tā sǐ hòu liú xià xǔduō shāngxīn nánguòde yǐngmí
หลังจากที่เธอเสียชีวิตไปแล้ว เหลือทิ้งไว้ซึ่งความเศร้าโศกเสียใจของแฟนภาพยนตร์
表哥要找的書在你身後的桌子上。
biǎogē yào zhǎo de shū zài nǐ shēn hòude zhuōzi shàng
หนังสือที่ลูกพี่ลูกน้องกำลังตามหา อยู่บนโต๊ะข้างหลังคุณ

名詞 (คำนาม)

1. 路 lù คำนาม/ ถนน , ทาง
小朋友迷路了。
xiǎopéngyǒu mí lù le
เด็กน้อยหลงทางแล้ว
我住在中山路三段。
wǒ zhù zài zhōngshān lù sān duàn
ฉันอาศัยอยู่บนถนนจงซานส่วนที่สาม
叔叔沿著小路走了一個多小時，終於走到了目的地。
shúshu yán zhe xiǎo lù zǒu le yí ge duō xiǎoshí zhōngyú zǒu dào le mùdì dì
คุณลุงเดินไปตามตรอกนานกว่าหนึ่งชั่วโมงครึ่ง ในที่สุดก็เดินมาถึงจุดหมายปลายทาง

2. 信 xìn คำนาม / จดหมาย
網路普及以後，人們就很少寫信了。
wǎnglù pǔjí yǐhòu rénmen jiù hěn shǎo xiěxìn le
หลังจากที่อินเตอร์เน็ตเป็นที่นิยม ผู้คนก็ไม่ค่อยเขียนจดหมายกันอีก

3. 郵局 yóujú คำนาม/ ที่ทำการไปรษณีย์
在臺灣，郵局的招牌是綠色的。
zài táiwān yóujú de zhāopái shì lǜsè de
ที่ประเทศไต้หวัน แผ่นป้ายของที่ทำการไปรษณีย์มีสีเขียว

4. 地點 dìdiǎn คำนาม/ สถานที่ , จุด , ทำเล , ที่ตั้ง
那所大學的地點不好，太遠了。
nà suǒ dàxué de dìdiǎn bù hǎo tài yuǎn le
ทำเลที่ตั้งของมหาวิทยาลัยแห่งนั้นไม่ค่อยดี อยู่ไกลเกินไป

5. 先生 xiānshēng คำนาม / คุณ , คุณผู้ชาย
不好意思，先生，你的筆掉了。
bùhǎo yìsī xiānshēng nǐ de bǐ diào le
ขอโทษนะครับ ปากกาของคุณตกแล้ว
林先生是在六年前的一場酒會上認識林太太的。
lín xiānshēng shì zài liù nián qián de yì chǎng jiǔhuì shàng rènshì lín tàitai de
คุณหลินได้รู้จักกับคุณนายหลินที่แผนกต้อนรับเมื่อหกปีก่อน

6. 路人 lùrén คำนาม/ คนที่เดินผ่านไปมา
街頭表演吸引了許多路人圍觀。
jiētóu biǎoyǎn xīyǐn le xǔduō lùrén wéiguān
การแสดงบนท้องถนนดึงดูดผู้คนที่เดินผ่านไปมาให้เข้ามาชมเป็นจำนวนมาก
他不過是個路人甲而已。
tā búguò shì ge lùrén jiǎ éryǐ
เขาเป็นแค่คนที่สัญจรผ่านไปมา

7. 底 dǐ คำนาม / จบ , สุด , ท้าย (ของถนนหรือระเบียง etc.); ก้น (ก้นขวด หรือ ก้นแก้ว , etc.)
走廊走到底你就會看到廁所了。
zǒuláng zǒu dào dǐ nǐ jiù huì kàn dào cèsuǒ le
เดินไปจนสุดระเบียงทางเดิน คุณก็จะเห็นห้องน้ำ
咖啡杯的杯底沒有洗乾淨。
kāfēibēi de bēi dǐ méiyǒu xǐ gānjìng
ก้นของถ้วยกาแฟล้างไม่สะอาด

到底 dàodǐ (คำวิเศษณ์) ในตอนท้าย , ในที่สุด
你喜歡的到底是誰？
nǐ xǐhuān de dàodǐ shì shéi
คนที่คุณชอบนั้น จริงๆแล้วเขาเป็นใคร

8. 第 dì
คำนำหน้าตัวเลข / คำแสดงลำดับที่
(ลำดับที่หนึ่ง , สอง , สาม)
他夠用功，所以拿到了第一名。
tā gòu yònggōng suǒyǐ ná dào le dìyī míng
เขาพยายามอย่างหนัก ดังนั้นเขาจึงสอบได้ลำดับที่ 1

9. 紅綠燈 hónglǜdēng คำนาม / สัญญาณไฟจราจร
臺北街頭的行人紅綠燈很有意思。
táiběi jiētóu de xíngrén hónglǜdēng hěn yǒu yìsī
สัญญาณไฟจราจรของคนเดินเท้าในเมืองไทเปเป็นที่น่าสนใจมาก

紅 hóng คำกริยาแสดงสภาวะ / สีแดง

綠 lǜ คำกริยาแสดงสภาวะ/ สีเขียว

燈 dēng คำนาม / ไฟ โคมไฟ
紅燈停，綠燈行。
hóng dēng tíng lǜ dēng xíng
ไฟสีแดงให้หยุด ไฟสีเขียวให้ไปได้

10. 捷運 jiéyùn คำนาม / รถไฟฟ้าใต้ดิน
如果你要去碧潭的話，坐捷運最方便。
rúguǒ nǐ yào qù bìtán dehuà zuò jiéyùn zuì fāngbiàn
ถ้าคุณจะเดินทางไปปี้ถ่าน นั่งรถไฟฟ้าใต้ดินไปจะสะดวกที่สุด

11. 動物園 dòngwùyuán คำนาม / สวนสัตว์
在臺灣如果想看到熊貓，就一定要到動物園。
zài táiwān rúguǒ xiǎng kàn xióngmāo jiù yídìng yào dào dòngwùyuán
ถ้าต้องการที่จะดูหมีแพนด้าที่ประเทศไต้หวัน ก็จะต้องไปที่สวนสัตว์

動物 dòngwù คำนาม / สัตว์
人也是動物的一種。
rén yě shì dòngwù de yì zhǒng
มนุษย์ก็เป็นสัตว์ประเภทหนึ่ง

12. 站 zhàn คำนาม / สถานี
臺北火車站一共有四個月臺。
táiběi huǒchē zhàn yígòng yǒu sì ge yuètái
ที่สถานีรถไฟไทเปมีทั้งหมดสี่ชานชาลาด้วยกัน

13. 車 chē คำนาม / รถยนต์
姊姊的車壞了。
jiějie de chē huài le
รถยนต์ของพี่สาวเสีย

搭車 dāchē
คำกริยา วลี / โดยสาร นั่งรถประจำทาง รถไฟ รถไฟฟ้าใต้ดิน etc.
我要搭六點的車到臺北。
wǒ yào dā liù diǎn de chē dào táiběi
ฉันต้องการโดยสารรถรอบหกโมงเพื่อไปไทเป

14. 終點 zhōngdiǎn คำนาม / จุดหมายปลายทาง , จุดสิ้นสุด , จุดจบ
有人認為死亡不是生命的終點。
yǒu rén rènwéi sǐwáng bú shì shēngmìng de zhōngdiǎn
มีบางคนคิดว่าความตาย ไม่ใช่จุดหมายปลายทางของชีวิต

終（點）站 zhōng (diǎn) zhàn คำนาม วลี / สถานีปลายทาง
淡水線的終站就是淡水站。
dànshuǐ xiàn de zhōngzhàn jiù shì dànshuǐ zhàn
สถานีปลายทางของรถไฟฟ้าใต้ดินสายตั้นสุ่ยคือสถานีตั้นสุ่ย

15. 出口 chūkǒu คำนาม / ทางออก
十五分鐘後，表妹依然找不到迷宮的出口。
shíwǔ fēnzhōng hòu biǎomèi yīrán zhǎo bú dào mígōng de chūkǒu
หลังจากผ่านไปแล้วสิบห้านาที
ลูกพี่ลูกน้องก็ยังไม่สามารถหาทางออกจากเขาวงกตไม่ได้

出 chū คำกริยา / [ส่วนใหญ่เกี่ยวกับการเคลื่อนไหว] ออก , ออกไป
小君一整天都沒出過房門。
xiǎojūn yìzhěngtiān dōu méi chū guò fángmén
ตลอดทั้งวันเสี่ยวจุนยังไม่ได้ออกมานอกห้องเลย
你給我出去！
nǐ gěiwǒ chū qù
คุณออกไป!
爸爸打開箱子，拉出那件舊洋裝，又仔細地看了一遍。

bàba dǎ kāi xiāngzi lā chū nà jiàn jiùyángzhuāng yòu zǐxì de kàn le yí biàn
คุณพ่อเปิดกล่องแล้วหยิบชุดเก่าออกมา และมองมันอย่างละเอียดอีกครั้ง

介詞 (คำบุพบท)

1. 往 wǎng คำบุพบท / มุ่งหน้าไปทาง , มุ่งไปทาง (+ จุดหมายปลายทาง)
那群燕子往北邊的山脈飛去。
nà qún yànzi wǎng běibiān de shānmài fēi qù
นกนางแอ่นกลุ่มนั้นบินไปทางภูเขาทางด้านเหนือ
我們應該不斷往前走。
wǒmen yīnggāi búduàn wǎng qián zǒu
พวกเราควรที่จะก้าวต่อไปข้างหน้าอย่างไม่หยุดยั้ง

2. 從 cóng คำบุพบท / จาก , ผ่าน
我朋友是從日本來的。
wǒ péngyǒu shì cóng rìběn lái de
เพื่อนของฉันมาจากประเทศญี่ปุ่น
老鼠大概是從這個洞溜出去的。
lǎoshǔ dàgài shì cóng zhè ge dòng liūchū qù de
หนูน่าจะรอดผ่านจากรูนี้ออกไป

動詞作趨向補語用 qūxiàng
(ใช้คำกริยาเป็นสรรพนามคำถาม)

1. 回 huí คำกริยา / กลับ , กลับไป , กลับมา , กลับคืน
爸爸每天六點準時回家。
bàba měitiān liù diǎn zhǔnshí huí jiā
คุณพ่อจะกลับถึงบ้านเวลาหกโมงตรงทุกวัน
คำกริยา + 回 + สถานที่ที่เริ่มต้น หรือบ้าน
我們一邊聊天一邊走回宿舍。
wǒmen yìbiān liáotiān yìbiān zǒu huí sùshè
พวกเราพูดคุยกันไปพลางขณะที่เราเดินกลับไปที่หอพัก
最後青蛙終於變回了王子。
zuìhòu qīngwā zhōngyú biàn huí le wángzǐ
ในที่สุดกบก็ได้กลายกลับไปเป็นเจ้าชาย

2. 到 dào คำกริยา / [พูดถึงเกี่ยวกับการเคลื่อนไหว] มาถึง
你要到哪裡去？
nǐ yào dào nǎlǐ qù
คุณต้องการจะไปที่ไหน
คำกริยา + 到 + จุดหมายปลายทางของกริยา
老闆把車開到車庫裡了。
lǎobǎn bǎ chē kāi dào chēkù lǐ le
เจ้านายขับรถไปจอดที่ลานจอดรถแล้ว

動詞與靜態動詞 (คำกริยา และ คำกริยาแสดงสภาวะ)

1. 寫 xiě คำกริยา / เขียน , การเขียน
這個字怎麼寫？
zhè ge zì zěnme xiě
คำคำนี้เขียนอย่างไร
這位作家已經寫了好幾本小說了。
zhèwèi zuòjiā yǐjīng xiě le hǎojǐ běn xiǎoshuō le
นักเขียนท่านนี้ได้เขียนนวนิยายมาแล้วหลายเล่ม

2. 想 xiǎng คำกริยา / คิด , พิจารณา , อยาก
最近一直很想到日本去玩。
zuìjìn yìzhí hěn xiǎng dào rìběn qù wán
ช่วงนี้กำลังคิดอยากที่จะไปเที่ยวที่ญี่ปุ่นมาก
你在想什麼？
nǐ zài xiǎng shéme
คุณกำลังคิดอะไรอยู่

3. 寄 jì คำกริยา / ส่ง (จดหมาย , พัสดุ , etc.)
保羅打算把一部分的行李寄回巴西。
bǎoluó dǎsuàn bǎ yíbùfèn de xínglǐ jì huí bāxī
พอลตั้งใจที่จะส่งสัมภาระของเขาส่วนหนึ่งกลับไปประเทศบราซิล

4. 曉得 xiǎode คำกริยา / รู้ , รับรู้
沒有人曉得正確答案是哪一個。
méiyǒu rén xiǎode zhèngquè dáàn shìnǎ yí ge
ไม่มีใครรู้ว่าคำตอบที่แท้จริงคืออันไหน
你曉得老師哪一天辦婚禮嗎？

nǐ xiǎode lǎoshī nǎ yì tiān bàn hūnlǐ ma
คุณรู้ไหมว่าอาจารย์จะจัดงานแต่งงานเมื่อไหร่

5. 糟糕 zāogāo คำกริยาแสดงสภาวะ / (ไม่เป็นทางการ) แย่ , ไม่ดี
我連這麼簡單的字都不會拼，真糟糕。
wǒ lián zhème jiǎndān de zì dōu bú huìpīn zhēn zāogāo
ขนาดแค่คำง่ายๆฉันก็ยังสะกดไม่ได้ แย่มากเลย

6. 忘 wàng คำกริยา/ ลืม (โดยปกติมักตามด้วย 了 หรือ 掉)
老師突然忘了他的名字。
lǎoshī túrán wàng le tā de míngzi
อยู่ๆอาจารย์ก็ลืมชื่อของเขา
小玲又把雨傘忘在公車上了。
xiǎolíng yòu bǎ yǔsǎn wàng zài gōngchēshàng le
เสี่ยวหลิงลืมร่มเอาไว้บนรถประจำทาง

忘記 wàngjì คำกริยา / ลืม
我永遠不會忘記她天使般的笑容。
wǒ yǒngyuǎn bú huì wàngjì tā tiānshǐ bānde xiàoróng
ฉันจะไม่มีวันลืมรอยยิ้มอันมหัศจรรย์ของเธออย่างแน่นอน

7. 直走 zhízǒu คำกริยา / ตรงไป
司機先生，遇到下個十字路口就直走。
sījī xiānshēng yù dào xià ge shízìlùkǒu jiùzhízǒu
คนขับรถ , พอถึงสี่แยกถัดไป ก็ให้ตรงต่อไป

8. 轉 (1) zhuǎn คำกริยา / เปลี่ยน , หมุน , หัน
舞者優雅地轉了一圈。
wǔzhě yōuyǎ de zhuǎn le yì quān
นักเต้นหมุนไปรอบๆอย่างงดงาม

左轉／右轉 zuǒzhuǎn/yòuzhuǎn คำกริยา/ เลี้ยวซ้าย เลี้ยวขวา
等一下先左轉，再右轉，就到我家了。
děng yíxià xiān zuǒzhuǎn zài yòuzhuǎn jiù dào wǒ jiā le
อีกซักครู่ให้เลี้ยวซ้ายไปก่อน แล้วค่อยเลี้ยวขวา ก็จะถึงบ้านของฉัน

9. 走 zǒu คำกริยา / เดิน , เดินเท้า
我快要走不動了。
wǒ kuàiyào zǒu bú dòng le
ฉันเกือบจะเดินไม่ไหวแล้ว

10. 完 wán คำกริยา/ [ส่วนใหญ่เกี่ยวกับผลลัพธ์] เสร็จ , สำเร็จ , เรียบร้อย
上完課就打電話給我。
shàng wán kè jiù dǎ diànhuà gěi wǒ
เลิกเรียนแล้วค่อยโทรหาฉัน

11. 打算 dǎsuàn คำกริยา/ วางแผน (ทำอะไรบางอย่าง)
室友打算明年報考國外的研究所。
shìyǒu dǎsuàn míngnián bàokǎo guówàide yánjiùsuǒ
เพื่อนร่วมห้องวางแผนที่จะยื่นสมัครบัณฑิตวิทยาลัยในต่างประเทศปีหน้า

12. 坐 zuò คำกริยา / นั่ง ; โดยสาร (การคมนาคม)
師丈看到老師坐在沙發上，就在她身邊坐了下來。
shīzhàng kàn dào lǎoshī zuò zài shāfā shàng jiù zài tā shēnbiān zuò le xià lái
เมื่อสามีของอาจารย์เห็นอาจารย์นั่งอยู่ที่โซฟา ก็เดินเข้าไปนั่งลงข้างๆเธอ
媽媽今天早上坐火車到花蓮去了。
māma jīntiān zǎoshàng zuò huǒchē dào huālián qù le
เช้าวันนี้คุณแม่นั่งรถไฟไปฮัวเหลียนแล้ว

13. 知道 zhīdào คำกริยา / รู้ , รับรู้ , เข้าใจ
我不知道問題的答案。
wǒ bù zhīdào wèntí de dáàn
ฉันไม่รู้คำตอบของคำถามนี้

14. 搭 dā คำกริยา / โดยสาร นั่ง(รถ) = 坐
日本朋友明天會搭五點半的班機到臺灣來。
rìběn péngyǒu míngtiān huì dā wǔ diǎn bàn de bānjī dào táiwān lái
เพื่อนคนญี่ปุ่นของฉันจะเดินทางมาประเทศไต้หวันเวลาห้าโมงครึ่งวันพรุ่งนี้

15. 轉 (2) zhuǎn คำกริยา/ เปลี่ยน , หมุน , หัน (เปลี่ยนสายรถไฟ หรือ รถไฟฟ้าใต้ดิน)
要從一 O 一大樓坐捷運到淡水的話，必須在臺北站轉車。
yào cóng yīlíngyī dàlóu zuò jiéyùn dào dànshuǐ dehuà bìxū zài táiběi zhàn zhuǎn chē
ถ้าจะนั่งรถไฟฟ้าใต้ดินจากตึกไทเป101 เพื่อไปตั้นสุ่ย จะต้องไปเปลี่ยนรถไฟที่สถานีไทเป

16. 下 (車) xià(chē) คำกริยา/ ลง ออก (รถประจำทาง , รถไฟ , etc.); ลงจาก (รถ , แท็กซี่ , etc.)
列車快要開了，請還沒下車的旅客趕快下車。
lièchē kuàiyào kāi le qǐng háiméi xiàchēde lǚkè gǎnkuài xiàchē
รถไฟใกล้จะออกแล้ว ขอให้ผู้โดยสารที่ยังไม่ได้ลงจากรถรีบลงจากรถ

量詞 (ลักษณนาม)

1. 封 fēng ลักษณนาม / [ลักษณนามของจดหมาย , อีเมล]
今天早上老師寄了兩封信過來。
jīntiān zǎoshàng lǎoshī jì le liǎng fēngxìn guòlái
วันนี้ตอนเช้าอาจารย์ส่งจดหมายมาสองฉบับ

2. 個 ge ลักษณนาม / [ลักษณนามของนามที่นับได้]
那個人買了兩個燈泡。
nà ge rén mǎi le liǎng ge dēngpào
คนคนนั้นซื้อหลอดไฟมาสองหลอด
你這個想法不錯。
nǐ zhè ge xiǎngfǎ búcuò
ความคิดนี้ของคุณไม่เลวเลย

副詞 (คำวิเศษณ์)

1. 先 xiān (คำวิเศษณ์) / ก่อน , ลำดับแรก
子維決定先讀書再出去逛街。
zǐwéi juédìng xiān dúshū zài chūqù guàngjiē
จื่อเหวยตัดสินใจที่จะอ่านหนังสือก่อนแล้วค่อยออกไปเดินเล่น

2. 再 zài (คำวิเศษณ์) / อีกครั้ง , แล้วก็
先吃完早餐再出門！
xiān chī wán zǎocān zài chūmén
กินอาหารเช้าให้เรียบร้อยก่อนแล้วค่อยออกไป

3. 大約 dàyuē (คำวิเศษณ์) / ประมาณ , คาดคะเน
晚會來了大約五十個人。
wǎnhuì lái le dàyuē wǔshí ge rén
งานเลี้ยงคืนนี้มีผู้เข้าร่วมงานประมาณห้าสิบคน

4. 一直 yìzhí (คำวิเศษณ์) / ตลอดทาง , ตลอดเวลา , มาโดยตลอด
路上他一直不說話，只是看著窗外的風景。
lùshàng tā yìzhí bù shuōhuà zhǐshì kàn zhe chuāng wài de fēngjǐng
ตลอดทางเขาไม่พูดเลยสักคำ เอาแต่มองวิวนอกหน้าต่าง

疑問代詞 (สรรพนามคำถาม)

1. 哪裡 nǎlǐ สรรพนามคำถาม / ที่ไหน
完蛋了，我把護照放到哪裡去了？
wándàn le wǒ bǎ hùzhào fàng dào nǎlǐ qù le
แย่แล้ว , ฉันเอาพาสปอร์ตไปวางไว้ที่ไหนนะ

這裡 zhèlǐ สรรพนามชี้เฉพาะ / ที่นี่ , ตรงนี้

那裡 nàlǐ สรรพนามชี้เฉพาะ / ที่นั่น , ตรงนั้น
這裡有兩張椅子，那裡有一張桌子。
zhèlǐ yǒu liǎng zhāng yǐzi nàlǐ yǒu yì zhāng zhuōzi
ตรงนี้มีเก้าอี้สองตัว ตรงนั้นมีโต๊ะหนึ่งตัว
從你那裡開車到我這裡要花多少時間？
cóng nǐ nàlǐ kāi chē dào wǒ zhèlǐ yào huāduōshǎo shíjiān
ขับรถจากตรงนั้นมาถึงตรงนี้ต้องใช้เวลานานเท่าไหร่

2. 怎麼 zěnme สรรพนามคำถาม / อย่างไร
你怎麼知道我的名字？
nǐ zěnme zhīdào wǒ de míngzi
คุณรู้จักชื่อของฉันได้อย่างไร

怎麼了？ zěnmele เกิดอะไรขึ้น สภาพ(ของใครคนหนึ่ง) เป็นอย่างไร
艾婕：先生，你怎麼了？路人：沒事的，頭有點暈而已。
àijié xiānshēng nǐ zěnmele lùrén méishìde

tóu yǒu diǎn yūn éryǐ
อ้ายเจี๋ย : คุณคะ เกิดอะไรขึ้นกับคุณ
คนผ่านทาง : ไม่เป็นไร แค่รู้สึกเวียนหัวนิดหน่อย

連詞 (คำสันธาน หรือ คำเชื่อม)

1. 但是 dànshì คำสันธาน / แต่ , แต่ว่า
這個故事雖然很短，但是十分精采。
zhè ge gùshì suīrán hěn duǎn dànshì shífēn jīngcǎi
เรื่องราวนี้ถึงแม้ว่าจะสั้น แต่ก็สนุกตื่นเต้นอย่างมาก
我很想買這個皮包，但是我的錢不夠。
wǒ hěn xiǎng mǎi zhè ge píbāo dànshì wǒde qián búgòu
ฉันอยากซื้อกระเป๋าหนังใบนี้มาก แต่ว่าเงินของฉันไม่พอ

嘆詞 (คำอุทาน)

1. 喔 o คำอุทาน / โอ้!
喔，我懂了。
o wǒ dǒng le
โอ้! ฉันเข้าใจแล้ว

語氣助詞 (คำเสริมน้ำเสียง)

1. 啊
คำเสริมน้ำเสียง / [ใช้เพื่อตัดประโยคชั่วคราว , เน้นความสนใจไปที่คำก่อนหน้า]
李老師啊，已經到夏威夷去玩囉！
lǐ lǎoshī a yǐjīng dào xiàwēiyí qù wán luo
อาจารย์หลีหรอ ไปเที่ยวที่ฮาวายแล้ว
我啊，從來不作弊。
wǒ a cónglái bú zuòbì
ฉันอ่ะ , ไม่เคยโกงมาก่อนเลย

套語 (สำนวน)

1. 不客氣 búkèqì ด้วยความยินดี , ไม่ต้องเกรงใจ
艾婕：謝謝妳的招待！
龍媽：不客氣！
àijié xièxie nǐ de zhāodài lóngmā búkèqì
อ้ายเจี๋ย : ขอบคุณสำหรับการต้อนรับของคุณ
คุณแม่หลง : ไม่ต้องเกรงใจ

第四課

1. 不愧是～ búkuìshì คือ (แสดงถึงความภาคภูมิใจ) สมควรได้รับ...(ภูมิใจ ชื่นชม)
真不愧是老師，什麼字都難不倒他。
zhēn búkuìshì lǎoshī shéme zì dōu nánbù dǎo tā
สมแล้วที่เป็นอาจารย์ ไม่มีคำไหนที่จะยากเกินความสามารถของเขาเลย

2. 乾脆 gāncuì ......ละกัน , ทำให้ง่าย
你這麼想要的話，乾脆買下來好了。
nǐ zhème xiǎngyào dehuà gāncuì mǎixiàlái hǎo le
ถ้าคุณอยากได้ละก็ ซื้อเลยละกัน

3. 聽說～ tīngshuō ได้ยินมาว่า
聽說花貓一定是母的，真的嗎？
tīngshuō huāmāo yídìng shì mǔ de zhēndema
ได้ยินมาว่าแมวสามสีต้องเป็นตัวเมียจริงหรือเปล่า

4. 還不是～ háibúshì ไม่ใช่....หรอ แน่นอนมันคือ........
子芸會受這個傷，還不是森川害的。
zǐyún huì shòu zhège shāng háibúshì sēnchuān hài de
จื่อหวินต้องบาดเจ็บ ไม่ใช่เพราะเสินชวนหรอ

5. 難怪 nánguài มิน่าล่ะ , ไม่น่าแปลกใจ
晚餐吃得這麼油膩，難怪會肚子痛。
wǎncān chīde zhème yóunì nánguài huì dùzi tòng
อาหารเมื่อตอนเย็นค่อนข้างมัน ไม่น่าแปลกใจเลยที่จะปวดท้อง

名詞 (คำนาม)

1. 下午 xiàwǔ คำนาม / ตอนบ่าย
下午三點到三點半是點心時間。
xiàwǔ sāndiǎn dào sāndiǎnbàn shì diǎnxīn shíjiān
ตอนบ่ายสามโมงถึงบ่ายสามโมงครึ่งคือช่วงเวลาอาหารว่าง

2. 男子 nánzǐ คำนาม / ผู้ชาย
突然有一名陌生男子出現在我家門口。
túrán yǒu yì míng mòshēng nánzǐ chūxiàn zài wǒ jiā ménkǒu
อยู่ๆก็มีผู้ชายแปลกหน้ามายืนอยู่ที่หน้าประตูบ้านของฉัน

3. 兒子 érzi คำนาม / ลูกชาย
陳先生的兒子在臺大醫院當醫生。
chén xiānshēng de érzi zài táidà yīyuàn dāng yīshēng
ลูกชายของคุณเฉินทำงานเป็นคุณหมออยู่ที่โรงพยาบาลของมหาวิทยาลัยแห่งชาติไต้หวัน

4. 號碼 hàomǎ คำนาม / ตัวเลข , เบอร์โทร
請問您方不方便給我您的電話號碼？
qǐngwèn nín fāng bù fāngbiàn gěi wǒ nín de diànhuà hàomǎ
ไม่ทราบว่าคุณสะดวกที่จะให้เบอร์โทรศัพท์กับฉันหรือไม่

5. 消息 xiāoxí คำนาม/ ข่าวคราว , ข้อความ
有一個壞消息跟一個好消息，你要先聽哪一個？
yǒu yí ge huài xiāoxí gēn yí ge hǎo xiāoxí nǐ yào xiān tīng nǎ yí ge
มีทั้งข่าวดีแล้วก็ข่าวร้าย คุณอยากฟังข่าวไหนก่อน

6. 手機 shǒujī คำนาม / โทรศัพท์มือถือ
現在的手機功能愈來愈多變了。
xiànzài de shǒujī gōngnéng yu lái yu duōbiàn le
โทรศัพท์มือถือสมัยนี้ ฟังก์ชันเปลี่ยนแปลงไปมาก

7. 平均 píngjūn คำนาม/ เฉลี่ย โดยเฉลี่ย
每天平均有三十個人坐這班車上學。
měitiān píngjūn yǒu sānshí ge rén zuò zhèbān chē shàngxué
โดยเฉลี่ยทุกๆวันจะมีคนประมาณสามสิบคนนั่งรถคันนี้ไปโรงเรียน

8. 每 měi คำที่ใส่นำหน้าตัวเลข / แต่ละ , ทุกๆ
子芸每天都準時上班，從不遲到。
zǐyún měitiān dōu zhǔnshí shàngbān cóngbù chídào
จื่อหวินเข้างานตรงเวลาทุกวัน ไม่เคยมาสาย
每個孩子都很用功。
měi ge háizi dōu hěn yònggōng
เด็กๆทุกคนขยันมาก

9. 洛杉磯 luòshānjī วิสามานยนาม / ลอสแอนเจลิส
洛杉磯位於美國西部的加州，是一座大城市。
luòshānjī wèi yú měiguó xībù de jiāzhōu shì yí zuò dà chéngshì
เมืองลอสแอนเจลิส เป็นเมืองใหญ่เมืองหนึ่งตั้งอยู่ทางตะวันตกของรัฐแคลิฟอร์เนียประเทศสหรัฐอเมริกา

10. 客廳 kètīng คำนาม / ห้องรับแขก , ห้องนั่งเล่น
家裡一共有兩臺電視機，一臺在客廳，一臺在主臥室。
jiālǐ yígòng yǒu liǎng tái diànshìjī yì tái zài kètīng yì tái zài zhǔwòshì
ที่บ้านมีโทรทัศน์ด้วยกันทั้งหมดสองเครื่อง เครื่องหนึ่งอยู่ที่ห้องรับแขก อีกเครื่องหนึ่งอยู่ที่ห้องนอน

11. 八卦 bāguà คำนาม / ซุบซิบ , นินทา
其實大部分的人，不分性別年齡，都喜歡聊八卦。
qíshí dàbùfèn de rén bùfēn xìngbié niánlíng dōu xǐhuān liáo bāguà
อันที่จริงแล้วคนส่วนใหญ่ ไม่ว่าจะเป็นเพศไหนอายุเท่าไรก็ตาม ต่างก็ชอบคุยซุบซิบนินทา

動詞與靜態動詞 (คำกริยา และ คำกริยาแสดงสภาวะ)

1. 閒著沒事 xiánzhe méishì คำกริยาแสดงสภาวะ / ว่าง , ไม่มีอะไรทำ
你閒著沒事就來幫我整理房間吧！
nǐ xiánzhe méishì jiù lái bāng wǒ zhěnglǐ fángjiān ba
ถ้าคุณว่างไม่มีอะไรทำ ก็มาช่วยฉันจัดห้อง

2. 打電話 dǎ diànhuà คำกริยา / โทรศัพท์
有問題就打電話給我。
yǒu wèntí jiù dǎ diànhuà gěi wǒ
ถ้ามีปัญหาก็โทรศัพท์มาหาฉัน

3. 找 zhǎo คำกริยา / หา , ค้นหา
張太太上個月飛到舊金山去找朋友。
zhāng tàitai shàng ge yuè fēi dào jiùjīnshān qù zhǎo péngyǒu
เมื่อเดือนที่แล้วคุณนายจางบินไปหาเพื่อนที่ซานฟรานซิสโก

4. 聊天 liáotiān คำกริยา / พูดคุย
我們一起用中文聊天吧！
wǒmen yìqǐ yòng zhōngwén liáotiān ba
พวกเรามาใช้ภาษาจีนพูดคุยกันเถอะ

5. 打發時間 dǎfā shíjiān คำกริยา / ฆ่าเวลา
慧琪和她妹妹玩撲克牌打發時間。
huì qí hàn tā mèimei wán pūkepái dǎfā shíjiān
ฮุ่ยฉีและน้องสาวของเขาเล่นไพ่โป๊กเกอร์เพื่อฆ่าเวลา

6. 打錯 dǎcuò คำกริยา / โทรผิด
打錯電話是件很尷尬的事。
dǎcuò diànhuà shì jiàn hěn gāngà de shì
การโทรผิดเป็นเรื่องที่น่าอับอายมาก

錯 cuò คำกริยาแสดงสภาวะ/ ผิด
老師又唸錯我的名字了。
lǎoshī yòu niàn cuò wǒ de míngzi le
อาจารย์อ่านชื่อของฉันผิดอีกแล้ว

7. 掛 guà คำกริยา / วางสาย
隨便掛人電話是很不禮貌的。
suíbiàn guà rén diànhuà shì hěn bù lǐmào de
วางสายคนอื่นตามอำเภอใจ เป็นเรื่องที่ไม่มีมารยาทอย่างมาก

8. 撥 bō คำกริยา / หมุน(กด) เบอร์โทรศัพท์
報警請撥一一 O。
bàojǐng qǐng bō yīyīlíng
แจ้งความให้กดหมายเลขหนึ่งหนึ่งศูนย์

9. 應該 yīnggāi คำกริยาแสดงสภาวะ / ควรจะ , น่าจะ
艾婕中文那麼好，考試應該沒問題吧！
àijié zhōngwén nàme hǎo kǎoshì yīnggāi méi wèntí ba
ภาษาจีนของอ้ายเจี๋ยออกจะดี การสอบน่าจะไม่มีปัญหา

10. 聽 tīng คำกริยา / ได้ยิน , ฟัง
子維每次聽這首歌都會流下眼淚。
zǐwéi měicì tīng zhè shǒu gē dōu huì liúxià yǎnlèi
ทุกครั้งที่จื่อเหวยได้ยินเพลงนี้น้ำตาก็จะไหล

11. 認 rèn คำกริยา / นึกออก , รู้จัก , จำได้
老師認得每一位同學的臉。
lǎoshī rèn de měi yí wèi tóngxué de liǎn
อาจารย์จำหน้าของนักเรียนแต่ละคนได้

12. 通 tōng คำกริยา / ผ่าน , โทรติด (โทร) , ทะลุ
火車通過了山洞。
huǒchē tōngguò le shāndòng
รถไฟทะลุผ่านถ้ำ
女兒的手機一直打不通。
nǚér de shǒujī yìzhí dǎ bù tōng
โทรศัพท์มือถือของลูกสาวไม่สามารถติดต่อได้

13. 重要 zhòngyào คำกริยาแสดงสภาวะ / สำคัญ
這篇文章非常重要，是認識中國文化的一把鑰匙。
zhèpiān wénzhāng fēicháng zhòngyào shì rènshì zhōngguó wénhuà de yì bǎ yàoshi
บทความบทนี้สำคัญมาก เป็นกุญแจสำคัญที่จะทำให้เข้าใจเกี่ยวกับวัฒนธรรมจีน

14. 告訴 gàosù คำกริยา / บอก , บอกกล่าว
如果我們的服務讓您滿意，請告訴您的親朋好友。
rúguǒ wǒmen de fúwù ràng nín mǎnyì qǐng gàosù nín de qīnpénghǎoyǒu
ถ้าหากการบริการของพวกเราทำให้คุณพึงพอใจ ช่วยบอกครอบครัวและเพื่อนของคุณด้วย

15. 辦 bàn คำกริยา / ทำ , ดำเนินการ
要先辦借書證才能在圖書館借書。
yào xiān bàn jièshūzhèng cái néng zài túshūguǎn jièshū
ต้องทำบัตรยืมหนังสือก่อนถึงจะสามารถยืมหนังสือที่ห้องสมุดได้

16. 麻煩死了 máfán sǐle คำกริยาแสดงสภาวะ / ลำบากมาก , วุ่นวาย
開個會就要我從臺北開車到高雄去，真是麻煩死了。

kāi ge huì jiù yào wǒ cóng táiběi kāichēdào gāoxióng qù zhēnshì máfán sǐle
จะต้องให้ฉันขับรถจากไทเปไปถึงเกาสงเพื่อไปประชุม เป็นเรื่องที่วุ่นวายมากจริงๆ

17. 中樂透頭獎 zhòng lètòu tóujiǎng คำกริยา / ถูกรางวัลลอตเตอรี่
我中樂透頭獎的話，一定馬上辭職！
wǒ zhòng lètòu tóujiǎng dehuà yídìng mǎshàng cízhí
ถ้าฉันถูกรางวัลลอตเตอรี่ล่ะก็ ฉันจะลาออกทันทีเลย

18. 有錢 yǒuqián คำกริยาแสดงสภาวะ / ร่ำรวย , มีเงิน
誰都想嫁個有錢的丈夫。
shéi dōu xiǎng jià ge yǒuqián de zhàngfū
ใครๆก็ต้องการที่จะแต่งงานกับสามีที่ร่ำรวยกันทั้งนั้น

19. 不一樣 bùyíyàng คำกริยาแสดงสภาวะ / ไม่เหมือนกัน
「牛」跟「午」兩個字很像，但仍然是不一樣的字。
niú gēn wǔ liǎng ge zì hěn xiàng dàn réngrán shì bùyíyàng de zì
[牛] กับ [午] สองคำนี้คล้ายกันมาก แต่ก็ยังเป็นคนละคำกันอยู่ดี

20. 羨慕 xiànmù คำกริยา / อิจฉา
妹妹很羨慕姊姊事業上的成就。
mèimei hěn xiànmù jiějie shìyè shàng de chéngjiù
น้องสาวอิจฉาในความสำเร็จในธุรกิจของพี่สาว

21. 講 jiǎng คำกริยา / พูดคุย , สนทนา , บอก
楊老師會講中文、英文跟西班牙文。
yáng lǎoshī huì jiǎng zhōngwén yīngwén gēn xībānyáwén
อาจารย์หยางสามารถสนทนาได้ทั้งภาษาจีน ภาษาอังกฤษ และภาษาสเปน

22. 開心 kāixīn คำกริยาแสดงสภาวะ / ดีใจ , มีความสุข
一想到夢想要實現了，女孩就開心不已。
yì xiǎng dào mèngxiǎng yào shíxiàn le nǚhái jiù kāixīn bùyǐ
แค่คิดว่าความฝันกำลังจะกลายเป็นความจริงแล้ว เด็กสาวก็อดที่จะมีความสุขไม่ได้

副詞 (คำวิเศษณ์)

1. 隨時 suíshí คำวิเศษณ์ / ตลอดเวลา , ทุกเวลา
我家隨時歡迎你們再來玩！
wǒ jiā suíshí huānyíng nǐmen zàilái wán
ครอบครัวของฉันยินดีต้อนรับพวกคุณเสมอ

2. 最近 zuìjìn คำวิเศษณ์ / ช่วงนี้ , เร็วๆนี้
最近最熱門的話題是什麼？
zuìjìn zuì rèmén de huàtí shì shéme
หัวข้อที่กำลังเป็นที่นิยมที่สุดในช่วงนี้คืออะไร

3. 此時 cǐshí คำวิเศษณ์ / ในเวลาเดียวกัน , ในขณะเดียวกัน , ในขณะ
此時，父親正走進客廳，打算倒一杯茶來喝。
cǐshí fùqīn zhèng zǒu jìn kètīng dǎsuàn dào yì bēi chá lái hē
ในขณะนั้นคุณพ่อกำลังเดินเข้าไปที่ห้องรับแขก คิดที่จะเทน้ำชามาดื่ม

4. 這麼 zhème คำวิเศษณ์ / อย่างนี้ , ดังนั้น
幾年沒見，你已經長這麼大了！
jǐnián méi jiàn nǐ yǐjīng zhǎng zhème dà le
กี่ปีแล้วที่ไม่ได้พบกัน คุณโตขึ้นมากเลย!

嘆詞 (คำอุทาน)

1. 喂？ wéi คำอุทาน / ฮัลโหล? [ทางโทรศัพท์]
喂？請問你找誰？
wéi qǐngwèn nǐ zhǎo shéi
ฮัลโหล? ไม่ทราบว่าคุณต้องการพูดสายกับใคร

2. 唉呀 āiya คำอุทาน / โอ๊ะโอ , อุ๊บส์ (คำอุทาน) , โอ้
唉呀！我寫錯字了。
āiya wǒ xiě cuò zì le
โอ้! ฉันเขียนคำผิดแล้ว

3. 唉喲 āiyō คำอุทาน /ว้าว!
唉喲，你很聰明嘛！
āiyō nǐ hěn cōngmíng ma
ว้าว! คุณฉลาดมากเลย

套語 (สำนวน)

1. 沒關係 méiguānxi ไม่เป็นไร
艾婕：真對不起！我真的不是故意的！
龍媽：沒關係！
àijié zhēn duìbùqǐ wǒ zhēnde bú shì gùyì de lóngmā méiguānxi
อ้ายเจี๋ย : ต้องขอโทษจริงๆ ฉันไม่ได้ตั้งใจ
คุณแม่หลง : ไม่เป็นไร

2. 不講這個 bù jiǎng zhège ไม่พูดถึงเรื่องนี้แล้ว (เปลี่ยนเรื่องสนทนา)
你妹妹這樣也太胡塗了。不講這個，你覺得我新買的指甲油怎麼樣？
nǐ mèimei zhèyàng yě tài hútú le bù jiǎng zhège nǐ juéde wǒ xīn mǎi de zhǐjiǎyóu zěnmeyàng
แบบนี้น้องสาวของคุณก็แย่เลย ไม่พูดถึงเรื่องนี้แล้ว คุณคิดว่ายาทาเล็บที่ฉันซื้อมาใหม่เป็นอย่างไรบ้าง

3. 別賣關子了 bié mài guānzi le อย่ามัวแต่พูดอ้อมไปมา
你別賣關子了，快告訴我好不好？
nǐ bié mài guānzi le kuài gàosù wǒ hǎo bù hǎo
คุณอย่ามัวแต่พูดอ้อมไปมาเลย รีบบอกฉันมาดีกว่า

4. 真的假的 zhēnde jiǎde พูดจริงหรอ?
那個女明星要嫁到非洲去了？真的假的？
nàge nǚmíngxīng yào jià dào fēizhōu qù le zhēnde jiǎde
ดาราสาวคนนั้นจะแต่งงานไปอยู่ที่แอฟริกา? พูดจริงหรอ?

第五課

1. 連同……在內 liántóng zàinèi รวม (บางสิ่งหรือ บางคน) ในนี้
連同我們在內，總共有二十五個人要參加這次的旅行。
liántóng wǒmen zàinèi zǒnggòng yǒu èrshíwǔ ge rén yào cānjiā zhècì de lǚxíng
รวมพวกเราด้วยแล้ว ทั้งหมดรวมเป็นยี่สิบห้าคนที่ต้องการจะเข้าร่วมการเดินทางในครั้งนี้

名詞 (คำนาม)

1. 經理 jīnglǐ คำนาม / ผู้จัดการ
課長被經理狠狠地罵了一頓。
kèzhǎng bèi jīnglǐ hěnhěnde mà le yí dùn
หัวหน้าแผนก ถูกผู้จัดการดุอย่างรุนแรง

2. 客戶 kèhù คำนาม / ลูกค้า
無論如何都要以客戶的需求為第一優先。
wúlùn rúhé dōu yào yǐ kèhù de xūqiú wéi dìyī yōuxiān
ไม่ว่าอย่างไรก็ตาม ก็ต้องยึดความต้องการของลูกค้าเป็นลำดับแรก

3. 一點 yìdiǎn คำนาม / เล็กน้อย
我沒什麼才藝，只會彈一點鋼琴而已。
wǒ méishéme cáiyì zhǐ huì tán yìdiǎn gāngqín éryǐ
ฉันไม่ได้มีความสามารถพิเศษอะไรแค่สามารถเล่นเปียโนได้เล็กน้อยเท่านั้น

4. 午餐 wǔcān คำนาม / อาหารกลางวัน
在美國有許多人是不吃午餐的。
zài měiguó yǒu xǔduō rén shì bù chī wǔcān de
ผู้คนจำนวนมากในประเทศสหรัฐอเมริกาไม่ทานอาหารกลางวัน

5. 名片 míngpiàn คำนาม / นามบัตร
老闆跟客戶交換名片後，就開始閒聊了起來。
lǎobǎn gēn kèhù jiāohuàn míngpiàn hòu jiù kāishǐ xiánliáo le qǐlái
หลังจากที่เจ้านายแลกนามบัตรกับลูกค้าเรียบร้อยแล้วนั้น ก็ค่อยเริ่มพูดคุยสนทนากัน

6. 肚子 dùzi คำนาม / ท้อง
容易緊張的人也容易肚子痛。
róngyì jǐnzhāng de rén yě róngyì dùzi tòng
คนที่เครียดได้ง่าย ก็จะมีโอกาสปวดท้องได้ง่ายเช่นกัน

7. 餃子 jiǎozi คำนาม / เกี๊ยว
日本的餃子不合大多數臺灣人的口味。
rìběn de jiǎozi bù hé dàduōshù táiwān rénde kǒuwèi
เกี๊ยวญี่ปุ่นไม่ค่อยถูกปากคนไต้หวันส่วนใหญ่

8. 豆腐 dòufǔ คำนาม / เต้าหู้
豆腐是很健康的食品。
dòufǔ shì hěn jiànkāng de shípǐn
เต้าหู้เป็นอาหารที่ดีต่อสุขภาพ

9. 盤 pán คำนาม / จาน
我要一盤燙青菜。
wǒ yào yì pán tàng qīngcài
ฉันอยากได้ผักลวกหนึ่งจาน
粗心的服務生又打破了一個盤子。
cūxīn de fúwùshēng yòu dǎpò le yí ge pánzi
พนักงานไม่ระมัดระวัง ทำจานแตกอีกแล้ว

10. 螞蟻 mǎyǐ คำนาม / มด
螞蟻是一種很團結的動物。
mǎyǐ shì yì zhǒng hěn tuánjié de dòngwù
มดเป็นสัตว์ชนิดหนึ่งที่มีความสามัคคีกันเป็นอย่างมาก

11. 樹 shù คำนาม / ต้นไม้
公園裡有許多不同種類的樹。
gōngyuán lǐ yǒu xǔduō bùtóng zhǒnglèi de shù
ในสวนมีต้นไม้มากมายหลากหลายชนิด
櫻花是開在樹上的。
yīnghuā shì kāi zài shù shàng de
ดอกซากุระบานอยู่บนต้นไม้

12. 紅燒 hóngshāo คำนาม / อาหารประเภทตุ๋นน้ำแดง
我最喜歡吃媽媽做的紅燒蹄膀。
wǒ zuì xǐhuān chī māma zuò de hóngshāotípáng
ฉันชอบทานหมูตุ๋นน้ำแดง ที่แม่ฉันทำมากที่สุด

13. 獅子 shīzi คำนาม / สิงโต
獅子是百獸之王。
shīzi shì bǎishòu zhī wáng.
สิงโตเป็นเจ้าป่า

14. 頭 tóu คำนาม / หัว , ศีรษะ
冷氣吹太久的話，很容易頭痛。
lěngqì chuī tài jiǔ dehuà hěn róngyì tóu tòng
ถ้าโดนเครื่องปรับอากาศเป่านานเกินไป ก็จะทำให้ปวดหัวได้ง่าย

15. 絞肉 jiǎoròu คำนาม / เนื้อสับ
水餃裡面包著絞肉跟高麗菜。
shuǐjiǎo lǐmiàn bāo zhe jiǎoròu gēn gāolìcài
ข้างในของเกี๊ยวประกอบด้วยเนื้อสับและกะหล่ำปลี

16. 冬粉 dōngfěn คำนาม / วุ้นเส้น
冬粉又叫粉絲，是一種用綠豆做的麵條狀食品。
dōngfěn yòu jiào fěnsī shì yì zhǒng yònglǜdòu zuò de miàntiáo zhuàng shípǐn
冬粉 หรือเรียกว่า 粉絲 เป็นอาหารประเภทเส้นที่ทำจากถั่วเขียว

17. 豬肉 zhūròu คำนาม / เนื้อหมู
信仰伊斯蘭教的穆斯林是不吃豬肉的。
xìnyǎng yīsīlánjiào de mùsīlín shì bù chī zhūròu de
ชาวมุสลิมในศาสนาอิสลามจะไม่ทานเนื้อหมู

18. 丸子 wánzi คำนาม / ลูกชิ้น
用豬肉做的丸子叫貢丸，用魚肉做的丸子叫魚丸。
yòng zhūròu zuò de wánzi jiào gòngwán yòng yúròu zuò de wánzi jiào yúwán
ลูกชิ้นที่ใช้เนื้อหมูทำ จะเรียกว่ากุ้งหวาน แต่ถ้าลูกชิ้นที่ใช้เนื้อปลามาทำจะเรียกว่า หยูหวาน

19. 鳳梨 fènglí คำนาม / สับปะรด
日本沖繩縣盛產鳳梨。
rìběn chōngshéng xiàn shèngchǎn fènglí
จังหวัดโอกินาวาในประเทศญี่ปุ่นอุดมไปด้วยสับปะรด

20. 蝦 xiā คำนาม / กุ้ง
蝦往往是泰國菜的主角。
xiā wǎngwǎng shì tàiguó cài de zhǔjiǎo
กุ้งมักจะเป็นส่วนประกอบหลักของอาหารไทย

21. 宮保 gōngbǎo คำนาม / ซอสกงเป่า
宮保雞丁是著名的中國佳餚。
gōngbǎo jīdīng shì zhùmíng de zhōngguó jiāyáo
ไก่ผัดซอสกงเป่าเป็นอาหารจีนที่มีชื่อเสียง

22. 高麗菜 gāolìcài คำนาม / กะหล่ำปลี
學妹除了高麗菜以外，其他青菜都不吃。
xuémèi chú le gāolìcài yǐwài qítā qīngcài dōu bù chī
นอกจากกะหล่ำปลีแล้ว รุ่นน้องผู้หญิงคนนี้ ก็ไม่ทานผักอย่างอื่นเลย

23. 酸菜 suāncài คำนาม / ผักดอง
劉阿姨做的酸菜特別下飯。
liú āyí zuò de suāncài tèbié xiàfàn
ผักดองที่อาอี๋หลิวทำเหมาะที่จะทานกับข้าวมาก

24. 白肉 báiròu คำนาม / หมูเนื้อขาว
姊姊做的蒜泥白肉非常美味可口。
jiějie zuò de suànní báiròu fēicháng měiwèi kěkǒu
เนื้อหมูผัดกระเทียมที่พี่สาวทำรสชาติอร่อยถูกปาก

25. 鍋 guō คำนาม / หม้อ
冬天吃麻辣鍋真的很過癮！
dōngtiān chī málà guō zhēnde hěn guòyǐn
ได้ทานซุปหมาล่าเผ็ดในช่วงหน้าหนาว มันจะยอดเยี่ยมมาก

26. 碗 wǎn คำนาม / ชาม
東方多用碗裝湯，西方多用盤子裝湯。
dōngfāng duō yòng wǎn zhuāng tāng xīfāng duō yòng pánzi zhuāng tāng
ภาคตะวันออกมักใช้ชามใส่ซุป ทางภาคตะวันตกมักใช้จานใส่ซุป

27. 白飯 báifàn คำนาม / ข้าวขาว
白飯不如糙米飯健康。
báifàn bùrú cāomǐfàn jiànkāng
ข้าวขาวมีประโยชน์สู้ข้าวกล้องไม่ได้

28. 熱情 rèqíng
คำนาม / อบอุ่น , กระตือรือร้น
一般來說，鄉下人比城市人熱情。
yìbān láishuō xiāngxià rén bǐ chéngshì rén rèqíng
โดยปกติแล้ว คนต่างจังหวัดจะมีความกระตือรือร้นมากกว่าคนในเมือง

29. 機會 jīhuì คำนาม / โอกาส
有機會我一定會去拜訪您的。
yǒu jīhuì wǒ yídìng huì qù bàifǎng nín de
ถ้าฉันมีโอกาสฉันจะต้องไปเยี่ยมคุณแน่

動詞與靜態動詞 (คำกริยา และ คำกริยาแสดงสภาวะ)

1. 請 qǐng คำกริยา / เชิญ , ร้องขอ , ขอ
老師請傑克翻譯一小段文章。
lǎoshī qǐng jiékè fānyì yì xiǎo duàn wénzhāng
อาจารย์ขอให้แจ็คช่วยแปลบทความสั้นๆบทหนึ่ง

2. 負責 fùzé คำกริยา / รับผิดชอบ
這位先生負責這次研討會的場地布置。
zhèwèi xiānshēng fùzé zhècì yántǎohuì de chǎngdì bùzhì
สุภาพบุรุษท่านนี้เป็นผู้รับผิดชอบดูแลการเตรียมสถานที่สำหรับการสัมมนาในครั้งนี้

3. 接待 jiēdài คำกริยา / ต้อนรับ
子芸一家熱情接待這位從日本來的新朋友。
zǐyún yìjiā rèqíng jiēdài zhèwèi cóng rìběn lái de xīn péngyǒu
ครอบครัวของจื่อหวินต้อนรับเพื่อนใหม่ที่มาจากประเทศญี่ปุ่นคนนี้อย่างอบอุ่น

4. 簡單 jiǎndān คำกริยา / เรียบง่าย , ง่าย
線性代數比微積分簡單多了。
xiànxìng dàishù bǐ wéijīfēn jiǎndān duō le
พีชคณิตเชิงเส้นง่ายกว่าแคลคูลัสมากเลย

5. 跟……約好 gēn yuēhǎo คำกริยา / นัดกับ....เรียบร้อยแล้ว

喬峰跟段正淳約好半夜在橋頭見面。
qiáofēng gēn duànzhèngchún yuēhǎo bànyè zài qiáotóu jiànmiàn
เฉียวเฟิงนัดกับต้วนเจิ้งฉุนเรียบร้อยแล้ว ให้พบกันที่สะพานตอนเที่ยงคืน

6. 餓 è คำกริยาแสดงสภาวะ / หิว
這麼久沒餵飼料，小狗一定餓了吧！
zhème jiǔ méi wèi sìliào xiǎogǒu yídìng èle ba
ตั้งนานแล้วไม่ได้ให้อาหารมันเลย เจ้าหมาน้อยคงจะต้องหิวแล้วล่ะ

7. 了解 liǎojiě คำกริยา / เข้าใจ , รู้จัก , คุ้นเคย
沒有人能夠完全了解別人。
méiyǒu rén nénggòu wánquán liǎojiě biérén
ไม่มีใครที่จะสามารถรู้และเข้าใจคนอื่นได้ทั้งหมด

8. 道地 dàodì คำกริยาแสดงสภาวะ / โดยแท้จริง , แท้จริง
這家俄國餐廳的菜有著道地的俄國風味。
zhè jiā èguó cāntīng de cài yǒu zhe dàodì de èguó fēngwèi
อาหารของร้านอาหารรัสเซียร้านนี้ มีรสชาติของรัสเซียแท้ๆ

9. 合……（的）胃口 hé (de) wèikǒu
คำกริยาแสดงสภาวะ / (อาหาร)ถูกปาก
日本料理很合我的胃口。
rìběn liàolǐ hěn hé wǒ de wèikǒu
อาหารญี่ปุ่นถูกปากฉันมาก

10. 炒 chǎo คำกริยา / ผัด
青菜剛炒好的時候最好吃。
qīngcài gāng chǎo hǎo de shíhòu zuì hǎochī
ผัดผักที่เพิ่งผัดเสร็จใหม่ๆอร่อยที่สุด

11. 嚇（……）一跳 xià yítiào คำกริยา / ทำให้ตกใจ , ประหลาดใจ
看到榜單時我嚇了一跳。
kàndào bǎngdān shí wǒ xià le yítiào
เมื่อตอนที่ฉันเห็นรายการนั้นฉันตกใจมาก
林同學突然跑出來，嚇了我一大跳。
lín tóngxué túrán pǎo chūlái xià le wǒ yídà tiào
เพื่อนหลินอยู่ๆก็วิ่งออกมา ทำให้ฉันตกใจหมดเลย

12. 敢 gǎn คำกริยา / กล้า , โอเคที่จะ
我晚上不敢一個人上廁所。
wǒ wǎnshàng bù gǎn yí ge rén shàngcèsuǒ
ตอนกลางคืนฉันไม่กล้าไปเข้าห้องน้ำคนเดียว
你敢吃蝸牛嗎？
nǐ gǎn chī guāniú ma
คุณกล้าทานหอยทากไหม

13. 飽 bǎo คำกริยาแสดงสภาวะ / อิ่ม
每次吃自助餐都會不小心吃得太飽。
měicì chī zìzhùcān dōu huì bùxiǎoxīn chī de tài bǎo
ทุกครั้งที่กินบุฟเฟ่ต์ก็จะไม่ทันระวังตัวกินจนอิ่มเกินไป

14. 點 diǎn คำกริยา / สั่งอาหาร
他們夫妻兩人只點了三道菜。
tāmen fūqī liǎngrén zhǐ diǎn le sān dào cài
พวกเขาสองสามีภรรยา สั่งอาหารแค่สามอย่างเท่านั้น

15. 稍等 shāoděng คำกริยา / รอซักครู่
請稍等一分鐘，我們馬上為您處理。
qǐng shāoděng yì fēnzhōng wǒmen mǎshàng wèi nín chǔlǐ
กรุณารอซักครู่ พวกเราจะรีบจัดการให้คุณ

16. 吃不下 chībúxià คำกริยาแสดงสภาวะ / กินไม่ไหวแล้ว
最後一塊麵包給他吃吧，我已經吃不下了。
zuìhòu yí kuài miànbāo gěi tā chī ba wǒ yǐjīng chībúxià le
ขนมปังชิ้นสุดท้ายให้เขากินเถอะ ฉันกินไม่ไหวแล้ว

17. 招待 zhāodài คำกริยา / ต้อนรับ , การรับรองแขก
我打算買一大盒餅乾來招待他們。
wǒ dǎsuàn mǎi yí dà hé bǐnggān lái zhāodài tāmen
ฉันตั้งใจว่าจะซื้อคุกกี้กล่องใหญ่มาต้อนรับพวกเขา

公司招待小王一家人到夏威夷去旅遊。
gōngsī zhāodài xiǎowáng yìjiārén dào xiàwēiyí qù lǚyóu
บริษัทต้อนรับครอบครัวของเสี่ยวหวัง ด้วยการพาพวกเขาไปเที่ยวที่ฮาวาย

18. 請……吃飯 qǐng chīfàn คำกริยาแสดงสภาวะ / เชิญรับประทานอาหาร
為了感謝老師的辛勤指導，我們決定請老師吃飯。
wèile gǎnxiè lǎoshī de xīnqín zhǐdǎo wǒmen juédìng qǐng lǎoshī chīfàn
เพื่อเป็นการขอบคุณอาจารย์ที่ให้คำแนะนำต่างๆมากมาย พวกเราจึงตัดสินใจที่จะเชิญอาจารย์ไปรับประทานอาหาร

19. 認識 rènshì คำกริยา / รู้จัก , คุ้นเคย
小劉是我剛認識的朋友。
xiǎoliú shì wǒ gāng rènshì de péngyǒu
เสี่ยวหลิวเป็นเพื่อนที่ฉันเพิ่งรู้จัก
學長帶大一新生認識一下新環境。
xuézhǎng dài dàyī xīnshēng rènshì yíxià xīnhuánjìng
ผู้อำนวยการพานักศึกษาใหม่ชั้นปีที่หนึ่งไปทำความคุ้นเคยกับสภาพแวดล้อมใหม่

20. 覺得 juéde คำกริยา / คิดว่า , รู้สึกว่า
這種天氣，誰都會覺得熱。
zhèzhǒng tiānqì shéi dōu huì juéde rè
สภาพอากาศแบบนี้ ใครๆก็รู้สึกร้อน
我覺得你說的有道理。
wǒ juéde nǐ shuō de yǒu dàolǐ
ฉันคิดว่าสิ่งที่เธอพูดก็มีเหตุผล

副詞 (คำวิเศษณ์)

1. 平常 píngcháng คำวิเศษณ์ / โดยปกติ
哥哥平常就有做運動的習慣，要搬這些東西並不困難。
gēge píngcháng jiù yǒu zuò yùndòng de xíguàn yào bān zhèxiē dōngxī bìng bú kùnnán
ปกติพี่ชายของฉันก็ออกกำลังกายเป็นประจำอยู่แล้ว ไม่ใช่เรื่องยากที่จะย้ายของเหล่านี้

2. 特地 tèdì คำวิเศษณ์ / พิเศษ
這是我朋友特地到德國買來送我的禮物。
zhè shì wǒ péngyǒu tèdì dào déguó mǎi lái sòng wǒ de lǐwù
นี่เป็นของขวัญที่เพื่อนของฉันตั้งใจซื้อมาให้เป็นพิเศษจากประเทศเยอรมัน

3. 下次 xiàcì คำวิเศษณ์ / ครั้งหน้า , ครั้งต่อไป
下次見！
xiàcì jiàn
ครั้งหน้าพบกันใหม่
下次要記得帶購物袋喔！
xiàcì yào jìde dài gòuwùdài o
ครั้งหน้าอย่าลืมนำถุงช้อปปิ้งมาด้วยนะ

4. 四處 sìchù คำวิเศษณ์ / รอบๆ , แถวๆ
你要小心，這裡四處都是可疑人物。
nǐ yào xiǎoxīn zhèlǐ sìchù dōu shì kěyí rénwù
คุณต้องระมัดระวังหน่อย แถวๆนี้มีแต่คนที่ไม่น่าไว้ใจ

量詞 (ลักษณนาม)

1. 頓 dùn ลักษณนาม / ลักษณนามของมื้ออาหาร
他過著三餐有一頓沒一頓的生活。
tā guò zhe sāncān yǒu yí dùn méi yí dùnde shēnghuó
ชีวิตของเขาอดมื้อกินมื้อมาโดยตลอด

套語 (สำนวน)

1. 敝姓…… bì xìng นามสกุล(แซ่)ของฉันคือ.....
您好，敝姓日向，我是日本人，這是我的名片！
nínhǎo bì xìng rìxiàng wǒ shì rìběn rén zhè shì wǒ de míngpiàn
สวัสดี ฉันชื่อฮินาตะ ฉันเป็นคนญี่ปุ่น นี่เป็นนามบัตรของฉัน

2. 初次見面 chūcì jiànmiàn พบกันครั้งแรก
您好，初次見面，不知道您怎麼稱呼？
nínhǎo chūcì jiànmiàn bùzhīdào nín zěnme chēnghū
สวัสดี (ครับ/ค่ะ) พบกันครั้งแรก ไม่ทราบว่าจะให้เรียกคุณว่าอย่างไรดี

3. 多多指教 duōduō zhǐjiào ช่วยแนะนำด้วย
大家好，我是各位的新老師，敝姓許。以後請各位多多指教了！
dàjiāhǎo wǒ shì gèwèi de xīn lǎoshī bì xìng xǔ yǐhòu qǐng gèwèi duōduōzhǐjiào le
สวัสดีทุกคน ฉันเป็นอาจารย์คนใหม่ของพวกคุณ ฉันชื่อสู ต่อไปขอให้พวกคุณช่วยแนะนำด้วยนะ

第六課

1. 難怪 nánguài มินำล่ะ , ไม่น่าสงสัย , ไม่น่าแปลกใจ
他從小在臺灣長大，難怪中文說得這麼好。
tā cóng xiǎo zài táiwān zhǎngdà nánguài zhōngwén shuō de zhème hǎo
เขาโตที่ประเทศไต้หวัน ไม่น่าแปลกใจเลย ที่เขาพูดภาษาจีนได้ดีขนาดนี้

名詞 (คำนาม)

1. 週末 zhōumò คำนาม / สุดสัปดาห์
週末指的是禮拜六跟禮拜日兩天。
zhōumò zhǐ de shì lǐbàiliù gēn lǐbàirì liǎng tiān
สุดสัปดาห์หมายถึงวันเสาร์และวันอาทิตย์สองวันนี้

2. 假期 jiàqí คำนาม / วันหยุดพักผ่อน
為了趕報告，這個假期恐怕沒辦法出去玩了。
wèile gǎn bàogào zhège jiàqí kǒngpà méibànfǎ chūqù wán le
เพื่อที่จะรีบทำรายงานให้เสร็จ ช่วงวันหยุดนี้ คงจะไปเที่ยวไม่ได้แล้ว

3. 九份 jiǔfèn วิสามานยนาม / "จิ่วเฟิ่น"สถานที่ท่องเที่ยงแห่งหนึ่ง เมืองโบราณทางตะวันออกเฉียงเหนือของไต้หวัน
芋圓、魚丸跟黃金都是九份的名產。
yùyuán yúwán gēn huángjīn dōu shì jiǔfèn de míngchǎn
บัวลอยเผือก , ลูกชิ้นปลาและทองคำ ล้วนเป็นผลิตภัณฑ์ที่มีชื่อเสียงของเมืองจิ่วเฟิ่น

4. 住處 zhùchù คำนาม/ ที่อยู่อาศัย
請填入您的住處地址以及電話。
qǐng tiánrù nín de zhùchù dìzhǐ yǐjí diànhuà
กรุณากรอกที่อยู่ของคุณพร้อมทั้งหมายเลขโทรศัพท์

5. 聲音 shēngyīn คำนาม / เสียง
車子引擎發出奇怪的聲音。
chēzi yǐnqíng fāchū qíguài de shēngyīn
เครื่องยนต์ของรถมีเสียงดังแปลกๆ
歌手的聲音很柔、很細，聽起來非常舒服。
gēshǒu de shēngyīn hěn róu hěn xì tīngqǐlái fēicháng shūfú
เสียงของนักร้องทั้งนุ่มนวลและไพเราะ ฟังแล้วรู้สึกสบายมากเลย

6. 禮拜六 lǐbàiliù คำนาม / วันเสาร์
一個禮拜有七天：禮拜日、禮拜一、禮拜二、禮拜三、禮拜四、禮拜五、禮拜六。一個禮拜也可以說成一個星期，包含星期日、星期一、星期二、星期三、星期四、星期五、星期六。禮拜日、星期日又叫禮拜天、星期天。
yí ge lǐbài yǒu qī tiān lǐbàirì lǐbàiyī lǐbàièr lǐbàisān lǐbàisì lǐbàiwǔ lǐbàiliù yí ge lǐbài yě kěyǐ shuō chéng yí ge xīngqí bāohán xīngqírì xīngqíyī xīngqíèr xīngqísān xīngqísì xīngqíwǔ xīngqíliù lǐbàirì xīngqírì yòu jiào lǐbàitiān xīngqítiān
หนึ่งสัปดาห์มีเจ็ดวัน : วันอาทิตย์ , วันจันทร์ , วันอังคาร , วันพุธ , วันพฤหัสบดี , วันศุกร์ , วันเสาร์

คำว่า 禮拜 และ คำว่า 星期 ใช้ได้ในความหมายเดียวกัน 星期日 เรียกอีกอย่างหนึ่งว่า 禮拜天、星期天

7. 縣 xiàn คำนาม / เขต
阿里山在嘉義縣。
ālǐshān zài jiāyì xiàn
อุทยานแห่งชาติอาลีซานอยู่ในเขตเมืองเจียอี้

8. 鎮 zhèn คำนาม / ตัวเมือง
我的老家在桃園縣楊梅鎮。
wǒ de lǎojiā zài táoyuán xiàn yángméi zhèn
บ้านเกิดของฉันอยู่ที่เมืองหยางเม่ยในเขตเถาหยวน

9. 懷舊氣氛 huáijiù qìfēn คำนาม / บรรยากาศย้อนยุค
這棟木造小茶樓洋溢著濃濃的懷舊氣氛。
zhè dòng mùzào xiǎo chálóu yángyì zhe nóngnóng de huáijiù qìfēn
ร้านชาเล็กๆที่สร้างด้วยไม้แห่งนี้ อบอวลไปด้วยบรรยากาศแบบย้อนยุค

10. 觀光景點 guānguāng jǐngdiǎn คำนาม / แหล่งท่องเที่ยว
位於南投縣的日月潭是人人必去的觀光景點。
wèiyú nántóu xiàn de rìyuètán shì rénrén bìqù de guānguāng jǐngdiǎn
ทะเลสาบสุริยันจันทราที่อยู่ในเขตหนานโถวนั้นเป็นสถานที่ท่องเที่ยวที่ทุกคนต้องไป

11. 門口 ménkǒu คำนาม / ทางเข้า , ปากประตู
小朋友在門口撿到十塊錢。
xiǎopéngyǒu zài ménkǒu jiǎn dào shí kuàiqián
เด็กน้อยคนนั้นเก็บเงินสิบหยวนได้ที่หน้าทางเข้า

12. 火車站 huǒchē zhàn คำนาม / สถานีรถไฟ
這家百貨公司離火車站很近。
zhè jiā bǎihuò gōngsī lí huǒchē zhàn hěn jìn
ห้างสรรพสินค้าแห่งนี้ อยู่ใกล้กับสถานีรถไฟมาก

13. 接駁公車 jiēbó gōngchē คำนาม / รถรับส่ง
你可以在市政府站下車，再坐接駁公車到世貿一館。
nǐ kěyǐ zài shìzhèngfǔ zhàn xiàchē zài zuò jiēbó gōngchē dào shìmào yī guǎn
คุณสามารถไปลงรถที่สถานี Taipei City Hall แล้วก็นั่งรถรับส่งต่อไปยังอาคาร Taipei World Trade Center 1 ได้

14. 樓梯 lóutī คำนาม / บันได
多爬樓梯有益身心健康。
duō pá lóutī yǒuyì shēnxīn jiànkāng
ขึ้นลงบันไดบ่อยๆเป็นประโยชน์ต่อทั้งสุขภาพกายและใจ

15. 茶館 cháguǎn คำนาม / โรงน้ำชา
貓空以茶館聞名全臺灣。
māokōng yǐ cháguǎn wénmíng quán táiwān
หมู่บ้านเมาคง เป็นหมู่บ้านที่มีชื่อเสียงเรื่องโรงน้ำชาของประเทศไต้หวัน

16. 芋圓 yùyuán คำนาม / บัวลอยเผือก
臺灣人多半用臺語稱呼芋圓。
táiwān rén duōbàn yòng táiyǔ chēnghū yùyuán
ชาวไต้หวันส่วนใหญ่ใช้ภาษาไต้หวันในการเรียกบัวลอยเผือก

17. 魚丸湯 yúwán tāng คำนาม / ซุปลูกชิ้นปลา
淡水的魚丸湯味道也非常鮮美。
dànshuǐ de yúwán tāng wèidào yěfēicháng xiānměi
รสชาติของซุปลูกชิ้นปลาของตั้นสุ่ยก็อร่อยมาก

18. 背 bèi คำนาม / หลัง
小美一直暗戀著那個坐在她背後的男孩。
xiǎoměi yìzhí ànliàn zhe nà ge zuò zài tā bèi hòu de nánhái
เสียวเม่ยแอบรักผู้ชายคนที่นั่งอยู่ข้างหลังของเธอมาตลอด

19. 餐巾紙 cānjīn zhǐ คำนาม / กระดาษทิชชู
森川拿了兩張餐巾紙擦嘴巴。
sēnchuān ná le liǎng zhāng cānjīn zhǐ cā zuǐbā
เสินชวนหยิบกระดาษทิชชูสองแผ่นมาเช็ดปาก

20. 紀念品 jìniànpǐn คำนาม / ของที่ระลึก
難得到狄士尼樂園去玩，卻忘記買紀念品，真可惜！
nándé dào díshìní lèyuán qù wán què wàngjì mǎi jìniànpǐn zhēn kěxí
กว่าจะได้ไปเที่ยวที่ดิสนีย์แลนด์ แต่กลับลืมซื้อของที่ระลึก น่าเสียดายจริงๆ

21. 黃金 huángjīn คำนาม / ทองคำ
媽媽的戒指是黃金打造的。
māma de jièzhǐ shì huángjīn dǎzào de
แหวนของคุณแม่ทำมาจากทองคำ

22. 小倆口 xiǎoliǎngkǒu คำนาม / คู่ครอง , คู่สามีภรรยา , คู่รัก
我們先走吧，不要妨礙他們小倆口談情說愛了。
wǒmen xiān zǒu ba bú yào fángài tāmen xiǎoliǎngkǒu tánqíngshuōài le
พวกเราไปก่อนดีกว่า อย่าไปขัดขวางคู่รักเขาจะแสดงความรักกันเลย

23. 黃昏 huánghūn คำนาม / ค่ำ , พลบค่ำ
古代的婚禮都在黃昏舉行。
gǔdài de hūnlǐ dōu zài huánghūn jǔxíng
งานแต่งงานสมัยก่อนจะจัดกันในตอนค่ำ

24. 夕陽 xìyáng คำนาม / พระอาทิตย์ตก
天上又大又紅的夕陽異常美麗。
tiān shàng yòu dà yòu hóng de xìyáng yìcháng měilì
พระอาทิตย์ที่กำลังจะตกที่อยู่ตรงขอบฟ้านั้นทั้งใหญ่ทั้งแดงสวยงามแปลกตา

25. 刻 kè คำนาม / ช่วงเวลา
這一刻，我什麼都明白了。原來他所做的這一切，全是為了我。
zhè yí kè wǒ shéme dōu míngbái le yuánlái tā suǒ zuò de zhè yíqiè quán shì wèile wǒ
ในตอนนี้ ฉันเข้าใจทุกอย่างแล้ว จริงๆแล้วที่เขาทำมาทั้งหมดก็เพื่อฉัน

26. 淡水 dànshuǐ วิสามานยนาม / "ตั้นสุ่ย"สถานที่ท่องเที่ยวแห่งหนึ่งทางภาคตะวันตกเฉียงเหนือของไต้หวัน
淡水的漁人碼頭是傳說中的約會聖地。
dànshuǐ de yúrén mǎtóu shì chuánshuō zhōng de yuēhuì shèngdì
ท่าเทียบเรือประมงตั้นสุ่ย เป็นอนุสรณ์ความรักในตำนาน

動詞與靜態動詞 (คำกริยา และ คำกริยาแสดงสภาวะ)

1. 利用 lìyòng คำกริยา / ใช้ประโยชน์
我想利用這次機會向所有幫過我的人說聲謝謝。
wǒ xiǎng lìyòng zhè cì jīhuì xiàng suǒyǒu bāng guò wǒ de rén shuō shēng xièxie
ฉันอยากจะขอใช้โอกาสในครั้งนี้ กล่าวขอบคุณทุกคนที่เคยช่วยเหลือฉันมา

2. 無話不談 wúhuà bùtán คำกริยาแสดงสภาวะ / เข้ากันได้ดี , พูดได้ทุกเรื่อง
隔壁的老爺爺跟我總是無話不談，感情十分融洽。
gébì de lǎo yéye gēn wǒ zǒngshì wúhuàbùtán gǎnqíng shífēn róngqià
ฉันกับคุณปู่ที่อยู่ห้องข้างๆ เราพูดคุยกันได้ทุกเรื่อง รู้สึกสนิทสนมกันมาก

3. 認得出 rèn de chū คำกริยา / ดูออก , มองออก , รู้จัก , รู้
漸漸地，我已經能認得出班上每個孩子的長相。
jiànjiàn de wǒ yǐjīng néng rèn de chū bānshàng měi ge háizi de zhǎngxiàng
ฉันค่อยๆเริ่มที่จะจำลักษณะของเด็กแต่ละคนในชั้นเรียนได้แล้ว

4. 見面 jiànmiàn คำกริยา / พบ , พบหน้า , พบเจอ
五年後，兩人終於又見面了。
wǔ nián hòu liǎng rén zhōngyú yòu jiànmiàn le
หลังจากผ่านไปห้าปี ในที่สุดทั้งสองก็ได้พบหน้ากันอีกครั้ง

5. 遲到 chídào คำกริยา / มาสาย
上課不准遲到！
shàngkè bùzhǔn chídào
ไม่อนุญาตให้เข้าห้องเรียนสาย

6. 介意 jièyì คำกริยา / ถือสา
先生，不好意思，請問你介不介意我抽菸？
xiānshēng bùhǎo yìsi qǐngwèn nǐ jiè bú jièyì wǒ chōuyān
คุณคะ ขอโทษนะคะ ไม่ทราบว่าคุณถือสาหรือไม่ที่ฉันจะสูบบุหรี่

7. 出發 chūfā คำกริยา / ออกเดินทาง
蘇珊一大早從洛杉磯出發，預計晚上八點抵達臺北。
sūshān yídàzǎo cóng luòshānjī chūfā yùjì wǎnshàng bā diǎn dǐdá táiběi
ซูซานออกเดินทางจากลอสแอนเจลิสตั้งแต่เช้า คาดว่าจะมาถึงเมืองไทเปประมาณสองทุ่ม

8. 抵達 dǐdá คำกริยา / มาถึง
羅伯明天才會抵達洛杉磯，與蘇珊擦身而過。
luóbó míngtiān cái huì dǐdá luòshānjī yǔ sūshān cāshēnérguò
พรุ่งนี้โรเบิร์ตถึงจะเดินทางมาถึงลอสแอนเจลิส แต่ก็คลาดกันกับซูซาน

9. 特別 tèbié คำกริยาแสดงสภาวะ/ พิเศษ
在冰窖喝伏特加果然是個很特別的體驗。
zài bīngjiào hē fútèjiā guǒrán shì ge hěn tèbié de tǐyàn
ดื่มวอดก้าในห้องน้ำแข็ง เป็นประสบการณ์หนึ่งที่พิเศษมากเลยทีเดียว

10. 有名 yǒumíng คำกริยาแสดงสภาวะ / มีชื่อเสียง
這家餐廳究竟有不有名啊？
zhè jiā cāntīng jiùjìng yǒu bù yǒumíng a
จริงๆแล้วร้านอาหารร้านนี้มีชื่อเสียงหรือไม่

11. 答對 dáduì คำกริยา / ตอบถูก
考試太難了，我答對的題目不到一半。
kǎoshì tài nán le wǒ dáduì de tímù bú dào yíbàn
ข้อสอบยากมากเลย ฉันตอบถูกยังไม่ถึงครึ่งเลย

12. 燙 tàng คำกริยาแสดงสภาวะ / ร้อน (อาหาร) , ลวก
剛煮好的咖啡很燙，小心燙嘴！
gāng zhǔ hǎo de kāfēi hěn tàng xiǎoxīn tàng zuǐ
กาแฟเพิ่งชงเสร็จร้อนมาก ต้องระวังลวกปาก

13. 新鮮 xīnxiān คำกริยาแสดงสภาวะ / สด ใหม่ (อาหาร)
生魚片要好吃，新鮮是關鍵。
shēngyúpiàn yào hǎochī xīnxiān shì guānjiàn
ซาซิมิจะอร่อย สำคัญอยู่ที่ความสดใหม่

14. 慢 màn คำกริยาแสดงสภาวะ / ช้า
生活步調慢一點，心情自然會變好，身體也會比較健康。
shēnghuó bùdiào màn yìdiǎn xīnqíng zìrán huì biàn hǎo shēntǐ yě huì bǐjiào jiànkāng
ปรับการดำเนินชีวิตให้ช้าลงหน่อย สภาพจิตใจก็จะค่อยๆดีขึ้น สุขภาพร่างกายก็จะแข็งแรง

15. 嗆 qiàng คำกริยา / สำลัก
喝水喝太快很容易嗆到。
hē shuǐ hē tài kuài hěn róngyì qiàng dào
ดื่มน้ำเร็วเกินไปก็จะสำลักได้ง่าย

16. 拍 pāi คำกริยา / ตบเบาๆ ลูบ(หลัง)
爸爸拍了我的肩膀一下，要我振作起來。
bàba pāi le wǒ de jiānbǎng yíxià yào wǒ zhènzuò qǐlái
คุณพ่อตบไหล่ของฉันเบาๆ อยากจะให้ฉันร่าเริงขึ้น

17. 體貼 tǐtiē คำกริยาแสดงสภาวะ/ รอบคอบ , เป็นห่วง , เอาอกเอาใจ
幸好我有一個體貼我、照顧我的好太太。
xìnghǎo wǒ yǒu yí ge tǐtiē wǒ zhàogù wǒde hǎo tàitai
ฉันโชคดีที่มีภรรยาที่ดีคอยเป็นห่วงและดูแลฉัน

18. 遞 dì คำกริยา / ส่ง....ให้
方便把胡椒鹽遞給我嗎？謝謝！
fāngbiàn bǎ hújiāoyán dì gěi wǒ ma xièxie
ช่วย(สะดวก)ส่งพริกไทยมาให้ฉันหน่อยได้ไหม? ขอบคุณ (ครับ/ค่ะ)

19. 可愛 kěài คำกริยาแสดงสภาวะ / น่ารัก
表姊剛出生的小兒子長得好可愛喔！
biǎojiě gāng chūshēng de xiǎo érzi zhǎngde hǎo kěài o
ลูกชายที่เพิ่งเกิดของลูกพี่ลูกน้องของฉันน่ารักมากเลย

20. 出產 chūchǎn　คำกริยา / ผลิต
臺灣出產的香蕉又便宜又好吃。
táiwān chūchǎn de xiāngjiāo yòu piányí yòu hǎochī
กล้วยที่เป็นผลผลิตของประเทศไต้หวัน ทั้งถูกทั้งอร่อย

21. 繁榮 fánróng　คำกริยาแสดงสภาวะ / ความเจริญรุ่งเรือง
時至今日，古城的繁榮景象已不復存在。
shízhìjīnrì gǔchéng de fánróng jǐngxiàng yǐ búfùcúnzài
จนถึงวันนี้ ความเจริญรุ่งเรืองของเมืองโบราณไม่มีหลงเหลืออยู่แล้ว

22. 挖 wā　คำกริยา / ขุด
我一大清早就被機器在馬路上挖洞的聲音吵醒。
wǒ yídàqīngzǎo jiù bèi jīqì zài mǎlù shàng wā dòng de shēngyīn chǎo xǐng
ฉันถูกเสียงดังของเครื่องจักรที่ขุดท่ออยู่บนถนนปลุกตั้งแต่เช้า

23. 沒落 mòluò　คำกริยา / เสื่อมโทรม
十九世紀末，清朝開始沒落，走向衰亡。
shíjiǔ shìjì mò qīngcháo kāishǐ mòluò zǒu xiàng shuāiwáng
ปลายศตวรรษที่ 19 ราชวงศ์ชิงเริ่มเสื่อมโทรมลงและล่มสลาย

24. 變成 biànchéng　คำกริยา / กลายเป็น
巫婆的魔法讓王子變成了青蛙。
wūpó de mófǎ ràng wángzǐ biànchéngle qīngwā
เวทมนตร์ของแม่มดทำให้เจ้าชายกลายเป็นกบ

25. 興盛 xīngshèng　คำกริยาแสดงสภาวะ / เจริญรุ่งเรือง
最近許多城市都開始興盛起來了。
zuìjìn xǔduō chéngshì dōu kāishǐ xīngshèng qǐlái le
ระยะหลัง หลายเมืองเริ่มจะเจริญรุ่งเรืองขึ้นมา

26. 透明 tòumíng　คำกริยาแสดงสภาวะ / โปร่งใส , ใส
玻璃窗是乾淨透明的。
bōlíchuāng shì gānjìng tòumíng de
หน้าต่างกระจกสะอาดใสปิ๊งเลย

27. 有眼光 yǒu yǎnguāng　คำกริยาแสดงสภาวะ/ มีวิสัยทัศน์ ตาถึง
挑到這麼好的老公，你還真有眼光。
tiāo dào zhème hǎo de lǎogōng nǐ hái zhēn yǒu yǎnguāng
เลือกสามีได้ดีขนาดนี้ คุณนี่ตาถึงจริงๆ

28. 識貨 shìhuò　คำกริยาแสดงสภาวะ / ดู , ของ , เป็น
那個年輕人竟然不要這麼難得一見的古董，真是太不識貨了。
nà ge niánqīng rén jìngrán bú yào zhème nándéyíjiàn de gǔdǒng zhēnshì tài bú shìhuò le
ชายหนุ่มคนนั้นไม่ต้องการของโบราณที่หายากชิ้นนี้ ช่างตาไม่ถึงเอาซะเลย

29. 刻 kē　คำกริยา / แกะสลัก , จารึก
請不要在公園的樹木上刻名字，謝謝合作。
qǐng bú yào zài gōngyuán de shùmù shàng kē míngzi xièxie hézuò
กรุณาอย่าแกะสลักชื่อลงบนต้นไม้ในสวนขอบคุณในความร่วมมือ

30. 免費 miǎnfèi　คำกริยาแสดงสภาวะ / ฟรี , ได้เปล่า
這家餐廳提供免費的飲料。
zhè jiā cāntīng tígōng miǎnfèi de yǐnliào
ร้านอาหารร้านนี้ให้บริการเครื่องดื่มฟรี

31. 臉紅 liǎnhóng　คำกริยาแสดงสภาวะ / หน้าแดง(อาย)
別再說了，你看慧芬的臉愈來愈紅了。
bié zài shuō le nǐ kàn huìfēn de liǎn yùlái yù hóng le
อย่าพูดอีกเลย ดูที่หน้าของฮุ้ยเฟินสิ เริ่มแดงใหญ่แล้ว

32. 害羞 hàixiū คำกริยาแสดงสภาวะ / ขี้อาย , เขิน
別害羞，有什麼話想說就說出來吧！
bié hàixiū yǒu shéme huà xiǎng shuō jiù shuō chūlái ba
อย่าเขิน มีอะไรอยากจะพูดก็พูดออกมาเลย!

33. 麻煩 máfán คำกริยา / รบกวน , ลำบาก
真抱歉，又要麻煩你處理幾件麻煩事了。
zhēn bàoqiàn yòu yào máfán nǐ chǔlǐ jǐ jiàn máfán shì le
ขอโทษจริงๆ ฉันต้องรบกวนคุณให้จัดการกับเรื่องยุ่งยากเหล่านี้ให้อีกแล้ว

34. 留 liú คำกริยา / เก็บ , รักษา
少女留了幾顆橘子沒吃，想帶回去給母親嘗嘗。
shàonǚ liú le jǐ kē júzi méi chī xiǎng dài huíqù gěi mǔqīn chángchang
หญิงสาวเก็บส้มเอาไว้ส่วนหนึ่งยังไม่กิน อยากที่จะเอากลับไปฝากให้คุณแม่ลองชิม

副詞 (คำวิเศษณ์)

1. 上次 shàngcì คำวิเศษณ์ / ครั้งก่อน , ครั้งล่าสุด , ครั้งสุดท้าย
上次看到雪已經是十年前的事了。
shàngcì kàn dào xuě yǐjīng shì shí nián ián de shì le
ครั้งสุดท้ายที่ฉันได้เห็นหิมะก็เมื่อสิบปีมาแล้ว

2. 反而 fǎnér คำวิเศษณ์ / ในทางตรงกันข้าม , แทนที่ , แต่กลับ
你越想要一個東西，反而越得不到。
nǐ yuè xiǎngyào yí ge dōngxī fǎnér yuèdé bú dào
ยิ่งคุณอยากจะได้อะไรซักอย่างมากเท่าไหร่ ในทางตรงกันข้ามกลับยิ่งไม่ได้มา

3. 終於 zhōngyú คำวิเศษณ์ / ในที่สุด , ในระยะยาว
經過七年愛情長跑，筱君終於答應了他的求婚。
jīngguò qī nián àiqíng chángpǎo xiǎojūn zhōngyú dāyìng le tā de qiúhūn
ตลอดระยะเวลาเจ็ดปีของความรักอันยาวนาน ในที่สุดเสี่ยวจุนก็ตอบตกลงแต่งงานกับเขาแล้ว

4. 馬上 mǎshàng คำวิเศษณ์ / ทันที , เดี๋ยวนี้
你等我一下！我馬上到！
nǐ děng wǒ yíxià wǒ mǎshàng dào
คุณรอฉันซักครู่ ฉันกำลังจะถึงเดี๋ยวนี้

5. 曾經 céngjīng คำวิเศษณ์ / เคย
波蘭曾經從世界地圖上消失過。
bōlán céngjīng cóng shìjiè dìtú shàng xiāoshī guò
ประเทศโปแลนด์เคยหายไปจากแผนที่โลก

6. 後來 hòulái คำวิเศษณ์ / ต่อมา , ตอนหลัง
後來二哥再也沒有回來過。
hòulái èrgē zàiyě méiyǒu huílái guò
ตอนหลัง พี่ชายของเขาก็ไม่เคยกลับมาอีกเลย

連接詞 (คำสันธาน)

1. 結果 jiéguǒ คำสันธาน / ท้ายที่สุด , ผลสรุป , ผลสุดท้าย
都那麼用功了，結果還是沒考上。
dōu nàme yònggōng le jiéguǒ háishì méi kǎo shàng
ขยันขนาดนี้ แต่ผลสุดท้ายกลับสอบไม่ผ่าน

套語 (สำนวน)

1. 不見不散 bújiànbúsàn รอจนกว่าจะพบ
艾婕：那我們到時候見囉！子維：好！不見不散！
àijié nà wǒmen dào shíhòu jiàn luo zǐwéi hǎo bújiànbúsàn
อ้ายเจี๋ย : ถ้าอย่างนั้นไว้เราพบกัน
จื่อเหวย : ตกลง จะรอจนกว่าจะพบกัน

第七課

1. 簡訊 jiǎnxùn คำนาม/ ข้อความ (มือถือ)
子維傳了一封簡訊給子羽，跟他說今天要吃飯的事。
zǐwéi chuán le yì fēng jiǎnxùn gěi zǐyǔ gēn tā shō jīntiān yào chīfàn de shì
จื่อหวินส่งข้อความให้กับจื่ออยู่ เพื่อบอกกับเขาเรื่องทานอาหารในวันนี้

2. 生日 shēngrì คำนาม/ วันเกิด
龍媽的生日在十二月十六號。
lóng mā de shēngrì zài shíèr yuè shíliù hào
วันเกิดของคุณแม่หลง คือวันที่สิบหกเดือนธันวาคม

3. 幫 bāng เพื่อ , ให้ , สำหรับ
子芸幫森川留了一塊蛋糕。
zǐyún bāng sēnchuān liúle yí kuài dàngāo
จื่อหวินเก็บเค้กเอาไว้ ให้เสินชวนหนึ่งก้อน

4. 慶生 qìngshēng 慶祝生日 คำกริยา/ ฉลองวันเกิด
同事們決定在森川生日的那天去吃烤肉，替他慶生。
tóngshìmen juédìng zài sēnchān shēngrì de nàtiān qù chī kǎoròu tì tā qìngshēng
เพื่อนๆในห้องตัดสินใจกันว่าวันเกิดของเสินชวนจะไปกินเนื้อย่างฉลองวันเกิดกัน

生日 shēngrì คำนาม/ วันเกิด

5. 包厢 bāoxiān คำนาม/ ห้องส่วนตัว (โรงภาพยนตร์ , ร้านอาหาร เป็นต้น)
KTV 的包廂通常都很暗。
KTV de bāoxiāng tōngcháng dōu hěn àn
ห้องร้องคาราโอเกะส่วนใหญ่จะค่อนข้างมืด

6. 百貨公司 bǎihuò gōngsī คำนาม/ ห้างสรรพสินค้า
百貨公司每年的大特價，總是吸引很多人。
bǎihuò gōngsī měi nián de dà tèjià zǒngshì xīyǐn hěn duō rén
ข้อเสนอพิเศษประจำปีของห้างสรรพสินค้ามักดึงดูดผู้คนจำนวนมาก

7. 前年 qiánnián คำนาม / สองปีก่อน
前年夏天艾婕一個人到西班牙去旅行。
qiánnién xiàtiān àijié yíge rén dào xībānyá qù lǚxíng
เมื่อสองปีก่อนตอนช่วงหน้าร้อนอ้ายเจี๋ยไปเที่ยวประเทศสเปนคนเดียว

去年 qùnián คำนาม/ ปีก่อน , ปีที่แล้ว

今年 jīnnián คำนาม/ ปีนี้

8. 送 sòng คำกริยา/ ส่ง , ให้(ของขวัญ)
現在化妝品全都買一送一，大家快來買喔！
xiànzài huàzhuāngpǐn quán dōu mǎi yī sòng yī dàjiā kuài lái mǎi o
ในตอนนี้เครื่องสำอางทั้งหมดซื้อหนึ่งแถมหนึ่ง ทุกคนรีบเข้ามาซื้อกันเร็ว

9. 電鍋 diànguō คำนาม/ หม้อไฟฟ้า
用電鍋做菜又快又方便。
yòng diànguō zuò cài yòu kuài yòu fāngbiàn
ใช้หม้อไฟฟ้าในการทำอาหารทั้งเร็วและสะดวก

鍋／鍋子 guō คำนาม/ หม้อ , กะทะ

10. 按摩椅 ànmóyǐ คำนาม/ เก้าอี้นวด

按摩 ànmó คำนาม / คำกริยา/ นวด , การนวด
下班以後洗個熱水澡，按摩一下，就不會覺得那麼累了。
xiàban yǐhòu xǐge rèshuǐ zǎo ànmó yíxià jiùbúhuì juéde nàme lèi le
หลังจากเลิกงานแล้ว อาบน้ำด้วยน้ำอุ่นๆ แล้วก็นวดอีกซักหน่อย ก็จะไม่รู้สึกว่าเหนื่อยเท่าไหร่นัก

11. 應該 yīnggāi คำกริยา/ ควรจะ
最近天氣愈來愈冷，梅花應該就要開了。
zuìjìn tiānqì yù lái yù lěng méihuā yīnggāi jiù yào kāile

ช่วงนี้อากาศเริ่มจะหนาวขึ้นเรื่อยๆ ดอกบ๊วยก็คงใกล้จะเริ่มบานแล้ว

12. 時鐘 shízhōng คำนาม/ นาฬิกาติดผนัง
瑞士生產的時鐘很有名。
ruìshì shēngchǎn de shízhōng hěn yǒumíng
นาฬิกาที่ผลิตที่ประเทศสวิสเซอร์แลนด์มีชื่อเสียงมาก

13. 精緻 jīngzhì คำนาม / คำกริยาแสดงสภาวะ / ความประณีต , ละเอียด
法國菜跟日本菜一樣，都很精緻。
fàguócài gēn rìběncài yíyàng dōu hěn jīngzhì
อาหารฝรั่งเศสเหมือนกับอาหารญี่ปุ่นคือมีความประณีตมาก

14. 缺 quē คำกริยา/ ขาด , ขาดแคลน
辦簽證的小姐說我還缺一份證明書， 叫我明天準備好再來。
bàn qiānzhèng de xiǎojiě shōu wǒ hái quē yífèn zhèngmíngshū jiào wǒ míngtiān zhǔnbèi hǎo zài lái
เจ้าหน้าที่ทำวีซ่าบอกกับฉันว่าฉันยังขาดใบรับรองอีกหนึ่งใบ ให้ฉันเตรียมแล้วพรุ่งนี้นำมาใหม่

15. 文化 wénhuà คำนาม/ วัฒนธรรม
每個文化都有迷人的地方， 我們應該學著去欣賞。
měige wénhuà dōu yǒu mírén de dìfāng wǒmen yīnggāi xuézhe qù xīnshǎng
วัฒนธรรมแต่ละพื้นที่ ต่างมีเสน่ห์เป็นของตัวเอง พวกเราควรที่จะเรียนรู้และชื่นชม

16. 跟 gēn คำสันธาน/ กับ , เช่น , ตาม
芭蕉跟香蕉長得很像，但卻是不一樣的水果。
bājiāo gēn xiāngjiāo zhǎngde hěn xiàng dàn què shì bù yíyàng de shuǐguǒ
กล้วยของจีนกับกล้วยปกติทั่วไป รูปร่างหน้าตาคล้ายคลึงกัน แต่กลับเป็นผลไม้คนละชนิดกัน
林小姐，請到一下辦公室，老闆有話要跟你說。
lín xiǎo jiě qǐng dào yíxià bàngōngshì lǎobǎn yǒu huà yào gēn nǐ shuō
คุณหลิน กรุณามาที่ออฟฟิศสักครู่ หัวหน้ามีเรื่องอยากจะพูดด้วย

17. 圍巾 wéjīn คำนาม/ ผ้าพันคอ
子芸織了一條圍巾給爸爸當聖誕節禮物。
zǐyún zhī le yìtiáo wéijīn gěi baba dāng shèngdàngjié lǐwù
จื่อหวินถักผ้าพันคอหนึ่งผืนให้คุณพ่อเป็นของขวัญวันคริสต์มาส

18. 手機 shǒujī คำนาม/ โทรศัพท์มือถือ
節目開始以後，請將手機關機或調成震動。
jiémù kāishǐ yǐhòu qǐng jiāng shǒujī guānjī huò tiáo chéng zhèndòng
หลังจากที่การแสดงเริ่มต้นแล้ว กรุณาปิดโทรศัพท์มือถือหรือเปลี่ยนเป็นระบบสั่น

19. 普通 pǔtōng คำกริยาแสดงสภาวะ / ธรรมดา , ปกติ , ทั่วไป
這只是一件普通的衣服，沒什麼特別的。
zhè zhǐshì yíjiàn pǔtōngde yīfú méi shéme tèbiéde
นี่เป็นเพียงแค่เสื้อผ้าธรรมดาชิ้นหนึ่ง ไม่ได้มีอะไรพิเศษอะไร

20. 怕 pà คำกริยา/ กังวล , กลัว
如果怕會下雨，就帶把傘吧！
rúguǒ pà huì xiàyǔ jiù dài bǎ sǎn ba
ถ้าหากกลัวว่าฝนจะตกก็หยิบร่มติดไปด้วยสิ

21. 不然的話 bùrán de huà คำวิเศษณ์ / มิฉะนั้น , ถ้าไม่อย่างนั้น
明天如果有空，我會去找你。不然的話，就改到星期天吧！
míngtiān rúguǒ yǒu kòng, wǒ huì qù zhǎo nǐ bùrán de huà jiù gǎi dào xīngqítiān ba
ถ้าพรุ่งนี้ฉันมีเวลาว่าง ฉันจะไปพบคุณ ถ้าไม่อย่างนั้นก็เปลี่ยนเป็นวันอาทิตย์แล้วกัน

22. 件 jiàn ลักษณนาม/ ชิ้น (ลักษณนามของเสื้อผ้า , งาน etc)
這件事讓大家都很煩惱，不知道該怎麼辦。
zhè jiàn shì ràng dàjiā dōu hěn fánnǎo bù zhīdào gāi zěnmebàn
เรื่องนี้ทำให้ทุกคนรู้สึกหงุดหงิดมาก ไม่รู้ว่าควรจะทำอย่างไรดี

李太太幫女兒買了一件衣服、兩件洋裝、一件褲子和一件外套。
lǐ tàitai bāng nǚér mǎile yí jiàn yīfú liǎng jiàn yángzhuāng yí jiàn kùzi hàn yí jiàn wàitào
คุณนายหลี่ซื้อเสื้อผ้ามาให้ลูกสาวหนึ่งชุด ชุดเดรสสองชุด กางเกงหนึ่งตัวและเสื้อคลุมอีกหนึ่งตัว

23. 式 shì คำนาม/ รูปแบบ , สไตล์
在臺灣，你可以看到傳統中國式、日本式和西式的老房子。
zài táiwān nǐ kěyǐ kàndào chuántǒng xhōngguó shì rìběn shì hàn xī shì de lǎo fángzi
ที่ประเทศไต้หวัน คุณสามารถที่จะพบเห็นบ้านเก่าแก่ทั้งสไตล์จีน สไตล์ญี่ปุ่น และสไตล์ตะวันตก

24. 料子 liàozi คำนาม/ วัสดุ (ใช้ตัดเย็บเสื้อผ้า)
這件衣服的料子是羊毛，所以得手洗。
zhè jiàn yīfú de liàozi shì yángmáo suǒyǐděi shǒuxǐ
วัสดุที่ใช้ตัดเย็บเสื้อผ้าชุดนี้คือขนสัตว์ ดังนั้นจะต้องใช้มือซัก

25. 一定 yídìng คำวิเศษณ์ / แน่นอน
小賴這麼晚睡，明天一定起不來。
xiǎo lài zhème wǎnshuì míngtiān yídìng qǐ bù lái
เสี่ยวไล่นอนดึกขนาดนี้ พรุ่งนี้คงจะตื่นไม่ไหว

26. 保暖 bǎonuǎn คำกริยา/ คำนาม/ ให้ความอบอุ่น
冬天到了，要注意保暖，不要感冒了。
dōngtiān dào le yào zhùyì bǎonuǎn búyào gǎnmào le
เข้าสู่ฤดูหนาวแล้ว ต้องทำตัวให้อบอุ่น ระวังอย่าให้เป็นหวัด

27. 挑 tiāo คำกริยา/ เลือก , หยิบ
每次只要陪姊姊逛街挑衣服，都要花掉我一小時。
měicì zhǐyào pé jiějie guàngjiē tiāo yīfú dōu yào huādiào wǒ yì xiǎoshí
ทุกครั้งที่ฉันไปเดินช้อปปิ้งเลือกเสื้อผ้าเป็นเพื่อนพี่สาว ฉันต้องเสียเวลาไปเป็นชั่วโมง

28. 決定 juédìng คำกริยา/ ตัดสินใจ
小英只要決定了一件事，誰都沒辦法改變她。
xiǎoyīng zhǐyào juédìng le yí jiàn shì shéi dōu méi bànfǎ gǎibiàn tā
ถ้าเสี่ยวอิงได้ตัดสินใจเรื่องใดเรื่องหนึ่งแล้ว ใครก็ไม่อาจเปลี่ยนใจเธอได้

29. 慶生會 qìngshēnghuì คำนาม/ งานวันเกิด
很多小孩喜歡在麥當勞辦慶生會。
hěn dōu xiǎohái xǐhuān zài màidāngláo bàn qìngshēnghuì
เด็กๆหลายคนชอบที่จะจัดงานวันเกิดที่แมคโดนัลด์

30. 終於 zhōngyú คำวิเศษณ์/ ในที่สุด
王大哥跟趙姊姊交往十年，下個月終於要結婚了。
wáng dà gē gēn zhào jiějie jiāowǎng shí nián le xiàge yuè zhōngyú yào jiéhūn le
พี่หวังคบกับคุณจ้าวมาสิบปีแล้ว ในที่สุดพวกเขาก็จะแต่งงานกันในเดือนหน้า

31. 涼 liáng คำกริยาแสดงสภาวะ/ เย็น
山上的風涼涼的，吹起來很舒服。
shān shàng de fēng liángliángde chuī qǐlái hěn shūfú
ลมเย็นๆบนภูเขา พัดมาแล้วรู้สึกสบายมาก

32. 香 xiāng คำกริยาแสดงสภาวะ/ กลิ่นหอม หอมฉุย
女孩的身上有一股香香的味道。
nǚhái de shēnshàng yǒu yìgǔ xiāngxiāngde wèidào
มีกลิ่นหอมๆอยู่บนตัวของเด็กสาว

33. 一起 yìqǐ คำกริยา/ ด้วยกัน
蘇先生喜歡跟老婆一起做菜。
sū xiānshēng xǐhuān gēn lǎopó yìqǐ zuò cài
คุณซูชอบทำอาหารกับภรรยา

34. 挑 tiāo　คำกริยา/ เลือก , หยิบ
挑個出太陽的好日子，我們去野餐。
tiāo ge chū tàiyáng de hǎo rìzi wǒmen qù yěcān
เลือกวันที่อากาศสดใสมาวันนึง พวกเราไปปิคนิคกัน

35. 禮物 lǐwù　คำนาม/ ของขวัญ
母親節的時候，子芸和子維都會送禮物給媽媽。
mǔqīnjié de shíhòu zǐyún hàn zǐwéi dōu huì sòng lǐwù gěi māma
ในช่วงเทศกาลวันแม่
จื่อหวินและจื่อเหวยก็มักจะมีของขวัญมอบให้คุณแม่เสมอ

36. 您 nín　คำสรรพนาม/ คุณ (สุภาพ)
您好，請問需要什麼嗎？
nínhǎo qǐngwèn xūyào shéme ma
สวัสดี ไม่ทราบว่าคุณต้องการอะไร

37. 只要 zhǐyào　คำวิเศษณ์/ ตราบเท่าที่ , เพียงแค่
大特價！所有的商品只要九十九元！快來買喔！
dàtèjià suǒyǒude shāngpǐn zhǐyào jiǔshíjiǔ yuán kuài lái mǎi o
ข้อเสนอสุดพิเศษ! สินค้าทุกชิ้นราคาเก้าสิบเก้าหยวนเท่านั้น รีบเข้ามาซื้อกันเร็ว
這次我只要能考及格就很好了。
zhè cì wǒ zhǐyào néng kǎo jígé jiù hěn hǎo le
สอบครั้งนี้ขอแค่ฉันสอบผ่านก็ดีมากแล้ว

38. 自己 zìjǐ　คำนาม / ด้วยตัวเอง , ตัวเอง , ส่วนตัว
我需要一個自己的房間。
wǒ xūyào yíge zìjǐde fángjiān
ฉันต้องการห้องส่วนตัวหนึ่งห้อง
有些事情自己知道就好，不用告訴別人。
yǒuxiē shìqíng zìjǐ zhīdào jiù hǎo búyòng gàosù biérén
เรื่องบางเรื่องแค่ตัวเองรู้ก็พอแล้ว
ไม่จำเป็นต้องไปบอกคนอื่น

39. 小孩 xiǎohái　คำนาม/ ลูก , เด็ก
現在愈來愈多女人不想生小孩了。
xiànzài yù lái yù duō nǚrén bù xiǎng shēng xiǎohái le
ตอนนี้ผู้หญิงที่ไม่อยากมีลูกเริ่มมีมากขึ้นเรื่อยๆ

40. 開心 kāixīn　คำกริยาแสดงสภาวะ/ มีความสุข
阿仲只要一吃宵夜就很開心。
āzhòng zhǐyào yì chī xiāoyè jiù hěn kāixīn
แค่อาจงได้กินขนมขบเคี้ยวตอนกลางคืนก็มีความสุขมากแล้ว

41. 哪 nǎ　(เกี่ยวกับคำถาม) ไหน , ที่ไหน , อย่างไร , อันไหน
小英哪有這樣說？你一定是誤會了。
xiǎoyīng nǎ yǒu zhèyàng shuō nǐ yídìng shì wùhuì le
เสี่ยวอิงจะพูดแบบนี้ได้อย่างไร คุณจะต้องเข้าใจผิดแน่ๆ
我哪知道他在說什麼？我又聽不懂英文。
wǒ nǎ zhīdào tā zài shuō shéme wǒ yòu tīng bù dǒng yīngwén
ฉันจะรู้ได้อย่างไรว่าเขากำลังพูดว่าอะไร ฉันฟังภาษาอังกฤษไม่ออก

哪 něi（哪＋一）
哪天有空，我們一起去看電影吧！
něi tiān yǒu kòng wǒmen yìqǐ qù kàn diànyǐng ba
วันไหนมีเวลาว่าง พวกเราไปดูหนังด้วยกันนะ
請問您是哪裡人？找哪位？
qǐngwèn nín shì nǎlǐ rén zhǎo něi wèi
ไม่ทราบว่าคุณเป็นคนที่ไหน ต้องการพบใคร

42. 需要 xūyào　คำกริยา/ ต้องการ / คำนาม/ ความต้องการ
有什麼需要儘管說，我們一定馬上幫您服務。
yǒu shéme xūyào jǐnguǎn shuō wǒmen yídìng mǎshàng bāng nín fúwù
คุณต้องการอะไรบอกได้เลย
พวกเรายินดีที่จะบริการคุณทันที
成功需要一分幸運，和九十九分努力。
chénggōng xūyào yìfēn xìngyùn hàn jiǔshíjiǔ fēn nǔlì
การจะประสบความสำเร็จได้นั้นต้องมีความโชคดีส่วนหนึ่ง
ประกอบกับความขยันอีกเก้าสิบเก้าส่วน

43. 貼心 tiēxīn คำกริยาแสดงสภาวะ/ เข้าใจ , เอาใจใส่ , ใส่ใจ

老闆看我感冒，很貼心的送我一杯熱茶喝。
lǎobǎn kàn wǒ gǎnmào hěn tiēxīnde sòng wǒ yìbēi rèchá hē
เจ้านายเห็นว่าฉันเป็นหวัด
จึงมีน้ำใจนำชาร้อนมาให้ฉันดื่มหนึ่งแก้ว

44. 最近 zuìjìn คำวิเศษณ์/ ช่วงนี้ , เร็วๆนี้

最近都沒什麼大新聞，這或許是一件好事吧。
zuìjìn dōu méishéme dà xīnwén zhè huòxǔ shì yíjiàn hǎoshì ba
ช่วงนี้ไม่มีข่าวใหญ่อะไร แบบนี้ก็ถือว่าเป็นเรื่องที่ดีนะ

45. 正 zhèng = 正好 คำวิเศษณ์ / แค่ เพียงแค่ พอดี

王大哥和趙小姐的生日正好是同一天。
wáng dà gē hàn zhào xiǎojiě de shēngrì zhènghǎo shì tóng yì tiān
วันเกิดของพี่หวังกับคุณจ้าวเป็นวันเดียวกันพอดีเลย

46. 大壽 dàshòu คำนาม/ วันเกิด (สำหรับผู้ใหญ่)

今天是洪爺爺的八十大壽，大家都回來幫他慶生。
jīntiān shì hóng yéye de bāshí dàshòu dàjiā dōu huílái bāng tā qìngshēng
วันนี้เป็นวันเกิดครบรอบแปดสิบปีของคุณปู่หงษ์
ทุกคนจึงกลับมาร่วมฉลองวันเกิดให้กับคุณปู่

47. 吉祥話 jíxiánghuà คำนาม/ คำพูดที่เป็นมงคล

過年的時候大家都會說一些吉祥話。
guònián de shíhòu dàjiā dōu huì shuō yìxiē jíxiánghuà
ในช่วงเทศกาลตรุษจีน ทุกคนจะพูดกันแต่คำพูดที่เป็นมงคล

48. 祝 zhù คำกริยา/ อวยพร

祝丁丁順利考上研究所！
zhù dīngdīng shùnlì kǎo shàng yánjiùsuǒ
ขออวยพรให้ติงติงประสบความสำเร็จในการ
สอบเข้าบัณฑิตวิทยาลัยได้อย่างราบรื่น

49. 身體 shēntǐ คำนาม/ ร่างกาย , สุขภาพ

沒有人能夠隨便碰你的身體。
méiyǒurén nénggòu suíbiàn pèng nǐ de shēntǐ
ไม่มีใครสามารถสัมผัสร่างกายของคุณได้ตามอำเภอใจ

熊先生的身體很好，壯得像條牛一樣。
xióng xiānshēng de shēntǐ hěn hǎo zhuàngde xiàng tiáo niú yíyàng.
สุขภาพของคุณซ่ง(หมี)ดีมาก แข็งแรงเหมือนกับวัวเลย

50. 健康 jiànkāng คำกริยาแสดงสภาวะ/ แข็งแรง

吸菸有害健康。
xī yān yǒu hài jiànkāng
การสูบบุหรี่เป็นอันตรายต่อสุขภาพ

51. 長命百歲 cháng mìng bǎi suì อายุยืนยาว

有時候，長命百歲也不一定是好事。
yǒushíhòu cháng mìng bǎi suì yě bùyídìng shì hǎoshì
ในบางครั้ง การมีอายุยืนยาวอาจจะไม่ใช่เรื่องที่ดีเสมอไป

52. 換 huàn คำกริยา/ แลก , แลกเปลี่ยน

這件衣服我穿起來太大了，可以換小一點的嗎？
zhè jiàn yīfú wǒ chuān qǐlái tài dà le kěyǐ huàn xiǎo yìdiǎnde ma
เสื้อผ้าชุดนี้ฉันใส่แล้วดูใหญ่เกินไป
ขอเปลี่ยนให้เล็กลงหน่อยได้ไหม

換我／你／他 huàn wǒ/ nǐ/ tā
ถึงคราวของฉัน(คุณ , เขา)

等他表演完，就換你上臺了。趕快準備一下吧！
děng ta biǎoyǎn wán jiù huàn nǐ shàng tái le gǎnkuài zhǔnbèi yíxià ba
รอเขาทำการแสดงเสร็จ ก็จะถึงตาของคุณขึ้นไปแสดงบนเวที
รีบเตรียมตัวได้แล้ว

第八課

1. 羹 gēng คำนาม/ ซุปข้น
子芸家附近有一家蝦仁羹，材料豐富又好吃。
zǐyún jiā fùjìn yǒu yìjiā xiārén gēng cáiliào fēngfù yòu hǎochī
มีร้านขายซุปกุ้งข้นอยู่ใกล้ๆบ้านของจื่อหวิน ใส่เครื่องค่อนข้างเยอะแถมยังอร่อยอีกด้วย

2. 湯 tāng ซุป , น้ำแกง
紅燒牛肉的湯拿來拌飯，又香又好吃。
hóngshāo niuròu de tāng ná lái bàn fàn yòu xiāng yòu hǎochī
นำซุปเนื้อวัวตุ๋นน้ำแดงมาทำข้าวคลุกสไตล์เกาหลี ทั้งหอมทั้งอร่อย
老闆，我要一碗蘿蔔湯。
lǎobǎn wǒ yào yì wǎn luóbotāng
เถ้าแก่ ฉันขอซุปหัวไชเท้าหนึ่งถ้วย

3. 自從 zìcóng คำสันธาน / จาก , ตั้งแต่
自從千千回國以後，小美就一直不快樂。
zìcóng qiānqiān huéguó yǐhòu xiǎomǎi jiù yìzhí bú kuàilè
ตั้งแต่เชียนเชียนกลับมา (กลับประเทศ) เสียวเหม่ยก็ไม่เคยมีความสุขอีกเลย

4. 豐富 fōngfù / fēngfù คำกริยาแสดงสภาวะ/ อุดมสมบูรณ์ , เยอะแยะ , มากมาย , ครบครัน
今天的晚餐很豐富，每個人都吃得很開心。
jīntiānde wǎncān hěn fēngfù měgerén dōu chīde hěn kāixīng
อาหารเย็นวันนี้เยอะแยะมากมาย แต่ละคนทานกันอย่างมีความสุข
年紀大的人，經驗比較豐富。
niánjì dà de rén jīngyàn bǐjiào fēngfù
คนที่มีอายุมาก ก็จะมีประสบการณ์มากมาย

5. 感興趣 gǎn xìngqù คำกริยา / มีความสนใจ
我們公司對這個案子很感興趣。
wǒmen gōngsī duì zhège ànzi hěn gǎnxìngqù
บริษัทของพวกเรามีความสนใจต่อโปรเจคนี้มาก

興趣 xìngqù คำนาม/ ความสนใจ
我的興趣是看書。
wǒ de xìngqù shì kànshū
ความสนใจของฉันคือการอ่านหนังสือ

6. 向 xiàng คำสันธาน/ มุ่ง , ไปทาง
你向前走一百公尺，再向右轉，就到銀行了。
nǐ xiàng qián zǒu yìbǎi gōngchǐ zài xiàng yòu zhuǎn jiù dào yínháng le
คุณเดินไปข้างหน้าอีกประมาณ 100 เมตร แล้วก็เลี้ยวขวา ก็จะถึงธนาคาร
有些國家打招呼的方法是握手。
yǒuxiē guójiā dǎ zhāo hū de fāngfǎ shìwòshǒou
มีหลายประเทศที่ทักทายกันด้วยการจับมือ

7. 後 hòu คำวิเศษณ์/ หลัง , หลังจาก , ภายหลัง
下過雨後，天空變得很藍。
xià gòu yǔ hòu tiānkōng biànde hěn lán
หลังจากที่ฝนตกแล้ว ท้องฟ้าก็กลายเป็นสีฟ้า

8. 份 fèn ลักษณนาม/ ลักษณนามปืนชิ้นๆ อันๆ
一份商業午餐一百元。
yífèn shāngyè wǔcān yìbǎi yuán
ชุดอาหารกลางวันสำหรับพนักงานหนึ่งชุด ราคาหนึ่งร้อยหยวน
請給我一份報紙，謝謝。
qǐng gěi wǒ yífèn bàozhǐ xièxie
ขอหนังสือพิมพ์ให้ฉันหนึ่งฉบับ ขอบคุณ

9. 食譜 shípǔ คำนาม/ สูตรอาหาร
這份食譜寫得很詳細。
zhè fèn shípǔ xiě de hěn xiángxì
สูตรอาหารเล่มนี้เขียนได้ละเอียดมาก

10. 材料 cáiliào คำนาม/ เครื่องปรุง , ส่วนผสม , วัตถุดิบ
這個蛋糕的材料不多，只要雞蛋、麵粉和黑糖就行了。
zhège dàngāode cáiliào bùduō zhǐyào jīdàn miànfěn hàn hēitáng jiù xíngle
วัตถุดิบในการทำเค้กนั้นมีไม่มากนัก มีเพียงแค่ไข่ไก่ , แป้งและน้ำตาลทรายแดงก็ทำได้แล้ว

11. 隻 zhī ลักษณนาม/ ตัว (ลักษณนามของสัตว์) ; ลักษณนามของสิ่งของ ที่ใช้เหมือนกับคำว่า “只”

房間裡有一隻貓、一隻狗、兩隻鳥和三條金魚。
fángjiān lǐ yǒu yì zhī māo yì zhī gǒu liǎng zhī niǎo hàn sān tiáo jīnyú
ในห้องมีแมวหนึ่งตัว , หมาหนึ่งตัว , นกสองตัวและปลาทองสามตัว
我的家人送我一隻手錶、兩隻耳環和一隻戒指當生日禮物。
wǒ de jiārén sòng wǒ yì zhī shǒubiǎo liǎngzhī rěhuán hàn yì zhī jièzhǐ dāng shēngrì lǐwù
ครอบครัวของฉันมอบนาฬิกาข้อมือหนึ่งเรือน , ตุ้มหูสองคู่และแหวนหนึ่งวงให้เป็นของขวัญวันเกิด

12. 顆 kē ลักษณนาม/ อัน , เม็ด , ลูก (ลักษณนามสิ่งของเล็กๆกลมๆ)
箱子裡有一顆球、一顆糖果、一顆蘋果和一顆西瓜。
xiāngzi lǐ yǒu yì kē qiú yì kē tángguǒ yì kē píngguǒ hàn yì kē xīguā
มีลูกบอลหนึ่งลูก , ลูกอมหนึ่งเม็ด , แอปเปิ้ลหนึ่งลูกและแตงโมหนึ่งผลอยู่ในกล่อง

13. 碗 wǎn คำนาม / ลักษณนาม / ชาม , ถ้วย
中國人習慣用碗吃飯，而不習慣用盤子吃。
zhōngguórén xíguàn yòng wǎn chī fàn ré bù xíguàn yòng pánzi chī
คนจีนคุ้นเคยกับการใช้ชามกินข้าวแต่ไม่คุ้นเคยกับการใช้จานกินข้าว
小孩子吃得不多，只要一碗飯、一碗湯就飽了。
xiǎoháizi chīde bùduō zhǐyào yì wǎn fàn yì wǎn tāng jiù bǎo le
เด็กเล็กทานได้ไม่มาก แค่ข้าวหนึ่งชาม ซุปหนึ่งถ้วยก็อิ่มแล้ว

14. 匙 chí คำนาม / ลักษณนาม/ ช้อน
這杯咖啡要再加一匙糖，謝謝。
zhè bēi kāfēi yào zài jiā yì chí táng xièxie
กาแฟถ้วยนี้ขอเติมน้ำตาลเพิ่มอีกหนึ่งช้อน ขอบคุณ
喝湯要用湯匙喝才有禮貌。
hē tāng yào yòng tāngchí hē cái yǒu lǐmào
ทานซุปต้องใช้ช้อนซุปทานถึงจะมีมารยาท

15. 適量 shìliàng ปริมาณที่เหมาะสม , ปริมาณพอเหมาะ
胡椒不要放太多，適量即可。
hújiāo búyào fàng tài dōu shìliàng jíkě
พริกไทยไม่ต้องใส่มากนัก ใส่ในปริมาณพอเหมาะก็พอ

16. 克（公克）kè / gōngkè ลักษณนาม/ กรัม (น้ำหนัก)
一公斤等於十公克。
yì gōngjīn děngyú shí gōngkè
หนึ่งกิโลกรัมเท่ากับหนึ่งพันกรัม

17. 作法 zuòfǎ คำนาม/ วิธีทำ
這道菜的作法很簡單，五分鐘就能學會。
zhè dào càide zuòfǎ hěn jiǎndān wǔ fēnzhōng jiù néng xué huì
วิธีการทำอาหารจานนี้นั้นง่ายมาก ห้านาทีก็สามารถทำเป็นแล้ว

18. 先 xiān คำวิเศษณ์/ ก่อน , เริ่มจาก , ลำดับแรก
我還有事，得先走了。
wǒ hái yǒu shì děi xiān zǒu le
ฉันยังมีงานอีก คงต้องขอตัวไปก่อน
先打蛋，再放菜，最後再加調味料。
xiān dǎdàn zài fàng cài zuèhòu zài jiā tiáowèiliào
เริ่มจากตีไข่ก่อน แล้วตามด้วยผัก สุดท้ายค่อยเติมเครื่องปรุง

19. 把 bǎ
เป็นการเปลี่ยนรูปแบบประโยคบอกเล่าทั่วไปให้เป็นประโยคที่สิ่งนั้นถูกกระทำหรือได้รับผลกระทบจากการกระทำ
小狗把沙發給咬破了。
xiǎogǒu bǎ shāfā gěi yǎopò le
ลูกสุนัขกัดโซฟาจนพังหมดแล้ว
子芸把窗外的風景畫下來。
zǐyún bǎ chāng wàide fēngjīng huà xiàlái
จื่อหวินวาดภาพทิวทัศน์ที่อยู่นอกหน้าต่าง

20. 倒入 dàorù　คำกริยา/ เทลงไป

倒 dào　คำกริยา/ เท , ทำให้ว่างเปล่า

今天晚上記得要倒垃圾。

jīntiān wǎnshàng jìde yào dào lècè

คืนนี้อย่าลืมไปทิ้งขยะ

21. 鍋 gōu　คำนาม/ หม้อ

這個鍋子大得可以煮一頭牛。

zhège guōzi dà de kěyǐ zhǔ yì tóu niú

หม้อใบนี้ใหญ่ขนาดต้มวัวได้เลย

鍋子 gōu zi　คำนาม/ หม้อ

22. 用 yòng　คำกริยา/ ใช้

炒菜前先用水把菜洗一洗。

chǎocài qián xiān yòng shuǐ bǎ cài xǐ yì xǐ

ก่อนที่จะผัดผัก ต้องใช้น้ำล้างผักก่อน

23. 中火 zhōnghuǒ　คำนาม/ไฟปานกลาง

小火 xiǎohuǒ　คำนาม/ ไฟอ่อน

大火 dàhuǒ　คำนาม/ ไฟแรง

24. 炒 chǎo　คำกริยา/ ผัด

這家店的番茄炒蛋很好吃。

zhè jiā diànde fānqié chǎodàn hěn hǎochī

มะเขือเทศผัดไข่ของร้านนี้อร่อยมาก

25. 撈起來 lāo qǐlái　คำกริยา/ ตักขึ้นมา , ยกขึ้นมา , นำขึ้นมา

警察試著把那隻貓從水裡撈起來。

jǐngchá shìzhe bǎ nàzhīmāo cóng shuělǐ lāo qǐlái

ตำรวจพยายามนำแมวตัวนั้นขึ้นมาจากน้ำ

撈 lāo　คำกริยา/ ตักขึ้นมา , ขุดขึ้นจาก

晚上是最適合撈魚的時間。

wǎnshàng shì zuè shìhé lāoyúde shíjiān

ช่วงเย็นเป็นเวลาที่เหมาะที่สุดในการตกปลา

26. 均勻 jūnyún　คำกริยาแสดงสภาวะ/ คลุกให้เข้ากัน ทั่วถึง

洗完澡後，將乳液均勻抹在身體上。

xǐ wán zǎo hòu jiāng rǔyì jūnyún mǒ zài shēntǐ shàng

หลังจากอาบน้ำเสร็จแล้ว ก็ทาโลชั่นให้ทั่วร่างกาย

27. 拌炒 bànchǎo　คำกริยา/ ผัดให้เข้ากัน

拌 bàn　คำกริยา/ผสมให้เข้ากัน , คลุก

你能幫我把沙拉拌一拌嗎？

nǐ néng bāng wǒ bǎ shālā bàn yí bàn ma

คุณช่วยฉันคลุกสลัดให้เข้ากันหน่อยได้ไหม

28. 加 jiā　คำกริยา/ เพิ่ม , เติม

中國菜加點米酒調味，味道就會不一樣。

zhōngguó cài jiā diǎn mǐjiǔ tiáowèi wèidào jiù huì bù yíyàng

อาหารจีนปรุงรสด้วยการเติมซอสไวน์เข้าไปสักหน่อย รสชาติก็จะไม่เหมือนเดิม

29. 之前 zhīqián　คำสันธาน/ ก่อน , ก่อนหน้า , แต่ก่อน

吃飯之前要先洗手。

chīfàn zhīqián yào xiān xǐshǒu

ต้องล้างมือก่อนรับประทานอาหาร

30. 即可 jíkě = 就可以

ก็ได้ ก็พอ

泡麵只要加熱水即可食用。

pàomiàn zhǐyào jiā rèshuǐ jíkě shíyòng

บะหมี่กึ่งสำเร็จรูปแค่เติมน้ำร้อนลงไปก็สามารถทานได้แล้ว

31. 廚房 chúfáng　คำนาม/ ห้องครัว

宿舍裡沒有廚房，所以不能自己做菜。

sùshè lǐ máiyǒu chúfáng suǒyǐ bùnéng zìqǐ zuòcài

ในหอพักไม่มีห้องครัว ดังนั้นไม่สามารถที่จะทำอาหารเองได้

32. 準備 zhǔnbài　คำกริยา/ เตรียม , จัดเตรียม

老師準備了一些小點心請學生吃。

lǎoshī zhǔnbàile yìxiē xiǎo diǎnxīn qǐng xuéshēng chī

อาจารย์เตรียมขนมขบเคี้ยวจำนวนหนึ่งมาให้นักเรียนทาน

33. 打蛋 dǎdàn　คำกริยา/ ตอกไข่ , ตีไข่

這碗湯要打個蛋進去才好喝。

zhè wǎn tāng yào dǎ ge dàn jìnqù cái hǎohē

ซุปถ้วยนี้ต้องตอกไข่ใส่ลงไปหน่อยถึงจะอร่อย

34. 削 xiāo　คำกริยา/ ตัด , ลอก , ปอก
吃水果前要先削皮。
chī shǐguǒ qián yào xiān xiāopí
ต้องปอกเปลือกก่อนจะกินผลไม้

35. 皮 pí　คำนาม/ เปลือก , หนัง , ขน
這件外套是牛皮做的。
zhè jiàn wàitào shì niúpí zuò de
เสื้อคลุมตัวนี้ทำมาจากหนังวัว

36. 剝 bō　คำกริยา/ การปอกเปลือก
秋天的時候，我們喜歡一邊看電視一邊剝橘子吃。
qiūtiande shíhòu wǒmen xǐhuān yìbiān kàn diànshì yìbian bō júzi chi
ในช่วงฤดูใบไม้ร่วง พวกเราชอบที่จะปอกส้มทานไปด้วยในขณะที่นั่งดูโทรทัศน์

37. 切 qiē　คำกริยา/ ปอก , หั่น , ตัด
等一下，我先到廚房裡去切水果，馬上就回來。
děngyíxià wǒ xiān dào chúfáng lǐ qù qiēshuǐguǒ mǎshàng jiù huílái
รอสักครู่ ฉันเข้าไปปอกผลไม้ในห้องครัวก่อนเดี๋ยวรีบกลับมา

38. 小心 xiǎoxīn　คำกริยา/ ระมัดระวัง
過馬路時要小心。
guò mǎlù shí yào xiǎoxīn
เวลาข้ามถนนต้องระมัดระวัง

39. 方塊 fāngkuài　คำนาม/ ชิ้น , ก้อน

40. 棒 bàng　คำกริยาแสดงสภาวะ/ ยอดเยี่ยม
這首歌真是太棒了！
zhè shǒu gē zhēnshì tài bàng le
เพลงนี้ยอดเยี่ยมมากเลย

41. 等 děng　คำกริยา/ รอ , รอคอย
餐廳現在客滿了，請稍等一下。
cāntīng xiànzài kèmǎn le qǐng shāo děng yíxià
ตอนนี้ร้านอาหารคนเต็มแล้ว กรุณารอสักครู่

42. 它 tā　สรรพนาม/ มัน
這件衣服看起來好髒，我得把它洗一洗才行。
zhè jiàn yīfú kàn qǐlái hǎo zāng wǒ dǎi bǎ tā xǐ yì xǐ cái xíng
他 (tā) 他們
เขา(ผู้ชาย) พวกเขา
她 (tā) 她們
เขา(ผู้หญิง) พวกเขา(ผู้หญิง)
它 (tā)
มัน(สิ่งของ)
牠 (tā)
มัน (สัตว์)
祂 (tā)
เขา , พวกเขา

43. 以後 yǐhòu　คำวิเศษณ์/ หลังจากนั้น
小胖說他長大以後要當廚師。
xiǎopàng shuō tā zhǎngdà yǐhòu yào dāng chúshī
เสี่ยวพั้งบอกว่าเมื่อเขาโตขึ้นเขาอยากจะเป็นพ่อครัว

44. 記得 jìde　คำกริยา/ จำได้ , จำไว้
睡覺前記得要刷牙。
shuìjiào qián jìde yào shuāyá
อย่าลืมแปรงฟันก่อนเข้านอน

45. 久 jiǔ　คำวิเศษณ์/ ระยะเวลานาน
她的動作很慢，做什麼事都很久。
tāde dòngzuò hěn màn zuò shéme shì dōu hěn jiǔ
การเคลื่อนไหวของเธอช้ามาก จะทำอะไรก็ใช้ระยะเวลานาน

46. 硬 yìng　คำกริยาแสดงสภาวะ/ แข็ง
這個麵包烤得太硬了，不好吃。
zhège miànbāo kǎode tài yìng le, bù hǎo chī
ขนมปังชิ้นนี้อบจนแข็งเกินไป ไม่อร่อย

47. 燒焦 shāojiāo　คำกริยา/ ไหม้ , เกรียม
大火把所有的東西燒焦了。
dà huǒ bǎ suǒyǒude dōngxī dōu shāojiāo le
ไฟไหม้ทำให้ทุกสิ่งทุกอย่างมอดไหม้ไปหมด

焦 jiāo　คำกริยาแสดงสภาวะ/ ไหม้ , เกรียม
龍爸不小心把肉烤焦了。
lóng bà bù xiǎoxīn bǎ ròu kǎo jiāo le
คุณพ่อหลงไม่ทันระวังย่างเนื้อไหม้เสียแล้ว

48. 還沒 háiméi　ยังไม่
已經晚上十一點了，爸爸卻還沒回來。
yǐjīng wǎnshàng shíyī diǎn le bàba què háiméi huílái
ห้าทุ่มกว่าแล้ว คุณพ่อยังไม่กลับมา

49. 鹹 xián　คำกริยาแสดงสภาวะ/ เค็ม(รสชาติ)
吃太鹹對身體不好。
chī tài xián duì shēntǐ bùhǎo
กินเค็มเกินไปไม่ดีต่อสุขภาพ

50. 開動 kāidòng　สำนวน/ เริ่มต้น(รับประทานอาหาร)

51. 蝦仁火腿蛋炒飯
(xiārén hǒutuǐ dànchǎofàn)
คำนาม : ข้าวผัดไข่ ใส่แฮมและกุ้ง

52. 決定 juédìng　คำกริยา/ ตัดสินใจ
金錢不能決定一個人的未來。
jīnqián bùnéng juédìng yígerénde wèilái
เงินทองไม่สามารถตัดสินอนาคตของใครได้

53. 對 duè　คำสันธาน / ต่อ (เป็นคำสันธานเพื่อบอกถึงสิ่งที่เราจะกระทำ)
張老師才剛來一個月，對這裡的環境不熟。
zhāng lǎoshī cái gānglái yí ge yuè duè zhèlǐde huánjìng bùshóu
อาจารย์จางเพิ่งจะมาได้หนึ่งเดือน
ยังไม่คุ้นเคยกับสภาพแวดล้อมของที่นี่
他對你說了什麼？
tā duènǐ shōule shéme
เขาพูดอะไรกับคุณ

54. 然後 ránhòu　คำสันธาน / หลังจากนั้น
媽媽先去買菜，然後再送我們去上學。
māma xiān qù mǎicài ránhòu zài sòng wǒmen qù shàngxiué
คุณแม่ไปซื้ออาหารก่อน หลังจากนั้นค่อยไปส่งพวกเราไปโรงเรียน

55. 好了 hǎole　สำนวน/
คำแสดงผลลัพธ์ของการกระทำว่าสำเร็จเรียบร้อยแล้ว
A：你洗澡洗好了沒？
nǐ xǐzǎo xǐ hǎole méi
คุณอาบน้ำเสร็จแล้วหรือยัง
B：洗好了！
xǐ hǎole
อาบเสร็จแล้ว

第九課

1. 變 biàn　คำกริยา/ เปลี่ยนแปลง , กลายเป็น
世界上沒有不變的事。
shìjiè shàng méiyǒu bú biàn de shì
บนโลกนี้ไม่มีอะไรที่ไม่เปลี่ยนแปลง

2. 怕 pà　คำกริยา / 1) กลัว 2) กังวล
很多人都怕蛇。
hěn duō rén dōu pà shé
คนส่วนมากมักกลัวงู
老師怕學生聽不懂，又再把作法說了一次。
lǎoshī pà xuéshēng tīng bù dǒng yòu zài bǎ zuòfǎ shuōle yí cì
อาจารย์กังวลว่านักเรียนจะฟังไม่เข้าใจ
จึงได้อธิบายวิธีการทำอีกครั้ง

3. 還 há　คำวิเศษณ์/ ยัง มากไปกว่านั้น
天還沒亮，雞就叫了。
tiān háiméi liàng jī jiù jiào le
ฟ้ายังไม่สว่าง ไก่ก็ขันแล้ว
很久沒見了，彥哥卻還是老樣子。
hěn jiǔ méi jiànle yàngē què háishì lǎoyàngzi
นานแล้วที่ไม่ได้พบกัน พี่ชายก็ยังเหมือนเดิมเลย

4. 適應 shìyìng คำกริยา/ การปรับตัว

剛到一個新的國家，總有很多需要適應的地方。

gāng dào yíge xīnde guójiā zǒng yǒu hěnduō xūyào shìyìngde dìfāng

เพิ่งมาถึงต่างประเทศใหม่ๆ ยังมีอีกหลายอย่างที่ต้องปรับตัว

5. 無聊 wúliáo (คำกริยาแสดงสภาวะ) / ไร้สาระ , โง่ , น่าเบื่อ

每天都在辦公室裡工作的日子真的很無聊。

měitiān dōu zài bàngōngshì lǐ gōngzuò de rìzi zhēnde hěn wúliáo

ทุกวันทำงานอยู่แต่ในห้องทำงานน่าเบื่อมากจริงๆ

這個電視節目很無聊，一點內容都沒有。

zhège diànshì jiémù hěn wúliáo yìdiǎn nèiróng dōu méiyǒu

รายการโทรทัศน์รายการนี้น่าเบื่อมากและไม่มีเนื้อหาสาระอะไรเลย

6. 有時 yǒushí คำวิเศษณ์/ บางครั้ง , บางเวลา

有時那隻鳥會飛到我的窗戶外，在樹上唱歌。

yǒushí nà zhī niǎo huì fēi dào wǒde chuānghù wài zài shù shàng chànggē

บางทีนกตัวนั้นก็จะบินมาที่นอกหน้าต่างของฉันและร้องเพลงอยู่บนต้นไม้

7. 帶 dài คำกริยา/ นำ , หยิบ

假日的時候，爸爸媽媽們都帶著小孩出去玩。

jiàrìde shíhòu bàba māma men dōu dàizhe xiǎohái chūqù wán

ในช่วงวันหยุดคุณพ่อคุณแม่ก็จะพาลูกออกไปเที่ยวข้างนอก

出去時別忘了帶錢包。

chūqù shí bié wàngle dài qiánbāo

ตอนออกไปข้างนอกอย่าลืมหยิบกระเป๋าสตางค์ไปด้วย

8. 出去 chūqù คำกริยา/ ออกไป , ออก

森川出去了還沒回來，請你晚點再打來。

sēnchuān chūqùle háiméi huílái qǐng nǐ wǎn diǎn zài dǎ lái

เสินชวนออกไปข้างนอกแล้วยังไม่กลับมา โปรดโทรมาอีกครั้งภายหลัง

9. 參加 cānjiā คำกริยา/ เข้าร่วม (การสอบ พิธี การประชุม etc); มีส่วนร่วมใน

她沒來參加這次的考試。

tā méi lái cānjiā zhècìde kǎoshì

เธอไม่ได้เข้าร่วมการสอบในครั้งนี้

龍爸決定參加下星期的慢跑比賽。

lóngbà juédìng cānjiā xià xīngqíde mànpǎo bǐsài

คุณพ่อหลงตัดสินใจเข้าร่วมการแข่งขันวิ่งจ๊อกกิ้งในสัปดาห์หน้า

爸爸媽媽參加了我的畢業典禮。

bàba māma cānjiāle wǒde bìyè diǎnlǐ

คุณพ่อคุณแม่เข้าร่วมพิธีสำเร็จการศึกษาของฉัน

10. 活動 huódòng คำนาม/ กิจกรรม

這個活動是政府辦的。

zhège huódòng shì zhèngfǔ bànde

กิจกรรมนี้ทางรัฐบาลเป็นคนดำเนินการ

11. 邀 yāo คำกริยา/ เชิญ , เชื้อเชิญ

寒假時我邀了一些朋友到家裡玩。

hánjià shí wǒ yāole yìxiē péngyǒu dào jiā lǐ wán

ในช่วงปิดเทอมตอนหน้าหนาว
ฉันชวนเพื่อนๆมาเที่ยวที่บ้านของฉัน

邀請 yāoqǐng คำกริยา/ เชิญ , เชื้อเชิญ

這個活動邀請了很多有名的人來參加。

zhège huódòng yāoqǐng le hěn duō yǒumíng de rén lái cānjiā

กิจกรรมนี้ได้เชิญผู้มีชื่อเสียงมากมายเข้าร่วมงาน

12. 電影 diànyǐng คำกริยา/ ภาพยนตร์

印度電影總是唱唱跳跳的，很有趣。

yìndù diànyǐng zǒngshi chàngchàng tiàotiào de hěn yǒuqù

ภาพยนตร์อินเดียมักจะมีร้องเพลงและเต้นรำน่าสนใจมาก

13. 一邊⋯⋯一邊 yìbiān yìbiān ในขณะที่ (ทำสองอย่างในเวลาเดียวกัน)
子軒喜歡一邊吃飯，一邊看電視。
zǐxuān xǐhuān yìbiān chīfàn yìbiān kàn diànshì
จื่อชวนชอบดูโทรทัศน์ไปด้วยกินข้าวไปด้วย

14. 討論 tǎolùn คำกริยา/อภิปราย , พูดถึง คำนาม/การพูด การสนทนา
這件事情我們最好再討論一下。
zhè jiàn shìqíng wǒmen zuìhǎo zài tǎolùnyíxià
ทางที่ดีพวกเราควรมาอภิปรายถึงเรื่องนี้กันอีกครั้ง
這本書裡有一個關於中國字的討論，很精采。
zhè běn shū lǐ yǒu yíge guānyú zhōngguózì de tǎolùn hěn jīngcǎi
ในหนังสือเล่มนี้มีการพูดถึงเกี่ยวกับตัวอักษรจีนด้วย ยอดเยี่ยมมาก

15. 等一下 děngyíxia รอซักครู่ , ซักครู่
等一下看到李伯伯的時候，記得向他問好。
děngyíxià kàn dào lǐbóbo de shíhòu jìde xiàng tā wènhǎo
เดี๋ยวอีกซักครู่ตอนที่เจอลี่ป๋ัวป๋ัว อย่าลืมเข้าไปทักทายเขาด้วยนะ

16. 部 bù ลักษณนาม / เรื่อง , ตอน (ลักษณนามของภาพยนตร์หรือละคร)
這部戲的演員演技很好，很令人感動。
zhè bù xì de yǎnyuán yǎnjì hěn hǎo hěn lìngrén gǎndòng
นักแสดงในละครเรื่องนี้แสดงได้ดีมาก ทำให้คนดูประทับใจ
這部車很好看，開起來也快。
zhè bù chē hěn hǎokàn kāi qǐlái yě kuài
รถคันนี้ดูดีมาก ตอนขับก็เร็วอีกด้วย

17. 故事 gùshì คำนาม/เรื่อง , เรื่องราว , นิทาน
兒子睡覺前喜歡聽故事，不然睡不著覺。
érzi shuìjiào qián xǐhuān tīng gùshì bùrán shuì bù zháo jiào
ลูกชายชอบฟังนิทานก่อนนอน ถ้าไม่อย่างนั้นจะนอนไม่หลับ

18. 精采 jīngcǎi คำกริยาแสดงสภาวะ/ ยอดเยี่ยม , สนุกสนาน
這場球賽非常的精采。
zhè chǎng qiúsài fēicháng de jīngcǎi
การแข่งขันฟุตบอลเกมนี้สนุกสนานมาก

19. 主角 zhǔjiǎo คำนาม/ นักแสดงนำ
這部電影的男女主角都很有名。
zhè bù diànyǐng de nán nǚ zhǔjiǎo dōu hěn yǒumíng
นักแสดงนำชายและหญิงของภาพยนตร์เรื่องนี้ล้วนมีชื่อเสียง

20. 得獎 dé jiǎng คำกริยา/ได้รับรางวัล
這個廣告很有創意，得了很多獎。
zhège guǎnggào hěn yǒu chuàngyì déle hěnduō jiǎng
โฆษณาชิ้นนี้มีความคิดสร้างสรรค์มาก ได้รับรางวัลมาแล้วมากมาย

21. 打 dǎ คำกริยา/ต่อสู้ , ตี
現在在臺灣，老師打學生是犯法的。
xiànzài zài táiwān lǎoshī dǎ xuéshēng shì fànfǎ de
ปัจจุบันนี้ในประเทศไต้หวัน อาจารย์ตีเด็กนักเรียนถือเป็นเรื่องที่ผิดกฎหมาย

22. 殺 shā คำกริยา/ฆ่า
為了讓動物不再被殺，婉婷決定吃素。
wèi le ràng dòngwù bú zài bèi shā wǎntíng juédìng chīsù
เพื่อที่จะไม่ให้สัตว์ถูกฆ่าอีก หว่านถิงตัดสินใจที่จะกินอาหารมังสวิรัติ

23. 片子 piànzi คำนาม/ภาพยนตร์ , วิดีโอ ,หนัง
放假的時候我喜歡租片子回家看。
fàngjià de shíhòu wǒ xǐhuān zū piànzi huíjiā kàn
ช่วงวันหยุดฉันชอบที่จะเช่าภาพยนตร์แล้วเอากลับมาดูที่บ้าน

24. 電車 diànchē คำนาม/ รถราง
電車的票價比火車便宜。
diànchē de piàojià bǐ huǒchē piányí
ราคาค่าโดยสารรถรางถูกกว่ารถไฟ

25. 最近 zuìjìn คำวิเศษณ์/ เร็วๆนี้ , ช่วงนี้
很久沒看到小華了，不知道他最近過的怎樣？
hěn jiǔ méi kàndào xiǎohuá le bù zhīdào tā zuìjìn guò de zěnyàng
ไม่ได้พบเสี่ยวหัวตั้งนานแล้ว ไม่รู้ว่าช่วงนี้เป็นอย่างไรบ้าง

26. 一直 yìzhí คำวิเศษณ์/ ตลอดเวลา , มาโดยตลอด
那包垃圾一直發出臭味，我都快要受不了了。
nà bāo lèsè yìzhí fāchū chòuwèi wǒ dōu kuàiyào shòu bù liǎo le
ถุงขยะถุงนั้นส่งกลิ่นเหม็นออกมาตลอดเวลา ฉันเกือบจะทนไม่ไหวแล้ว

27. 廣告 guǎnggào คำนาม/โฆษณา
這個廣告做得很有創意。
zhège guǎnggào zuòde hěn yǒu chuàngyì
โฆษณาชิ้นนี้ทำออกมาได้มีความคิดสร้างสรรค์มาก

28. 鬼片 guǐ piàn คำนาม/หนังผี
很多女生不敢看鬼片。
hěn duō nǚshēng bù gǎn kàn guǐpiàn
ผู้หญิงส่วนมากไม่กล้าดูหนังผี

鬼 guǐ คำนาม/ ผี
那間房子裡有鬼，你不要隨便進去。
nà jiān fángzi lǐ yǒu guǐ nǐ búyào suíbiàn jìnqù
ในบ้านหลังนั้นมีผีอยู่ คุณอย่าเข้าไปโดยส่งเดช

29. 演 yǎn คำกริยา/ แสดง
這部片是鞏俐演的。
zhè bù piàn shì gǒnglì yǎn de
ภาพยนตร์เรื่องนี้แสดงโดยกงลี่

30. 演員 yǎnyuán คำนาม/ นักแสดง (ชาย , หญิง)
一個成功的演員除了好的演技，還需要一些幸運。
yíge chénggōng de yǎnyuán chú le hǎode yǎnjì hái xūyào yìxiē xìngyùn
นักแสดงที่ประสบความสำเร็จนอกจากจะแสดงได้ดีแล้ว ยังต้องมีโชคอีกด้วย

31. 比較 bǐjiào คำวิเศษณ์/ ค่อนข้าง
這個蘋果比較大。
zhè ge píngguǒ bǐjiào dà
แอปเปิ้ลลูกนี้ค่อนข้างใหญ่

32. 膽小 dǎnxiǎo คำกริยาแสดงสภาวะ/ ขี้ขลาด
妹妹很膽小，晚上不敢一個人睡。
mèimèi hěn dǎnxiǎo wǎnshàng bù gǎn yíge rén shuì
น้องสาวขี้ขลาดมาก ตอนกลางคืนไม่กล้านอนคนเดียว

33. 恐怖片 kǒngbù piàn คำนาม/ หนังสยองขวัญ
日本拍的恐怖片真的很恐怖。
rìběn pāi de kǒngbù piàn zhēnde hěn kǒngbù
หนังสยองขวัญของญี่ปุ่นน่ากลัวมาก

34. 作惡夢 zuò èmèng คำกริยา/ฝันร้าย
昨天作了一個惡夢，把我給嚇醒了。
zuótiān zuò le yíge èmèng bǎ wǒ gěi xià xǐng le
เมื่อวานฝันร้าย ทำให้ฉันตกใจตื่นเลย

作夢 zuòmèng คำกริยา/ ฝัน
我昨天作了一個夢，夢見我變成一隻魚。
wǒ zuótiān zuò le yíge mèng mèngjiàn wǒ biànchéng yì zhī yú
เมื่อวานฉันฝัน ฝันว่าฉันกลายร่างเป็นปลา
那是不可能的，你別再作夢了！
nà shì bù kěnéng de nǐ bié zài zuòmèng le
แบบนั้นเป็นไปไม่ได้ คุณอย่าฝันอีกเลย

惡夢 èmèng คำนาม/ ฝันร้าย

好夢 hǎomèng คำนาม/ ฝันดี
祝你好夢！
zhù nǐ hǎomèng
ขอให้นอนหลับฝันดี

35. 嚇 xià คำกริยา/ ทำให้ตกใจ
人嚇人，嚇死人。
rén xià rén xià sǐ rén

ทำให้ตกใจอย่างมาก (ผู้ถูกกระทำรู้สึกตกใจอย่างมาก)

36. 划不來 huá bù lái คำวิเศษณ์/ ไม่คุ้มค่า , ไม่คุ้ม
為了這樣的小事跟男朋友分手，多划不來！
wèile zhèyàng de xiǎo shì gēn nánpéngyǒu fēnshǒu duō huá bù lái
เลิกกับแฟนด้วยเรื่องเล็กน้อยแค่นี้ ไม่คุ้มเอาซะเลย

37. 單身 dānshēn คำกริยาแสดงสภาวะ/ โสด
王小姐已經三十歲了，卻還單身沒有男朋友。
wáng xiǎojiě yǐjīng sānshí suì le què hái dānshēn méiyǒu nánpéngyǒu
คุณหวังอายุสามสิบแล้วแต่เธอยังคงเป็นโสดอยู่และยังไม่มีแฟน

38. 日記 rìjì คำนาม/บันทึกประจำวัน , ไดอารี่
媽媽年輕的時候有寫日記的習慣。
māma niánqīng de shíhòu yǒu xiě rìjì de xíguàn
สมัยที่คุณแม่ยังเป็นวัยรุ่นอยู่ มีนิสัยชอบเขียนไดอารี่

39. 愛情 aìqíng คำนาม/ความรัก
愛情是世界上最奇怪的事情之一。
àiqíng shì shìjiè shàng zuì qíguài de shìqíng zhīyī
ความรักเป็นเรื่องที่แปลกประหลาดที่สุดเรื่องหนึ่งในโลก

40. 喜劇片 xǐjù piàn คำนาม/ ภาพยนตร์ตลก
很多人喜歡看周星馳的喜劇片。
hěn duō rén xǐhuān kàn zhōuxīngchí de xǐjù piàn
หลายคนชอบดูภาพยนตร์ตลกของโจวซิงฉือ

41. 雜誌 zázhì คำนาม/ นิตยสาร
請給我一份雜誌。
qǐng gěi wǒ yí fèn zázhì
ขอนิตยสารให้ฉันหนึ่งฉบับ

42. 影評 yǐngpíng คำนาม/ คำวิจารณ์ภาพยนตร์
這部電影的影評很好，大家都說它今年可能會得獎。
zhè bù diànyǐng de yǐngpíng hěnhǎo dàjiā dōu shuō tā jīnnián kěnéng huì déjiǎng
คำวิจารณ์ของภาพยนตร์เรื่องนี้ดีมาก ทุกคนพูดว่าปีนี้ภาพยนตร์เรื่องนี้อาจจะได้รับรางวัล

影評人 yǐngpíng rén คำนาม/ นักวิจารณ์ภาพยนตร์

43. 內容 nèiróng คำนาม/เนื้อหา
這本書的內容很豐富。
zhè běn shū de nèiróng hěn fēngfù
เนื้อหาของหนังสือเล่มนี้ครบถ้วนสมบูรณ์มาก

44. 有趣 yǒuqù คำกริยาแสดงสภาวะ / น่าสนใจ , น่าขบขัน
這個問題很有趣。
zhè ge wèntí hěn yǒuqù
คำถามนี้น่าสนใจมาก

45. 導演 dǎoyǎn คำนาม/ ผู้กำกับ
子芸最喜歡的臺灣導演是侯孝賢。
zǐyún zuì xǐhuān de táiwān dǎoyǎn shì hóuxiàoxián
ผู้กำกับชาวไต้หวันที่จื่อหวินชอบมากที่สุดคือโฮเชาเชน

46. 拍 pāi คำกริยา/ ถ่ายทำ
拍電影需要很多錢。
pāi diànyǐng xūyào hěn duō qián
ถ่ายทำภาพยนตร์ต้องใช้เงินจำนวนมาก

47. 只要 zhǐyào คำวิเศษณ์/ ตราบเท่าที่ , เพียงแค่
只要信心不死，就有希望。
zhǐyào xìnxīn bù sǐ jiù yǒu xīwàng
ตราบเท่าที่ยังมีความเชื่อมั่นอยู่ก็ยังมีความหวัง
老闆，我們只要一碗陽春麵就好。
lǎobǎn wǒmen zhǐyào yì wǎn yángchūnmiàn jiù hǎo
เถ้าแก่ พวกเราขอแค่บะหมี่น้ำหนึ่งชามก็พอแล้ว

48. 作品 zuòpǐn คำนาม/ผลงาน
這幅畢卡索的作品價值一百萬美金。
zhè fú bìkǎsuǒ de zuòpǐn jiàzhí yìbǎiwàn měijīn
ผลงานภาพวาดของปิกัสโซภาพนี้มีมูลค่าถึงหนึ่งล้านเหรียญดอลลาร์สหรัฐ

49. 特別 tèbié คำกริยาแสดงสภาวะ/ พิเศษ
คำวิเศษณ์/ เป็นพิเศษ , โดยเฉพาะ
這雙鞋子的設計很特別。

zhè shuāng xiézi de shèjì hěn tèbié
การออกแบบของรองเท้าคู่นี้พิเศษมาก
杜太太喜歡動物，特別是貓。
dù tàitai xǐhuān dòngwù tèbié shì māo
คุณนายตู้ชอบสัตว์มากโดยเฉพาะแมว

50. 命運 mìngyùn คำนาม/ พรหมลิขิต , โชคชะตา
人的命運很難預測。
rénde mìngyùn hěn nán yùcè
โชคชะตาของมนุษย์ยากเกินกว่าจะคาดเดาได้

51. 劇情 jùqíng คำนาม/เนื้อเรื่อง
這部電視劇的劇情好爛。
zhè bù diànshìjù de jùqíng hǎo làn
เนื้อเรื่องของละครเรื่องนี้แย่มาก

52. 幽默 yōumò คำกริยาแสดงสภาวะ/ ตลก , ขบขัน
費先生是個很幽默的人。
fèi xiānshēng shì ge hěn yōumò de rén
คุณเฟ่ยเป็นคนที่มีอารมณ์ขัน

幽默感 yōumò gǎn คำนาม/ มีอารมณ์ขัน
多點幽默感，生活會更快樂。
duō diǎn yōumò gǎn shēnghuó huì gèng kuàilè
มีอารมณ์ขันมากขึ้นหน่อย ชีวิตก็จะมีความสุขมากขึ้น

53. 諷刺 fèngcì คำกริยาแสดงสภาวะ/ เสียดสี , เหน็บแนม , ประชด
莊子喜歡說一些諷刺的寓言故事。
zhuāngzǐ xǐhuān shuō yìxiē fèngcì de yùyán gùshì
จวงจื่อมักจะชอบเล่านิทานสุภาษิตที่เกี่ยวกับประชดประชัน

54. 風格 fēnggé คำนาม/รูปแบบ
張大千的書法風格很特別。
zhāngdàiqiān de shūfǎ fēnggé hěn tèbié
รูปแบบการเขียนพู่กันจีนของจางต้าเฉียนมีความพิเศษมาก

55. 唯一 wéiyī คำกริยาแสดงสภาวะ/ เท่านั้น , หนึ่งเดียว , คนเดียว
小寶是朱太太唯一的兒子。
xiǎobǎo shì zhū tàitai wéiyī de érzi
เสียวเป่าเป็นลูกชายคนเดียวของคุณนายจู

56. 紀錄片 jìlù piàn คำนาม/ สารคดี
「無米樂」是部很好看的紀錄片。
wúmǐlè shì bù hěn hǎo kàn de jìlù piàn
“Let It Be” เป็นภาพยนตร์สารคดีที่น่าดูมาก

57. 感人 gǎnrén คำกริยาแสดงสภาวะ/ น่าประทับใจ , ตรึงใจ
這首歌好感人，小瑜聽得都哭了。
zhè shǒu gē hǎo gǎnrén xiǎoyú tīng de dōu kū le
เพลงนี้ตรึงใจมาก เสี่ยวหยูฟังแล้วร้องไห้เลย

58. 找 zhǎo คำกริยา/ หา , ค้นหา
你知道我的襪子在哪裡嗎？我找不到。
nǐ zhīdào wǒ de wàzi zài nǎlǐ ma wǒ zhǎobúdào
คุณรู้ไหมว่าถุงเท้าของฉันอยู่ที่ไหน ฉันหาไม่เจอ

59. 冷門 lěngmén คำกริยาแสดงสภาวะ/ ไม่เป็นที่นิยม
在臺灣，阿拉伯語是一種冷門的語言。
zài táiwān ālābóyǔ shì yìzhǒng lěngmén de yǔyán
ในประเทศไต้หวัน ภาษาอาหรับเป็นภาษาหนึ่งที่ไม่ค่อยได้รับความนิยม

60. 以為 yǐwéi คำกริยา/ คิดไปว่า
小英以為今天要上學，出門後才發現今天是星期天。
xiǎoyīng yǐwéi jīntiān yào shàngxué chūmén hòu cái fāxiàn jīntiān shì xīngqítiān
เสี่ยวอิงคิดว่าวันนี้ต้องไปโรงเรียน หลังจากออกจากบ้านแล้วถึงพบว่าวันนี้เป็นวันอาทิตย์

61. 刺激 cìjī คำกริยาแสดงสภาวะ/ น่าตื่นเต้น , กระตุ้น
賽車是一項很刺激的運動。
sàichē shì yíxiàng hěn cìjī de yùndòng
การแข่งรถเป็นกีฬาอย่างหนึ่งที่น่าตื่นเต้นมาก
大維已經很難過了，你不要再刺激他了！

dàwéi yǐjīng hěn nánguò le nǐ búyào zài cìjī tā le
เดวิดเสียใจมากแล้ว คุณอย่าเพิ่งไปกระตุ้นเขาอีกเลย

62. 好玩 hǎowáng คำกริยาแสดงสภาวะ / สนุกสนาน , ตลกขบขัน , น่าสนใจ
昨天的慶生會好玩嗎？
zuótiān de qìngshēnghuì hǎo wán ma
งานเลี้ยงวันเกิดเมื่อวานสนุกไหม
墾丁是個很好玩的地方。
kěndīng shì ge hěn hǎowán de dìfāng
เข็นติงเป็นสถานที่ที่น่าสนใจมากที่หนึ่ง
小右是個很好玩的人。
xiǎoyòu shì ge hěn hǎowán de rén
เสี่ยวโหย่วเป็นคนที่สนุกสนานมากคนหนึ่ง

63. 動作片 dòngzuò piàn คำนาม/ ภาพยนตร์แนวแอคชั่น
阿諾演了很多動作片。
ānuò yǎn le hěn duō dòngzuò piàn
อาร์โนลแสดงภาพยนตร์แนวแอคชั่นหลายเรื่อง

64. 誤會 wùhuì
คำกริยา/ เข้าใจผิด คำนาม/ ความเข้าใจผิด
這位太太，您誤會我的意思了。
zhè wèi tàitai nín wùhuì wǒ de yìsi le
คุณนาย คุณเข้าใจความหมายของฉันผิดแล้ว
不過是場誤會，大家說清楚就沒事了。
búguò shì chǎng wùhuì dàjiā shuō qīngchǔ jiù méishì le
ถึงแม้ว่ามันจะเป็นแค่เรื่องเข้าใจผิด ทุกคนพูดกันชัดเจนแล้วก็หมดเรื่องกัน

65. 品味 pǐnwèi คำกริยา/ คำนาม/ รสนิยม , รส
人要懂得品味人生，生活才會更快樂。
rén yào dǒngde pǐnwèi rénshēng shēnghuó cáihuì gèng kuàilè
คนเราต้องรู้จักรสชาติของชีวิต ชีวิตถึงจะมีความสุขมากขึ้น
陸先生的穿著很有品味。
lù xiānshēng de chuānzhuó hěn yǒu pǐnwèi
การแต่งตัวของคุณลู่ช่างมีรสนิยมจริงๆ

66. 內涵 nèihán คำนาม/ ความหมายแฝง , โดยนัย
讀書能夠豐富人的內涵。
dúshū nénggòu fēngfù rén de nèihán
การอ่านหนังสือสามารถเพิ่มคุณค่าในตัวได้

67. 反正 fǎnzhèng คำวิเศษณ์/ อย่างไรก็ตาม
我不說了，反正你也沒在聽。
wǒ bù shuō le fǎnzhèng nǐ yě méi zài tīng
ฉันไม่พูดแล้ว อย่างไรก็ตามคุณก็ไม่ได้ฟังอยู่ดี

68. 好萊塢 hǎoláiwù คำนาม/ ฮอลลีวูด
你喜歡哪一個好萊塢明星？
nǐ xǐhuān nǎ yíge hǎoláiwù míngxīng
คุณชอบดาราฮอลลีวูดคนไหน

69. 膩 Nì คำกริยา/เบื่อหน่าย
他每天都說一樣的話，我聽都聽膩了。
tā měitiān dōu shuō yíyàng de huà wǒ tīng dōu tīng nì le
เขาพูดเหมือนเดิมทุกวัน ฉันได้ยินจนเบื่อแล้ว
就算是再好的朋友，每天在一起也是會膩的。
jiùsuàn shì zài hǎo de péngyǒu měitiān zàiyìqǐ yěshì huì nì de
แม้แต่เพื่อนที่ดีที่สุด อยู่ด้วยกันทุกวันก็อาจจะเบื่อได้

70. 新鮮 xīnxiān คำกริยาแสดงสภาวะ/ ใหม่ , สด , บริสุทธิ์
水果要挑新鮮的買。
shuǐguǒ yào tiāo xīnxiān de mǎi
ผลไม้ต้องเลือกซื้อที่มันสดใหม่
山上的空氣很新鮮。
shān shàng de kōngqì hěn xīnxiān
อากาศบนภูเขาบริสุทธิ์มาก
上網對奶奶來說是一件新鮮事。
shàngwǎng duì nǎinai láishuō shì yí jiàn xīnxiān shì
การเล่นอินเทอร์เน็ตนั้นถือเป็นเรื่องใหม่สำหรับคุณยาย

71. 票 piào คำนาม/ ตั๋ว
過年時的火車票很難買。
guònián shí de huǒchē piào hěn nán mǎi
ตั๋วรถไฟในช่วงเทศกาลตรุษจีนนั้นหาซื้อยากมาก

72. 午夜場 wŭyèchăng คำนาม/รอบดึก (รอบฉายในโรงภาพยนตร์)
午夜場的票通常比較便宜。
wŭyèchăng de piào tōngcháng bĭjiào piányí
โดยปกติแล้ว ตั๋วภาพยนตร์รอบดึกราคาจะค่อนข้างถูก

第十課

1. 冬天 dōngtiān คำนาม/ ฤดูหนาว
冬天吃火鍋最好了。
dōngtiān chī huŏguō zuì hăo le
กินหม้อไฟตอนฤดูหนาวดีที่สุด

2. 天氣 tiānqì คำนาม/ อากาศ
明天的天氣不穩定，下午可能會下雨。
míngtiān de tiānqì bù wĕndìng xiàwŭ kĕnéng huì xiàyŭ
อากาศวันพรุ่งนี้ไม่ค่อยแน่นอน ตอนบ่ายอาจมีฝนตก

3. 穩定 wĕndìng คำกริยาแสดงสภาวะ / คงที่ , เสถียร , มั่นคง , แน่นอน
我準備等工作穩定下來以後再想搬家的事。
wŏ zhŭnbèi dĕng gōngzuò wĕndìng xiàlái yĭhòu zài xiăng bānjiā de shì
ฉันรอให้การงานมั่นคงเสียก่อนแล้วค่อยคิดเรื่องการย้ายบ้าน

4. 一下 yíxià คำวิเศษณ์/ ชักครู่ , ช่วงเวลาสั้นๆ
林小姐一下要接電話，一下要招待客人，忙得不得了。
lín xiăojiĕ yíxià yào jiēdiànhuà yíxià yào zhāodài kèrén mángde bùdéliăo
เดี๋ยวคุณหลินก็รับโทรศัพท์ เดี๋ยวก็ต้องไปต้อนรับลูกค้า เธองานยุ่งมากๆ
等我一下，我接個電話馬上就回來。
dĕng wŏ yíxià wŏ jiēge diànhuà măshàng jiù huílái
รอฉันซักครู่ ฉันไปรับโทรศัพท์ก่อนเดี๋ยวรีบกลับมา

5. 下班 xiàbān คำกริยา/ เลิกงาน
爸爸下班以後會來學校接我回家。
bàba xiàbān yĭhòu huì lái xuéxiào jiē wŏ huíjiā
คุณพ่อเลิกงานแล้วจะมาที่โรงเรียนรับฉันกลับบ้าน

6. 突然 túrán คำวิเศษณ์/ กะทันหัน , ทันใดนั้น
老先生突然心臟病發，在昨天晚上去世了。
lăoxiānshēng túrán xīnzàngbìng fā zài zuótiān wănshàng qùshì le
ชายชราหัวใจวายกะทันหัน เสียชีวิตไปเมื่อคืนนี้

7. 身體 shēntĭ คำนาม/ ร่างกาย , สุขภาพ
爺爺已經八十歲了，身體還是很好。
yéye yĭjīng bāshí suì le shēntĭ háishì hĕnhăo
คุณปู่อายุแปดสิบปีแล้วสุขภาพยังแข็งแรงดีอยู่เลย
外星人的頭大身體小，看起來很奇怪。
wàixīngrén de tóu dà shēntĭ xiăo kànqĭlái hĕn qíguài
มนุษย์ต่างดาวหัวใหญ่ตัวเล็ก ดูแล้วแปลกมากๆ

8. 舒服 shūfú คำกริยาแสดงสภาวะ/ สะดวกสบาย , สบาย
這張新買的沙發躺起來很舒服。
zhè zhāng xīnmăi de shāfā tăngqĭlái hĕn shūfú
โซฟาที่ซื้อมาใหม่ตัวนี้นอนแล้วรู้สึกสบายมากเลย

9. 休息 xiūxí คำกริยา/ พักผ่อน
休息是為了走更遠的路。
xiūxí shì wèile zŏu gèng yuăn de lù
พักผ่อนก็เพื่อที่จะได้เดินไปได้ไกลมากขึ้น

10. 便 biàn คำเสริม/ (เป็นคำเติมหน้ากิริยาเพื่อเน้นคำกิริยานั้น)
做完家事，詹先生便出門去買菜。
zuò wán jiāshì zhān xiānshēng biàn

chūmén qù mǎicài
ทำงานบ้านเรียบร้อยแล้ว คุณจานก็ออกไปซื้ออาหาร

11. 醫生 yīshēng คำนาม/ แพทย์ , หมอ
醫生的責任是醫好病人。
yīshēng de zérèn shì yī hǎo bìngrén
หน้าที่ความรับผิดชอบของแพทย์คือการดูแลรักษาผู้ป่วย

12. 診所 zhěnsuǒ คำนาม/ คลินิก
洪醫生的診所在小巷子裡，氣氛很安靜。
hóng yīshēng de zhěnsuǒ zài xiǎo xiàngzi lǐ qìfēn hěn ānjìng
คลินิกของคุณหมอหงอยู่ในซอยเล็กๆ บรรยากาศเงียบสงบมาก

13. 櫃臺 guìtái คำนาม/ เคาน์เตอร์
請填好報名表，到櫃臺去繳費，謝謝。
qǐng tián hǎo bàomíngbiǎo dào guìtái qù jiǎofèi xièxie
กรุณากรอกแบบฟอร์มให้เรียบร้อย แล้วมาชำระเงินที่เคาน์เตอร์ ขอบคุณ

14. 掛號 guàhào คำกริยา/ ลงทะเบียน , รับบัตรคิว
看病前要先掛號。
kànbìng qián yào xiān guàhào
ก่อนไปพบแพทย์ต้องลงทะเบียนก่อน

15. 護士 hùshì คำนาม/ พยาบาล
大家都說護士是白衣天使。
dàjiā dōu shuō hùshì shì báiyī tiānshǐ
ทุกคนพูดกันว่าพยาบาลคือนางฟ้าในชุดขาว

16. 初診 chūzhěn คำนาม / วินิจฉัยเบื้องต้น , มาครั้งแรก
郭太太，請問您是初診嗎？
guōtàitài qǐngwèn nín shì chūzhěn ma
คุณนายกัว ไม่ทราบว่ามารักษาเป็นครั้งแรกใช่ไหม

17. 填 tián คำกริยา/ กรอก
請填好這張表格。
qǐng tián hǎo zhèzhāng biǎogé
กรุณากรอกข้อมูลลงในแบบฟอร์มให้เรียบร้อย
約翰喜歡玩填字遊戲。
yuēhàn xǐhuān wán tiánzì yóuxì
จอห์นชอบเล่นเกมส์ครอสเวิร์ด

18. 病歷表 bìnglì biǎo คำนาม/ ประวัติการรักษา , เวชระเบียน
病人的病歷表不能給其他人看到。
bìngrén de bìnglìbiǎo bùnéng gěi qítā rén kàndào
ประวัติการรักษาของคนไข้ไม่สามารถนำไปให้คนอื่นดูได้

19. 健保卡 jiànbǎokǎ คำนาม/ บัตรประกันสุขภาพ
小美把健保卡弄丟了。
xiǎoměi bǎ jiànbǎo kǎ nòng diū le
เสียวเม่ยทำบัตรประกันสุขภาพหล่นหาย

20. 費 fèi คำนาม/ ค่าธรรมเนียม , ค่าใช้จ่าย
這棟房子每個月的房租是五千元，不包括水費和電費。
zhèdòng fángzi měige yuè de fángzū shì wǔqiān yuán bù bāokuò shuǐfèi hàn diànfèi
ค่าเช่าของบ้านหลังนี้เดือนละห้าพันหยวน ไม่รวมค่าน้ำค่าไฟ

21. 稍等 shāoděng รอซักครู่
Ａ：喂，您好，請問吳先生在嗎？
wéi nínhǎo qǐngwèn wú xiānshēng zài ma
A: ฮัลโหล? สวัสดี ไม่ทราบว่าคุณอู๋อยู่ไหม
Ｂ：請您稍等一下，我幫您轉接。
qǐng nín shāoděng yíxià wǒ bāng nín zhuǎnjiē
B: กรุณารอซักครู่ ฉันจะโอนสายให้

22. 叫 jiào คำกริยา/ เรียก
小姐，不好意思，剛剛是妳叫我嗎？
xiǎojiě bùhǎoyìsī gānggāng shì nǐ jiào wǒ ma
ขอโทษด้วยคุณผู้หญิง เมื่อซักครู่คุณเรียกฉันใช่ไหม

23. 診療室 zhěnliáoshì คำนาม/ ห้องรักษา
這間兒童牙科的診療室裡放滿了玩具，很受小孩子歡迎。
zhèjiān értóng yákē de zhěnliáoshì lǐ fàng mǎn le wánjù hěn shòu xiǎoháizi huānyíng
ในห้องรักษาทันตกรรมเด็กห้องนี้เต็มไปด้วย ของเล่น เป็นที่ชื่นชอบมากสำหรับเด็กๆ

24. 症狀 zhèngzhuàng คำนาม/ อาการ
這次流行性感冒的症狀是一直咳嗽。
zhècì liúxíngxìng gǎnmào de zhèngzhuàng shì yìzhí késòu
อาการของโรคไข้หวัดใหญ่คราวนี้คือมีอาการไอตลอดเวลา

25. 頭暈 tóuyūn คำกริยาแสดงสภาวะ/ มึนศีรษะ , เวียนศีรษะ
婉婷坐飛機都會頭暈。
wǎntíng zuò fēijī dōu huì tóuyūn
หว่านถิงมักจะเวียนศีรษะทุกครั้งที่นั่งเครื่องบิน

26. 食慾 shíyù คำนาม/ ความอยากอาหาร
小明生病了，變得很沒食慾，連一碗飯都吃不下。
xiǎomíng shēngbìng le biànde hěn méi shíyù lián yìwǎn fàn dōu chībúxià
เสี่ยวหมิงไม่สบาย เลยกลายเป็นว่าไม่มีความอาหาร ข้าวแค่จานเดียวก็กินไม่ลง

27. 發燒 fāshāo คำนาม/ ไข้ คำกริยา/ มีไข้
寶寶生病了，晚上發燒到三十九度。
bǎobao shēngbìng le wǎnshàng fāshāo dào sānshíjiǔ dù
ลูกน้อยไม่สบาย ตอนกลางคืนมีไข้ถึงสามสิบเก้าองศา

28. 咳嗽 késòu คำนาม/ อาการไอ คำกริยา/ ไอ
小寶晚上一直咳嗽，讓媽媽很擔心。
xiǎobǎo wǎnshàng yìzhí késòu ràng māma hěn dānxīn
เสียวเป่าไอตลอดทั้งคืนเลย ทำให้คุณแม่กังวลใจมาก

29. 鼻塞 bísāi คำนาม/ คำกริยา/ คัดจมูก
老王鼻塞，什麼味道都聞不到。
lǎowáng bísāi shéme wèidào dōu wén búdào
เหล่าหวังคัดจมูก ดมไม่ได้กลิ่นอะไรเลย

30. 鼻涕 bítì คำนาม/ น้ำมูก
阿儒感冒了，一直流鼻涕。
ārú gǎnmào le yìzhí liú bítì
อาหรูเป็นหวัด น้ำมูกไหลตลอดเวลา

31. 鼻水 bíshuǐ คำนาม/ น้ำมูก
這道菜辣的讓我一直流鼻水。
zhèdào cài làde ràng wǒ yìzhí liú bíshuǐ
อาหารจานนี้เผ็ดจนทำให้ฉันน้ำมูกไหลตลอดเวลา

32. 鼻子 bízi คำนาม/ จมูก
怡君鼻子的形狀很好看。
yíjūn bízi de xíngzhuàng hěn hǎokàn
รูปร่างจมูกของอี๋จุนดูดีมาก

33. 塞 sāi คำกริยา/ อุด , ตัน
馬桶塞住了，沒辦法沖水。
mǎtǒng sāi zhù le méi bànfǎ chōngshuǐ
ชักโครกอุดตันแล้ว ไม่สามารถกดชักโครกได้
塞車的時候，阿飛會一邊唱歌一邊按喇叭。
sāichē de shíhòu āfēi huì yìbiān chànggē yìbiān àn lǎba
ช่วงเวลาที่รถติดนั้น อาเฟยมักจะร้องเพลงไปด้วยบีบแตรไปด้วย

34. 辦法 bànfǎ คำนาม/ วิธีการ
小英沒辦法解決這個問題，所以去問媽媽該怎麼做。
xiǎoyīng méi bànfǎ jiějué zhège wèntí suǒyǐ qù wèn māma gāi zěnme zuò
เสี่ยวอิงไม่สามารถแก้ไขปัญหานี้ได้
ดังนั้นจึงไปถามคุณแม่ว่าควรจะทำอย่างไร
阿毛對他的女朋友一點辦法也沒有。
āmáo duì tāde nǚpéngyǒu yìdiǎn bànfǎ yěméiyǒu
อาเหมาไม่มีวิธีจัดการกับแฟนของเขาได้เลย

35. 正常 zhèngcháng คำกริยาแสดงสภาวะ/ ปกติ
目前交通已經恢復正常，請大家不要擔心。
mùqián jiāotōng yǐjīng huīfù zhèngcháng qǐng dàjiā búyào dānxīn
ตอนนี้การจราจรกลับสู่ภาวะปกติแล้ว ทุกคนไม่ต้องกังวล

36. 呼吸 hūxī　คำกริยา/ หายใจ
人不能在水裡呼吸。
rén bùnéng zài shuǐ lǐ hūxī
มนุษย์ไม่สามารถหายใจในน้ำได้
到山裡走走時，別忘了作一個深呼吸。
dào shānlǐ zǒuzǒu shí bié wàng le zuò yíge shēnhūxī
พอเดินไปถึงบริเวณภูเขาแล้ว อย่าลืมสูดลมหายใจเข้าลึกๆ

37. 倒 dào　คำวิเศษณ์/ ในทางกลับกัน
平常你最愛說話了，怎麼今天倒安靜起來了？
píngcháng nǐ zuì ài shuōhuà le zěnme jīntiān dào ānjìng qǐlái le
ปกติคุณเป็นคนชอบพูดคุย วันนี้ทำไมกลับเงียบขึ้นมา

38. 喉嚨 hóulóng　คำนาม/ คอ , ลำคอ
我最近喉嚨都乾乾的，不大舒服。
wǒ zuìjìn hóulóng dōu gāngān de búdà shūfú
ช่วงนี้ฉันรู้สึกคอแห้งๆ ไม่ค่อยสบายเท่าไรนัก

39. 癢 yǎng　คำกริยาแสดงสภาวะ/ อาการคัน , ระคาย
蚊子叮得我好癢。
wénzi dīngde wǒ hǎoyǎng
ยุงกัดทำให้ฉันคันมาก

40. 吸氣 xīqì　คำกริยา/ หายใจเข้า
吸一口氣，再慢慢吐出來。
xī yìkǒu qì zài mànmàn tǔ chūlái
หายใจเข้าลึกๆ แล้วค่อยปล่อยลมออกมาช้าๆ

41. 吐氣 tǔqì　คำกริยา/ หายใจออก
慢慢吐氣可以放鬆身體。
mànmàn tǔqì kěyǐ fàngsōng shēntǐ
หายใจออกช้าๆ จะช่วยให้ร่างกายผ่อนคลาย

42. 嘴巴／嘴 zuǐba　คำนาม/ ปาก
有些地方吃飯的時候不可以張開嘴巴。
yǒuxiē dìfāng chīfàn de shíhòu bù kěyǐ zhāngkāi zuǐba
การทานอาหารในบางแห่งไม่ควรเคี้ยวอาหารเสียงดัง

43. 張開 zhāngkāi　คำกริยา/ เปิด , อ้า
請把手張開。
qǐng bǎ shǒu zhāngkāi
กรุณาแบมือ

44. 狀況 zhuàngkuàng　คำนาม/ อาการ , สภาพ
山裡手機收訊的狀況不好，常常打不通。
shānlǐ shǒujī shōuxùn de zhuàngkuàng bùhǎo chángcháng dǎ bù tōng
ในบริเวณภูเขาโทรศัพท์รับสัญญาณได้ไม่ดี มักจะโทรไม่ค่อยติด
老李很糊塗，常常搞不清楚狀況，讓人很生氣。
lǎolǐ hěn hútú chángcháng gǎo bù qīngchǔ zhuàngkuàng ràng rén hěn shēngqì
เหลาหลี่เป็นคนสับสนง่าย มักจะไม่ค่อยรู้เรื่องรู้ราวอะไร จึงมักทำให้คนอื่นโมโหได้ง่าย

45. 輕微 qīngwéi　คำกริยาแสดงสภาวะ/ เล็กน้อย
小周出了車禍，幸好傷勢很輕微，兩三天就好了。
xiǎozhōu chū le chēhuò xìnghǎo shāngshì hěn qīngwéi liǎngsāntiān jiù hǎo le
เสี่ยวโจวประสบอุบัติเหตุทางรถยนต์ โชคดีที่มีอาการบาดเจ็บเพียงเล็กน้อย สองสามวันก็หายแล้ว

46. 流行性感冒 liúxíngxìng gǎnmào　คำนาม/ ไข้หวัดใหญ่
流行性感冒每年的症狀都不一樣。
liúxíngxìng gǎnmào měinián de zhèngzhuàng dōu bù yíyàng
อาการของโรคไข้หวัดใหญ่ในแต่ละปีนั้นไม่เหมือนกัน

47. 感冒 gǎnmào　คำกริยา/ เป็นหวัด
小英感冒了，媽媽不准她出去玩。
xiǎoyīng gǎnmào le māma bù zhǔn tā chūqù wán
เสี่ยวอิงเป็นหวัด คุณแม่จึงไม่อนุญาตให้เธอออกไปเที่ยวเล่นข้างนอก

48. 發炎 fāyán　คำกริยา/ อักเสบ
受傷了要趕快消毒，不然傷口發炎就麻煩了。
shòushāng le yào gǎnkuài xiāodú bùrán shāngkǒu fāyán jiù máfán le
ถ้าได้รับบาดเจ็บแล้วต้องรีบฆ่าเชื้อโรค ไม่อย่างนั้นบาดแผลอักเสบแล้วจะยิ่งลำบาก

49. 冰 bīng คำกริยาแสดงสภาวะ/ น้ำแข็ง , เย็น
我要一杯冰奶茶，謝謝！
wǒ yào yìbēi bīng nǎichá xièxie
ฉันขอชานมหนึ่งแก้ว ขอบคุณ
夏天吃冰最好了。
xiàtiān chī bīng zuì hǎo le
กินน้ำแข็งตอนหน้าร้อนดีที่สุด

50. 羊肉 yángròu คำนาม/ เนื้อแกะ
羊肉吃起來有一股特別的味道。
yángròu chī qǐlái yǒu yìgǔ tèbié de wèidào
เวลาที่กินเนื้อแกะ จะมีกลิ่นที่พิเศษอย่างหนึ่ง

51. 橘子 júzi คำนาม/ ส้ม
橘子聞起來很香。
júzi wén qǐlái hěn xiāng
ส้มมีกลิ่นที่หอมมาก

52. 中醫 zhōngyī คำนาม/ แพทย์แผนจีน
中醫相信人的身體上有很多穴道。
zhōngyī xiāngxìn rén de shēntǐ shàng yǒu hěnduō xuèdào
แพทย์แผนจีนเชื่อว่ามีจุดฝังเข็มจำนวนมากอยู่บนร่างกายของคนเรา
王先生是一個很有名的中醫師。
wáng xiānshēng shì yíge hěn yǒumíng de zhōngyīshī
คุณหวังเป็นแพทย์แผนจีนที่มีชื่อเสียงคนหนึ่ง

53. 關 guān คำกริยา/ เกี่ยวข้องกับ
天氣變熱與地球的暖化有關。
tiānqì biàn rè yǔ dìqiú de nuǎnhuà yǒuguān
สภาพอากาศที่ร้อนมากขึ้นนั้นมีความเกี่ยวข้องกับภาวะโลกร้อน
這件事跟你無關，請你別管。
zhèjiàn shì gēn nǐ wúguān qǐng nǐ bié guǎn
เรื่องนี้ไม่เกี่ยวกับคุณ กรุณาอย่ามายุ่ง

54. 根據 gēnjù คำกริยา/ ตามที่ , เกี่ยวกับ
爸爸根據地圖找到了旅館。
bàba gēnjù dìtú zhǎodào le lǚguǎn
คุณพ่อดูตามแผนที่จนหาโรงแรมพบ

55. 理論 lǐlùn คำนาม/ ทฤษฎี
理論和實際總是不太一樣。
lǐlùn hàn shíjì zǒngshì bú tài yíyàng
ทฤษฎีและการปฏิบัติมักจะไม่ค่อยเหมือนกัน

理論上 lǐlùnshàng ในทางทฤษฎี
理論上，這樣做是可以的。
lǐlùnshàng zhèyàng zuò shì kěyǐ de
ในทางทฤษฎีแล้วสามารถทำแบบนี้ได้

56. 加重 jiāzhòng คำกริยา/ รุนแรงขึ้น , ทวี
警察犯法要加重處罰。
jǐngchá fànfǎ yào jiāzhòng chǔfá
ตำรวจทำผิดกฎหมายจะต้องเพิ่มบทลงโทษให้รุนแรงขึ้น

57. 病情 bìngqíng คำนาม/ อาการป่วย
昨天晚上王老先生的病情突然加重了。
zuótiān wǎnshàng wáng lǎoxiānshēng de bìngqíng túrán jiāzhòng le
เมื่อคืนนี้อาการป่วยของคุณหวังเหล่าอยู่ๆก็กำเริบหนักขึ้น

58. 處方 chǔfāng คำนาม/ ใบสั่งยา
要有處方才能跟藥局領藥。
yào yǒu chǔfāng cái néng gēn yàojú lǐng yào
ต้องมีใบสั่งยาถึงจะรับยาจากแผนกยาได้

59. 藥局 yàojú คำนาม/ เภสัชกรรม , แผนกยา , ร้านขายยา
藥局裡除了賣藥，也會賣一些保養品。
yàojú lǐ chúle mài yào yě huì mài yìxiē bǎoyǎngpǐn
นอกจากร้านขายยาจะขายยาแล้ว ยังขายพวกผลิตภัณฑ์ดูแลผิวอีกด้วย

60. 領 lǐng คำกริยา/ รับ , ได้รับ
林小姐，管理室有您的包裹，請趕快來領。

línxiǎojiě guǎnlǐshì yǒu nín de bāoguǒ qǐng gǎnkuài lái lǐng
คุณหลิน มีพัสดุของคุณอยู่ที่ห้องอำนวยการ กรุณารีบมารับด้วย
等我一下，我得先去 ATM 領錢。
děng wǒ yíxià wǒ děi xiān qù ATM lǐng qián
รอฉันซักครู่ ฉันต้องไปถอนเงินที่ ATM ก่อน

61. 拿 ná คำกริยา/ หยิบ , ถือ , นำ
老太太拿了一顆蘋果給小男孩。
lǎotàitài ná le yìkē píngguǒ gěi xiǎo nánhái
คุณนายเหล่าหยิบแอปเปิ้ลหนึ่งผลให้กับเด็กผู้ชาย

62. 退燒 tuìshāo คำกริยา/ ไข้ลด
發燒的時候用冰敷在額頭上，可以幫助退燒。
fāshāo de shíhòu yòng bīng fū zài étoushàng kěyǐ bāngzhù tuìshāo
เวลามีไข้ให้ใช้วิธีประคบเย็นที่หน้าผาก จะช่วยลดไข้ได้

63. 副作用 fùzuòyòng คำนาม/ ผลข้างเคียง
這種藥吃了不會有副作用，放心好了。
zhèzhǒng yào chī le bú huì yǒu fùzuòyòng fàngxīn hǎo le
ยาชนิดนี้กินแล้วไม่มีผลข้างเคียงใดๆ สบายใจได้

64. 得 děi คำวิเศษณ์/ ต้อง , จะต้อง
明天就要開會了，今天我們一定得把事情做完。
míngtiān jiùyào kāihuì le jīntiān wǒmen yídìng děi bǎ shìqíng zuòwán
พรุ่งนี้จะต้องประชุมแล้ว วันนี้พวกเราจะต้องทำงานให้เสร็จ

65. 放心 fàngxīn คำกริยา/ วางใจ , สบายใจ
我一定會好好照顧自己，請爸爸媽媽放心。
wǒ yídìng huì hǎohǎo zhàogù zìjǐ qǐng bàba māma fàngxīn
ฉันจะดูแลตัวเองให้ดี ขอให้คุณพ่อคุณแม่วางใจ

第十一課

1. 其實 qíshí คำวิเศษณ์/ ในความเป็นจริง
王老師看起來很好像嚴肅，不過其實他是個幽默的人。
wáng lǎoshī kàn qǐlái hǎoxiàng hěn yánsù búguò qíshí tā shì ge yōumò de rén
อาจารย์หวังดูท่าทางแล้วเป็นคนค่อนข้างซีเรียส แต่ในความเป็นจริงแล้วเขาเป็นคนที่ตลกขบขัน

2. 一見鍾情 yíjiàn zhōngqíng คำกริยา/ (ตกหลุม) รักแรกพบ
森川對子芸一見鍾情，每天都想著她。
sēnchuān duì zǐyún yíjiàn zhōngqíng měitiān dōu xiǎngzhe tā
เสินชวนตกหลุมรักจื่อหวินตั้งแต่แรกพบ เขาคิดถึงเธอทุกวัน

3. 好感 hǎogǎn คำนาม/ รู้สึกดี , ความประทับใจ
艾婕又聰明、又漂亮，大家都對她很有好感。
àijié yòu cōngmíng yòu piàoliàng dàjiā dōu duì tā hěn yǒu hǎogǎn
อ้ายเจี๋ยทั้งสวยทั้งฉลาด ทุกคนต่างก็มีความประทับใจในตัวเธอ

4. 情人節 qíngrénjié คำนาม/ วันวาเลนไทน์
中國情人節在農曆七月七日。
zhōngguó qíngrénjié zài nónglì qī yuè qī rì
วันวาเลนไทน์ของจีนคือวันที่เจ็ดเดือนเจ็ดตามปฏิทินจันทรคติ

5. 求救 qiújiù คำกริยา/ ขอความช่วยเหลือ
失火的時候要打一一九向消防隊求救。
shīhuǒ de shíhòu yào dǎ yī yī jiǔ xiàng xiāofángduì qiújiù
เวลาเกิดเพลิงไหม้ต้องกดเบอร์หนึ่งหนึ่งเก้า ขอความช่วยเหลือไปที่หน่วยดับเพลิง

6. 請教 qǐngjiào คำกริยา/ ปรึกษา , ขอคำแนะนำ
小美有一些問題要請教老師。
xiǎoměi yǒu yìxiē wèntí yào qǐngjiào lǎoshī
เสียวเหม่ยมีปัญหาอยากจะขอคำแนะนำจากอาจารย์

7. 發生 fāshēng เกิดขึ้น
臺灣在九月二十一日發生大地震。
táiwān zài jiǔ yuè èrshíyī rì fāshēng dà

dìzhèn
ในวันที่ยี่สิบเอ็ดเดือนกันยายน
ที่ประเทศไต้หวันเกิดแผ่นดินไหวครั้งใหญ่

8. 趁 chèn คำกริยา/ ใช้โอกาสนี้ , ใช้เวลานี้
艾婕想趁在臺灣的時候好好學中文。
àijié xiǎng chèn zài táiwān de shíhòu hǎohǎo xué zhōngwén
อ้ายเจี๋ยอยากจะใช้โอกาสตอนที่อยู่ไต้หวันนี้
เรียนรู้ภาษาจีน

9. 告白 gàobái คำกริยา/ สารภาพ
向喜歡的人告白需要勇氣。
xiàng xǐhuān de rén gàobái xūyào yǒngqì
จะสารภาพรักกับคนที่เราชอบนั้นต้องใช้ความกล้าหาญ

10. 禁忌 jìnjì คำนาม/ ข้อห้าม
七月是中國的鬼月，有很多的禁忌。
qī yuè shì zhōngguó de guǐyuè yǒu hěnduō de jìnjì
ช่วงเดือนเจ็ดเป็นเทศกาลสารทจีน(เทศกาลปล่อยผี)
ของประเทศจีน มีข้อห้ามมากมาย

11. 拜託 bàituō คำกริยา/ ได้โปรด , ขอร้อง , กรุณา
我有一件事想拜託你。
wǒ yǒu yíjiàn shì xiǎng bàituō nǐ
ฉันมีเรื่องหนึ่งอยากจะขอร้องคุณ

12. 建議 jiànyì คำนาม/ ข้อเสนอแนะ , คำแนะนำ
小娟最近要租房子，你能不能給她一些建議？
xiǎojuān zuìjìn yào zū fángzi nǐ néng bùnéng gěi tā yìxiē jiànyì
ช่วงนี้เสี่ยวจวนอยากจะเช่าบ้าน
คุณช่วยให้คำแนะนำกับเธอหน่อยได้ไหม
คำกริยา/ แนะนำ , เสนอแนะ
嘉立建議小翁先念完書再去當兵。
jiālì jiànyì xiǎowēng xiān niàn wán shū zàiqù dāngbīng
เจียลี่แนะนำให้เสี่ยวเวิงเรียนหนังสือให้จบก่อน
แล้วค่อยไปเป็นทหาร

13. 以為 yǐwéi คำกริยา/ คิดไปเองว่า
森川以為獅子頭是獅子做的。
sēnchuān yǐwéi shīzitóu shì shīzi zuò de
เสินชวนคิดไปเองว่าลูกชิ้นหัวสิงโตทำมาจากสิงโต

14. 合作 hézuò คำกริยา/ ร่วมมือ
龍爸跟李醫生合作開一家診所。
lóngbà gēn lǐ yīshēng hézuò kāi yìjiā zhěnsuǒ
คุณพ่อหลงกับคุณหมอหลี่ร่วมมือกันเปิดคลินิก

15. 同事 tóngshì คำนาม/ เพื่อนร่วมงาน
森川跟他的同事處得很好。
sēnchuān gēn tā de tóngshì chǔde hěn hǎo
เสินชวนกับเพื่อนร่วมงานของเขาเข้ากันได้เป็นอย่างดี

16. 提 tí คำกริยา/ พูดถึง , กล่าวถึง
艾婕沒有向子維提過她的感情生活。
àijié méiyǒu xiàng zǐwéi tíguò tā de gǎnqíng shēnghuó
อ้ายเจี๋ยไม่เคยพูดถึงเรื่องชีวิตรักของเขาให้จื่อเหวยฟังเลย

17. 迷人 Mírén คำกริยาแสดงสภาวะ/ มีเสน่ห์ น่าดึงดูด
收音機裡 DJ 的聲音非常迷人。
shōuyīnjī lǐ DJ de shēngyīn fēicháng mírén
เสียงของดีเจในวิทยุมีเสน่ห์มาก

18. 不好意思 bùhǎo yìsi คำกริยาแสดงสภาวะ/ รู้สึกอับอาย เขินอาย
子維被老師稱讚，覺得有點不好意思。
zǐwéi bèi lǎoshī chēngzàn juéde yǒudiǎn bùhǎo yìsi
จื่อเหวยได้รับคำชมเชยจากอาจารย์
เขารู้สึกเขินเล็กน้อย
今天讓你請客真的很不好意思。
jīntiān ràng nǐ qǐngkè zhēnde hěn bùhǎo yìsi
วันนี้ให้คุณเป็นเจ้ามือเลี้ยงอาหาร ทำให้ฉัน
รู้สึกเกรงใจมาก

idiom/ excuse me
不好意思，請問吳興街要怎麼走？
bùhǎo yìsī qǐngwèn wúxīngjiē yào zěnme zǒu
ขอโทษ ไม่ทราบว่าถนนคนเดินอู๋ซิงไปอย่างไร

19. 鬧 nào ทำให้สนุก , แซว , รบกวน , กวน
姊姊在念書，你不要去鬧她
jiějie zài niànshū nǐ búyào qù nào tā
พี่สาวกำลังอ่านหนังสืออยู่ คุณอย่าเพิ่งไปกวนเขา

20. 饒 ráo คำกริยา / ยกโทษให้ , ไว้ชีวิต , ปล่อยไป
人們決定先饒搶匪一命，暫時不殺他
rénmen juédìng xiān ráo qiǎngfěi yí mìng zhànshí bù shā tā
ประชาชนตัดสินใจที่จะไว้ชีวิตเฉียงเฟ่ยซักครั้ง ยังไม่ฆ่าเขาในตอนนี้

饒了我吧！ráo le wǒ ba สำนวน/ ขอพักก่อน ; ปล่อยฉันไปเถอะ
A：子維，明天上課你要上臺表演肚皮舞喔！
zǐwéi míngtiān shàngkè nǐ yào shàng tái biǎoyǎn dùpíwǔ o
A: จื่อเหวย พรุ่งนี้ในชั่วโมงเรียนเธอต้องออกไปแสดงการเต้นระบำหน้าท้องหน้าห้องด้วยนะ
B：饒了我吧！
ráo le wǒ ba
B: ปล่อยฉันไปเถอะนะ

21. 咱們 zánmen คำนาม/ พวกเรา
你什麼時候有空，咱們一起去喝一杯吧！
nǐ shéme shíhòu yǒukòng zánmen yìqǐ qù hē yìbēi ba
เมื่อไหร่คุณถึงจะมีเวลาว่าง พวกเราออกไปดื่มด้วยกันซักแก้ว

22. 講 jiǎng คำกริยา/ พูด , บอก
這件事是阿明跟我講的。
zhèjiàn shì shì āmíng gēn wǒ jiǎng de
เรื่องนี้อาหมิงเป็นคนบอกกับฉันเอง

23. 正經 zhèngjīng คำกริยาแสดงสภาวะ/ จริงจัง
正經點，不要再嘻皮笑臉的了。
zhèngjīng diǎn búyào zài xīpí xiàoliǎn de le
จริงจังหน่อย อย่ามัวแต่ทำหน้ายิ้มแย้มอยู่

24. 一般來說 yìbān láishuō คำวิเศษณ์/ โดยทั่วไป
一搬來說，亞洲人比歐洲人矮。
yìbān láishuō yǎzhōu rén bǐ ōuzhōu rén ǎi
โดยทั่วไปแล้ว คนเอเชียมักจะเตี้ยกว่าคนยุโรป

25. 害羞 hàixīu คำกริยาแสดงสภาวะ/ ขี้อาย
森川是個害羞的人，很容易臉紅。
sēnchuān shìge hàixiū de rén hěn róngyì liǎnhóng
เสินชวนเป็นคนขี้อาย หน้าแดงได้ง่ายมาก

26. 矜持 jīnchí คำกริยาแสดงสภาวะ/ สงบเสงี่ยม , สงวนไว้
有時候，太矜持會失去很多機會。
yǒushíhòu tài jīnchí huì shīqù hěnduō jīhuì
ในบางครั้ง สงบเสงี่ยมเกินไปก็ทำให้เสียโอกาสไปหลายอย่าง

27. 含蓄 hánxù คำกริยาแสดงสภาวะ/ ไม่ต้องเปิดเผยมาก , ความหมายแฝง
中文是一種含蓄的語言。
zhōngwén shì yìzhǒng hánxù de yǔyán
ภาษาจีนเป็นภาษาที่มีความหมายแฝงภาษาหนึ่ง

28. 急 jí คำกริยาแสดงสภาวะ/ เร่งรีบ , รีบร้อน
朱小姐，邱先生說有急事要找妳，請妳趕快跟他聯絡。
zhū xiǎojiě qiū xiānshēng shuō yǒu jíshì yào zhǎo nǐ qǐng nǐ gǎnkuài gēn tā liánluò
คุณจู , คุณชิวบอกว่ามีเรื่องด่วนต้องการพบคุณ ขอให้คุณช่วยติดต่อกลับโดยด่วน

29. 弄 nòng คำกริยา/ ทำ , จัดการ
兒子一回家就把房間弄得好亂，真受不了。
érzi yì huíjiā jiù bǎ fángjiān nòng de hǎo luàn zhēn shòubùliǎo
พอลูกชายกลับถึงบ้านก็ทำห้องรกไปหมด รับไม่ได้จริงๆ

30. 彼此 bǐcǐ คำนาม/ กันและกัน , ต่างคนต่าง....
他們昨天吵了一架，弄得彼此都很尷尬。

tāmen zuótiān chǎo le yí jià nòng de bǐcǐ dōu hěn gāngà
เมื่อวานพวกเขาทะเลาะกัน ทำให้ต่างคนต่างรู้สึกอึดอัดมาก

31. 尷尬 gāngà คำกริยาแสดงสภาวะ/ อึดอัด , อับอาย
在電梯裡放屁是一件很尷尬的事。
zài diàntī lǐ fàngpì shì yíjiàn hěn gāngà de shì
ผายลมในลิฟต์เป็นเรื่องที่น่าอับอายมาก

32. 紳士 shēnshì คำนาม/ สุภาพบุรุษ
聽說英國人都很有紳士風度。
tīngshuō yīngguórén dōu hěn yǒu shēnshì fēngdù
ได้ยินว่าชาวอังกฤษมีความเป็นสุภาพบุรุษมาก

33. 風度 fēngdù คำนาม/ ลักษณะ , ท่าทาง , มารยาท
比賽要有風度，就算輸了也不能生氣。
bǐsài yào yǒu fēngdù jiùsuàn shū le yě bùnéng shēngqì
การแข่งขันต้องมีมารยาท ถึงแม้ว่าจะแพ้แต่ก็ไม่ควรโมโห

34. 體貼 tǐtiē คำกริยาแสดงสภาวะ/ รอบคอบ , เข้าใจ เอาอกเอาใจ
天氣冷的時候，他總是會體貼的幫我買一杯熱巧克力。
tiānqì lěng de shíhòu tā zǒngshì huì tǐtiē de bāng wǒ mǎi yìbēi rè qiǎokèlì
เวลาอากาศหนาว เขามักจะเอาอกเอาใจ ฉันด้วยการซื้อช็อกโกแลตร้อนมาให้ฉันเสมอ

35. 如果 rúguǒ คำวิเศษณ์/ ถ้า
如果沒有明天，你會做什麼？
rúguǒ méiyǒu míngtiān, nǐ huì zuò shénme?
ถ้าหากไม่มีวันพรุ่งนี้ คุณจะทำอะไร

36. 逗 dòu คำกริยา/ แซว , หยอกล้อ
妹妹喜歡逗小狗玩。
mèimei xǐhuān dòu xiǎo gǒu wán.
น้องสาวชอบเล่นหยอกล้อกับลูกหมา

37. 幽默 yōumò คำกริยาแสดงสภาวะ/ อารมณ์ขัน , ตลก
費先生是個幽默的人。
fèi xiānshēng shìge yōumò de rén
คุณเฟ้ยเป็นคนตลกขบขัน

幽默感 yōumògǎn คำนาม/ อารมณ์ขัน
王老先生很嚴肅，沒什麼幽默感，大家都怕他。
wáng lǎo xiānshēng hěn yánsù méi shéme yōumògǎn dàjiā dōu pà tā
คุณหวังเหล่าเป็นคนจริงจังมาก ไม่มีอารมณ์ขันอะไรเลย ทุกคนล้วนกลัวเขา

38. 甜言蜜語 tiányán mìyǔ คำนาม/ คำหวาน , พูดจาหวานๆ
男生有時候還是要說些甜言蜜語，女孩子才會開心。
nánshēng yǒushíhòu háishì yào shuō xiē tiányán mìyǔ nǚháizi cái huì kāixīn
บางครั้งผู้ชายก็ควรจะพูดจาหวานๆบ้าง ผู้หญิงจะได้มีความสุข

39. 千萬 qiānwàn คำวิเศษณ์/ โดยเด็ดขาด , ต้อง
騎車時千萬要小心。
qíchē shí qiānwàn yào xiǎoxīn
เวลาขี่จักรยานจะต้องระมัดระวัง

40. 肉麻 ròumá คำกริยาแสดงสภาวะ/ น่าคลื่นไส้ , น่าสะอิดสะเอียน
那對情侶講話好肉麻，聽得我都起雞皮疙瘩。
nàduì qínglǚ jiǎnghuà hǎo ròumá tīng de wǒ dōu qǐ jīpí gēdā
คู่รักคู่นั้นพูดจากันน่าคลื่นไส้มาก(หวานเลี่ยน) ฟังแล้วทำฉันขนลุกไปทั้งตัว

41. 另外 lìngwài คำวิเศษณ์/ นอกจากนี้ , ทั้งยัง
請大家禮讓老人和孕婦。另外，捷運上禁

止飲食，請大家注意。
qǐng dàjiā lǐràng lǎorén hàn yùnfù lìngwài jiéyùn shàng jìnzhǐ yǐnshí qǐng dàjiā zhùyì
โปรดทราบ กรุณาเอื้อเฟื้อให้แก่ผู้สูงอายุและสตรีมีครรภ์ และห้ามนำอาหารและเครื่องดื่มขึ้นมาบนรถไฟฟ้า

คำกริยาแสดงสภาวะ/ อีกอัน อีก...
今天過去，明天又是另外一天了。
jīntiān guòqù míngtiān yòu shì lìngwài yìtiān le
เดี๋ยววันนี้ก็ผ่านไป พรุ่งนี้ก็เป็นวันใหม่

42. 露骨 lùgǔ　คำกริยาแสดงสภาวะ/ เปิดเผย , โจ่งแจ้ง
「我愛你」對臺灣人來說有點露骨。
wǒ ài nǐ duì táiwān rén láishuō yǒudiǎn lùgǔ
สำหรับคนไต้หวันแล้ว คำว่า [ฉันรักเธอ] เป็นเรื่องที่ค่อนข้างเปิดเผย

43. 委婉 wěiwǎn　คำกริยาแสดงสภาวะ/ พูดอ้อมๆ ใช้ถ้อยคำนุ่มนวล , สละสลวย
同事邀我去喝酒，被我委婉的拒絕了。
tóngshì yāo wǒ qù hējiǔ bèi wǒ wěiwǎn de jùjué le
เพื่อนร่วมงานชวนฉันไปดื่มเหล้าด้วยกัน แต่โดนฉันปฏิเสธไปอย่างนุ่มนวล

44. 暗示 ànshì　คำกริยา / บ่งบอกโดยนัย , บอกเป็นนัย , บอกใบ้
龍爸向龍媽眨眨眼睛，暗示她不要說話。
lóngbà xiàng lóngmā zhǎ zhǎ yǎnjīng ànshì tā búyào shuōhuà
คุณพ่อหลงกระพริบตาให้คุณแม่หลง บอกเป็นนัยว่าไม่ให้เธอพูด

45. 方法 fāngfǎ　คำนาม/ วิธีการ
聽音樂是讓心情變好的方法之一。
tīng yīnyuè shì ràng xīnqíng biàn hǎo de fāngfǎ zhīyī
การฟังเพลงเป็นวิธีการทำให้อารมณ์ดีขึ้นวิธีหนึ่ง

46. 花 huā　คำกริยา/ ใช้(เวลา , เงิน)
為了這件事我花了很多時間跟金錢。
wèile zhèjiàn shì wǒ huā le hěn duō shíjiān gēn jīnqián
ฉันใช้เวลาและเงินไปมากสำหรับเรื่องนี้

47. 心思 xīnsī　คำนาม/ความคิด , คิดว่า
為了在母親節給媽媽一個驚喜，大家都花了很多心思。
wèile zài mǔqīn jié gěi māma yíge jīngxǐ dàjiā dōu huā le hěn duō xīnsī
เพื่อที่จะทำเซอร์ไพรส์คุณแม่ในวันแม่ ทุกคนต้องใช้ความคิดกันอย่างมาก

48. 破解 pòjiě　คำกริยา/ ถอด , ไข (รหัส)
阿仲想了一天一夜，終於破解了那個程式。
āzhòng xiǎng le yì tiān yí yè zhōngyú pòjiě le nàge chéngshì
อาจงคิดมาหนึ่งวันหนึ่งคืน ในที่สุดก็ถอดรหัสโปรแกรมอันนั้นได้

49. 密碼 mìmǎ　คำนาม/ รหัส
請設定你的密碼。
qǐng shèdìng nǐde mìmǎ
กรุณาตั้งค่ารหัสของคุณ

50. 努力 nǔlì　คำวิเศษณ์/ ขยัน , พยายาม , มุ่งมั่น
為了得到獎學金，嘉立很努力的念書。
wèile dédào jiǎngxuéjīn jiālì hěn nǔlì de niànshū
เพื่อจะให้ได้รับทุนการศึกษา เจียลี่ขยันเรียนอย่างมาก

51. 相信 xiāngxìn　คำกริยา/ เชื่อ , เชื่อใจ , เชื่อมั่น
你相信世界上有鬼嗎？
nǐ xiāngxìn shìjiè shàng yǒu guǐ ma
คุณเชื่อว่าในโลกนี้มีผีไหม?

52. 不解風情 bùjiě fēngqíng　สำนวน/ ไม่รู้เรื่อง , ไม่มีความรู้สึก , ไม่โรแมนติก
阿土是個不解風情的老實人，不管女生怎麼暗示，他都聽不懂。
ātǔ shì ge bùjiě fēngqíng de lǎoshí rén bùguǎn nǚshēng zěnme ànshì tā dōu tīng bùdǒng
อาถู่เป็นคนซื่อๆที่ไม่โรแมนติกเอาซะเลย ไม่ว่าผู้หญิงจะบอกใบ้ยังไง เข้าก็ฟังไม่เข้าใจ

53. 木頭 mùtou　คำนาม/ ไม้ , ท่อนไม้
他的工作室充滿了木頭的香味。
tā de gōngzuòshì chōng mǎn le mùtou de xiāngwèi

ห้องทำงานของเขาอบอวลไปด้วยกลิ่นหอมของไม้

54. 招 zhāo ลักษณนาม/ เทคนิค , เคล็ดลับ
女孩子最好學幾招防身術。
nǚháizi zuìhǎo xué jǐ zhāo fángshēnshù
ทางที่ดีลูกผู้หญิงควรจะเรียนรู้เทคนิคการป้องกันตัวเอาไว้บ้าง

55. 居酒屋 jūjiǔwū คำนาม/ อิซากาย่า (ชื่อบาร์สไตล์ญี่ปุ่น)
在日本，大家下班以後喜歡到居酒屋去喝酒聊天。
zài rìběn dàjiā xiàbān yǐhòu xǐhuān dào jūjiǔwū qù hējiǔ liáotiān
ในประเทศญี่ปุ่น หลังจากที่ทุกคนเลิกงานแล้วก็ชอบที่จะไปที่อิซากาย่าบาร์เพื่อดื่มเหล้าสังสรรค์กัน

56. 能劇 néngjù คำนาม/ ละครดนตรีญี่ปุ่นแบบดั้งเดิม
能劇是日本一項珍貴的藝術。
néngjù shì rìběn yíxiàng zhēnguì de yìshù
ละครดนตรีญี่ปุ่นแบบดั้งเดิมเป็นศิลปะอันล้ำค่าอย่างหนึ่งของญี่ปุ่น

57. 解說 jiěshuō คำนาม/ คำอธิบาย
這本書的解說很詳細，讓人一看就懂。
zhè běn shū de jiěshuō hěn xiángxì ràng rén yíkàn jiù dǒng
คำอธิบายของหนังสือเล่มนี้ละเอียดมากทำให้ผู้อ่านเข้าใจง่าย

คำกริยา/ อธิบาย
去博物館時，我喜歡聽解說員解說。
qù bówùguǎn shí wǒ xǐhuān tīng jiěshuōyuán jiěshuō
เวลาไปพิพิธภัณฑ์ ฉันชอบฟังผู้บรรยายอธิบาย

58. 詳細 xiángxì คำกริยาแสดงสภาวะ/ ละเอียด , ให้ละเอียด
這份說明書寫得很詳細。
zhèfèn shuōmíngshū xiě de hěn xiángxì
คู่มือเล่มนี้เขียนได้ละเอียดมาก

59. 行家 hángjiā คำนาม/ ผู้เชี่ยวชาญ
弗朗索瓦先生是香水的行家。
fúlǎngsuǒwǎ xiānshēng shì xiāngshuǐ de hángjiā
พระเจ้าฟร็องซัวที่ 1 แห่งฝรั่งเศสเป็นผู้เชี่ยวชาญทางด้านน้ำหอม

60. 極 jí คำวิเศษณ์/ ที่สุด , อย่างมาก
Asalah 的歌唱得好極了，她的每張專輯我都有。
Asalah de gē chàng de hǎo jí le tā de měi zhāng zhuānjí wǒ dōu yǒu
Asalah ร้องเพลงได้ดีมาก ฉันมีผลงานของเธอทุกอัลบั้ม

61. 佩服 pèifú คำกริยา/ ชื่นชม
德蕾莎修女的愛心實在令人佩服。
délěishā xiūnǚ de àixīn shízài lìng rén pèifú
ความรักของแม่ชีเทเรซาเป็นที่น่าชื่นชมจริงๆ

62. 優雅 yōuyǎ คำกริยาแสดงสภาวะ/ สง่างาม
芭蕾舞是一種優雅的舞。
bālěiwǔ shì yìzhǒng yōuyǎ de wǔ
การเต้นบัลเล่ต์เป็นการเต้นที่สง่างาม

63. 鬆一口氣 sōng yìkǒu qì โล่งอกไปที , ทำให้สบายใจ , โล่งใจ
終於考完試了，大家都鬆了一口氣。
zhōngyú kǎo wán shì le dàjiā dōu sōngle yìkǒuqì
ในที่สุดก็สอบเสร็จแล้ว ทุกคนต่างก็รู้สึกโล่งอก

64. 臉紅 liǎnhóng คำกริยา/ (อาย)หน้าแดง
人害羞的時候會臉紅。
rén hàixiū de shíhòu huì liǎnhóng
เวลาคนเราอายมักจะหน้าแดง

65. 寒流 hánliú คำนาม/ คลื่นความเย็น
明天會有另一波寒流到臺灣。
míngtiān huì yǒu lìng yì pō hánliú dào táiwān
พรุ่งนี้จะมีคลื่นความเย็นอีกคลื่นหนึ่งมาที่ไต้หวัน

66. 果然 guǒrán　คำวิเศษณ์/ ตามที่คาดไว้
天氣預報說今天會下雨，果然今天一起床，天氣就陰陰的。
tiānqì yùbào shuō jīntiān huì xiàyǔ guǒrán jīntiān yì qǐchuáng tiānqì jiù yīnyīn de
พยากรณ์อากาศบอกว่าวันนี้ฝนจะตก เป็นไปตามที่คาดไว้ วันนี้พอตื่นขึ้นมาอากาศก็ครึ้มๆเลย

67. 告訴 gàosù　คำกริยา/ บอก
老師告訴我們明天有一場演講，要我們去聽。
lǎoshī gàosù wǒmen míngtiān yǒu yìchǎng yǎnjiǎng yào wǒmen qù tīng
อาจารย์บอกกับพวกเราว่าพรุ่งนี้จะมีการบรรยาย อยากให้พวกเราไปฟัง

第十二課

1. 按照 ànzhào　คำกริยา/ ตามที่
龍爸按照地圖找到了去墾丁的路。
lóngbà ànzhào dìtú zhǎodào le qù kěndīng de lù
คุณพ่อหลงดูตามแผนที่จนหาทางไปเขิ่นติงได้

2. 規定 guīdìng　คำนาม/ กฎระเบียบ , ข้อบังคับ , ข้อกำหนด
爸媽規定我每天十二點前要回家。
bàmā guīdìng wǒ měitiān shíèr diǎn qián yào huíjiā
คุณพ่อคุณแม่กำหนดให้ฉันกลับบ้านก่อนเที่ยงคืนทุกวัน

3. 捨不得 shěbùde　คำกริยา/ ไม่เต็มใจที่จะ , ไม่อยากที่จะ
情侶約會總是捨不得分開。
qínglǚ yuēhuì zǒngshì shěbùde fēnkāi
เวลาที่คู่รักออกเดทกันก็ไม่ค่อยอยากที่จะแยกจากกัน

捨得 shěde　คำกริยา/ ปล่อยไป , ปล่อยให้ไป , ยอมที่จะ
你怎麼捨得讓她難過？
nǐ zěnme shědé ràng tā nánguò
คุณปล่อยให้เธอเสียใจเช่นนี้ได้อย่างไร

4. 離開 líkāi　คำกริยา/ ไป , ออกจาก , ลาจาก
龍爸在晚上九點離開診所。
lóngbà zài wǎnshàng jiǔdiǎn líkāi zhěnsuǒ
คุณพ่อหลงออกจากคลินิกตอนสามทุ่ม

5. 科技 kējì　คำนาม/ เทคโนโลยี
科技來自於人性。
kējì láizìyú rénxìng
เทคโนโลยีมาจากมนุษยชาติ

6. 資深 zīshēn　คำกริยาแสดงสภาวะ/ มีประสบการณ์ , ระดับอาวุโส
老王是公司資深的員工，大家都很尊敬他。
lǎowáng shì gōngsī zīshēn de yuángōng dàjiā dōu hěn zūnjìng tā
เหล่าหวังเป็นพนักงานระดับอาวุโสของบริษัท ทุกคนให้ความเคารพเขา

7. 工程師 gōngchéngshī　คำนาม/ วิศวกร
森川小時候的夢想就是當一位工程師。
sēnchuān xiǎoshíhòu de mèngxiǎng jiùshì dāng yíwèi gōngchéngshī
ความฝันเมื่อตอนที่เสินชวนเป็นเด็กคืออยากจะเป็นวิศวกร

8. 說明 shuōmíng　คำกริยา/ อธิบาย , บรรยาย
可以請你舉例說明什麼是國際化嗎？
kěyǐ qǐng nǐ jǔlì shuōmíng shéme shì guójìhuà ma
คุณช่วยยกตัวอย่างอธิบายหน่อยได้ไหมว่า ความเป็นสากลคืออะไร

9. 系統 xìtǒng　คำนาม/ ระบบ (คอมพิวเตอร์)
圖書館的電腦系統出了點問題，裡面的資料全都不見了。
túshūguǎn de diànnǎo xìtǒng chū le diǎn wèntí lǐmiàn de zīliào quán dōu bú jiàn le
ระบบคอมพิวเตอร์ในห้องสมุดมีปัญหานิดหน่อย

ข้อมูลภายในหายไปหมดเลย

10. 設計 shèjì คำกริยา/ ออกแบบ , การออกแบบ
嘉立喜歡設計，不管是服裝設計、程式設計、室內設計，他都喜歡。
jiālì xǐhuān shèjì bùguǎn shì fúzhuāng shèjì chéngshì shèjì shìnèi shèjì tā dōu xǐhuān
เจียลี่เป็นคนชอบออกแบบ ไม่ว่าจะเป็นออกแบบเสื้อผ้า , ออกแบบลวดลาย หรือ ออกแบบตกแต่งภายใน เขาก็ชอบ

11. 程式 chéngshì คำนาม / โปรแกรม , โครงการ , ลวดลาย
這個程式跑不動，你知道問題在哪裡嗎？
zhège chéngshì pǎo búdòng nǐ zhīdào wèntí zài nǎlǐ ma
โปรแกรมนี้ไม่ยอมทำงาน คุณรู้หรือไม่ว่าปัญหาอยู่ตรงไหน

12. 管理 guǎnlǐ คำกริยา/ การจัดการ , บริหาร
管理一間公司需要智慧。
guǎnlǐ yìjiān gōngsī xūyào zhìhuì
การบริหารจัดการบริษัทหนึ่งนั้นจำเป็นจะต้องใช้สติปัญญา

13. 責任 zérèn คำนาม/ ความรับผิดชอบ
照顧小孩是父母的責任。
zhàogù xiǎohái shì fùmǔ de zérèn
การดูแลลูกเป็นความรับผิดชอบของพ่อแม่

14. 全職 quánzhí คำกริยาแสดงสภาวะ/ งานประจำ
全職工作的福利比兼職好。
quánzhí gōngzuò de fúlì bǐ jiānzhí hǎo
สวัสดิการของงานประจำดีกว่างานพาร์ทไทม์

兼職 jiānzhí คำกริยาแสดงสภาวะ/ งานพาร์ทไทม์
我在加油站找了一個兼職工作。
wǒ zài jiāyóuzhàn zhǎo le yíge jiānzhí gōngzuò
ฉันทำงานพาร์ทไทม์อยู่ที่สถานีบริการน้ำมัน

15. 出差 chūchāi คำกริยา/ ปฏิบัติงานนอกสถานที่
李先生到澳洲出差，下星期二才會回來。
lǐxiānshēng dào àozhōu chūchāi xià xīngqíèr cái huì huílái
คุณหลี่เดินไปปฏิบัติงานที่ประเทศออสเตรเลีย วันอังคารหน้าถึงจะกลับ

16. 待遇 dàiyù คำนาม/ ค่าตอบแทน , สวัสดิการ
律師的待遇很好。
lǜshī de dàiyù hěn hǎo
ค่าตอบแทนของนักกฎหมายดีมาก

17. 面議 miànyì การตกลงกันต่อหน้า , ตกลงกันได้
二手電腦拍賣，價格面議，請寫信與我聯絡。
èrshǒu diànnǎo pāimài jiàgé miànyì qǐng xiě xìn yǔ wǒ liánluò
คอมพิวเตอร์มือสองลดราคา ราคาตกลงกันได้ กรุณาฝากข้อความไว้เพื่อติดต่อกับฉัน

18. 休假 xiūjià คำกริยา/ วันหยุด , วันลา , ลาหยุด , พักร้อน
法國夏天可以休假一個月。
fàguó xiàtiān kěyǐ xiūjià yí ge yuè
ในช่วงฤดูร้อนของประเทศฝรั่งเศสสามารถลาพักร้อนได้หนึ่งเดือน

19. 制度 zhìdù คำนาม/ ระบบ
美國的政治制度是民主制。
měiguó de zhèngzhì zhìdù shì mínzhǔ zhì
ระบบการเมืองของสหรัฐอเมริกาเป็นระบบประชาธิปไตย

20. 條件 tiáojiàn คำนาม/ เงื่อนไข , ข้อแม้ , ฐานะ
要當一名太空人有很嚴格的條件限制。
yào dāng yìmíng tàikōngrén yǒu hěn yángé de tiáojiàn xiànzhì
การที่จะเป็นนักบินอวกาศนั้น มีเงื่อนไขข้อห้ามที่เข้มงวดมาก
潘先生的條件很好，很多女孩子都喜歡他。
pān xiānshēng de tiáojiàn hěn hǎo hěn duō nǚháizi dōu xǐhuān tā
คุณสมบัติของคุณพานดีมาก ผู้หญิงหลายคนต่างก็ชอบเขา
我可以借你二十萬，條件是你要在兩年之內還我。
wǒ kěyǐ jiè nǐ èrshíwàn tiáojiàn shì nǐ yào zài liǎngnián zhīnèi huán wǒ

ฉันให้คุณยืมเงินสองหมื่นหยวนก็ได้
แต่เงื่อนไขคือคุณจะต้องคืนเงินฉันภายในสองปี

21. 限制 xiànzhì คำนาม/ ข้อจำกัด , ข้อห้าม
以前對女性的限制很多，不像現在這麼開放。
yǐqián duì nǚxìng de xiànzhì hěn duō búxiàng xiànzài zhème kāifàng
สมัยก่อนมีข้อห้ามมากมายสำหรับผู้หญิง
ไม่เหมือนปัจจุบันนี้ที่เปิดกว้างมาก

คำกริยา/ จำกัด
這條法律限制了人民的自由。
zhè tiáo fǎlǜ xiànzhì le rénmín de zìyóu
กฎหมายฉบับนี้จำกัดเสรีภาพของประชาชน

22. 學歷 xuélì คำนาม/ วุฒิการศึกษา , ประวัติการศึกษา
艾婕有巴黎第十大學學士的學歷。
àijié yǒu bālí dìshí dàxué xuéshì de xuélì
อ้ายเจี๋ยมีวุฒิการศึกษาปริญญาตรีจากมหาวิทยาลัย
ปารีสเวสต์ นองแตร์ La Défense

23. 科系 kēxì คำนาม/ สาขาวิชา , ภาควิชา
文學院裡有三個科系。
wénxué yuàn lǐ yǒu sānge kēxì
ในคณะอักษรศาสตร์มีสามสาขาวิชา

24. 經驗 jīngyàn คำนาม/ ประสบการณ์
他對程式設計很有經驗。
tā duì chéngshì shèjì hěn yǒu jīngyàn
เขามีประสบการณ์มากในการเขียนโปรแกรม

25. 電腦 diànnǎo คำนาม/ คอมพิวเตอร์
電腦是現代生活的必需品。
diànnǎo shì xiàndài shēnghuó de bìxūpǐn
คอมพิวเตอร์เป็นสิ่งจำเป็นในการดำรงชีวิตในปัจจุบัน

26. 專業 zhuānyè คำนาม/ วิชาเอก , สาขาวิชา
慶維對語言學懂很多，語言學是他的專業。
qìngwéi duì yǔyánxué dǒng hěn duō yǔyánxué shì tā de zhuānyè
ฉิ้งเหวยมีความรู้มากเกี่ยวกับด้านภาษาเพราะ
ภาษาศาสตร์เป็นวิชาเอกของเขา

27. 辦公室 bàngōngshì คำนาม/ ออฟฟิศ , ห้องทำงาน , สำนักงาน
吳小姐的辦公室在松仁路 2 號。
wú xiǎojiě de bàngōngshì zài sōngrénlù èr hào
สำนักงานของคุณอู๋ตั้งอยู่เลขที่ 2 บนถนนซงเหริน

28. 作業 zuòyè คำกริยา/ ทำงาน , การบ้าน , ทำการ
商品寄出需要三天的作業時間。
shāngpǐn jìchū xūyào sān tiān de zuòyè shíjiān
การจัดส่งสินค้าต้องใช้เวลาสามวันทำการ

29. 資料庫 zīliàokù คำนาม/ ฐานข้อมูล
電影圖書館裡有完整的電影資料庫。
diànyǐng túshūguǎn lǐ yǒu wánzhěng de diànyǐng zīliàokù
ในห้องสมุดภาพยนตร์มีฐานข้อมูลเกี่ยวกับ
ภาพยนตร์ที่ครบถ้วนสมบูรณ์

30. 熟悉 shúxī คำกริยา / คุ้นเคย , รู้จัก , ชำนาญ
塞維克是臺東人，他對臺東很熟悉。
sàiwéikè shì táidōng rén tā duì táidōng hěn shúxī
ไซเหวยเค่อเป็นคนไถตง เขารู้จักเมืองไถตงเป็นอย่างดี

31. 應徵 yìngzhēng คำกริยา/ สมัคร(งาน)
美純想去應徵空姐的工作。
měichún xiǎngqù yìngzhēng kōngjiě de gōngzuò
เหม่ยฉุนอยากจะไปสมัครงานเป็น
พนักงานต้อนรับบนเครื่องบิน

32. 找 zhǎo คำกริยา/ หา , ค้นหา
我找不到我的筆記本。
wǒ zhǎo búdào wǒ de bǐjìběn
ฉันหาสมุดบันทึกของฉันไม่เจอ

33. 合法 héfǎ คำกริยาแสดงสภาวะ/ ถูกกฎหมาย
在伊朗，穿比基尼是不合法的。
zài yīlǎng chuān bǐjīní shì bù héfǎ de
ในประเทศอิหร่าน การใส่บิกินี่เป็นเรื่องผิดกฎหมาย

34. 工作證 gōngzuò zhèn คำนาม/ ใบอนุญาตทำงาน
要在國外工作，必須先申請工作證。
yào zài guówài gōngzuò bìxū xiān shēnqǐng gōngzuò zhèng

ต้องการทำงานในต่างประเทศ
จะต้องยื่นขอใบอนุญาตทำงานก่อน

35. 薪水 xīnshuǐ คำนาม/ เงินเดือน
服務生的薪水不高。
fúwùshēng de xīnshuǐ bùgāo
เงินเดือนของบริกรไม่สูง

36. 福利 fúlì คำนาม/ สวัสดิการ
北歐的社會福利制度做得很好。
běiōu de shèhuì fúlì zhìdù zuòde hěn hǎo
ระบบสวัสดิการสังคมของชาวยุโรปเหนือนั้นดีมาก

37. 年終 niánzhōng คำนาม/ สิ้นปี , ท้ายปี
要過年了，百貨公司都在年終大拍賣。
yào guònián le bǎihuò gōngsī dōu zài niánzhōng dà pāimài
ใกล้จะขึ้นปีใหม่แล้ว ห้างสรรพสินค้าต่างๆได้จัดมหกรรมลดราคาส่งท้ายปี

38. 獎金 jiǎngjīn คำนาม/ โบนัส , เงินรางวัล
嘉立比賽得了第一名，得到六千塊的獎金。
jiālì bǐsài dé le dìyīmíng dé dào liùqiān kuài de jiǎngjīn
เจียลี่แข่งขันชนะได้อันดับที่หนึ่ง ได้รับเงินรางวัลหกพันหยวน

39. 員工 yuángōng คำนาม/ พนักงาน
這間公司有一百名員工。
zhèjiān gōngsī yǒu yìbǎi míng yuángōng
บริษัทนี้มีพนักงานหนึ่งร้อยคน

40. 壓力 yālì คำนาม/ ความเครียด , ความกดดัน
現代人的壓力愈來愈大。
xiàndàirén de yālì yùláiyù dà
ความกดดันของคนในยุคนี้เพิ่มมากขึ้นเรื่อยๆ

41. 配合 pèihé คำกริยา / ความร่วมมือ , ประสานงาน , เข้ากัน
那兩個演員在戲裡配合得很好。
nà liǎngge yǎnyuán zài xì lǐ pèihé de hěn hǎo
ในการแสดงของนักแสดงสองคนนั้นแสดงเข้ากันได้เป็นอย่างดี

42. 加班 jiābān คำกริยา/ ทำงานล่วงเวลา
爸爸以前都要加班到很晚才回家。
bàba yǐqián dōuyào jiābān dào hěn wǎn cái huíjiā
เมื่อก่อนคุณพ่อต้องทำงานล่วงเวลาจนดึกถึงค่อยกลับบ้าน

43. 分公司 fēngōngsī คำนาม/ บริษัทย่อย
蘋果電腦在世界上有很多分公司。
píngguǒ diànnǎo zài shìjiè shàng yǒu hěn duō fēngōngsī
บริษัทแอปเปิ้ลมีบริษัทย่อยหลายแห่งทั่วโลก

44. 順便 shùnbiàn คำวิเศษณ์ / ถือโอกาส , ทางผ่าน
我來看你，順便去超級市場買醬油。
wǒ lái kàn nǐ shùnbiàn qù chāojí shìchǎng mǎi jiàngyóu
ฉันมาเยี่ยมคุณ พอดีผ่านซุปเปอร์มาเก็ตเลยถือโอกาสแวะซื้อซอสถั่วเหลืองด้วยเลย

45. 勞保（勞工保險） láobǎo คำนาม/ ประกันแรงงาน
這家診所有勞保。
zhèjiā zhěnsuǒ yǒu láobǎo
คลินิกแห่งนี้มีประกันแรงงาน

46. 健保（健康保險） jiànbǎo คำนาม/ ประกันสุขภาพ
有健保以後，看病就很方便了。
yǒu jiànbǎo yǐhòu kànbìng jiù hěn fāngbiàn le
พอมีประกันสุขภาพแล้ว เวลาไปหาหมอก็สะดวกมากเลย

47. 附 fù คำกริยา/ แนบ , แนบมาด้วย
這本書有附 CD，你沒事可以聽聽看。
zhèběn shū yǒu fù CD nǐ méishì kěyǐ tīngtīngkàn
หนังสือเล่มนี้มีแนบแผ่นซีดีมาให้ด้วย ตอนคุณว่างก็ลองฟังดูได้

48. 宿舍 sùshè คำนาม/ หอพัก
子維住在大學的宿舍裡。
zǐwéi zhù zài dàxué de sùshè lǐ
จื่อเหวยพักในหอพักของมหาวิทยาลัย

49. 教育 jiàoyù คำนาม/ การศึกษา
教育對國家來說很重要。
jiàoyù duì guójiā láishuō hěn zhòngyào
การศึกษาเป็นเรื่องที่สำคัญมากต่อประเทศชาติ

50. 訓練 xùnliàn คำกริยา/ ฝึกอบรม , การฝึกอบรม
小梅正在訓練獅子跳火圈。
xiǎoméi zhèngzài xùnliàn shīzi tiào huǒquān
เสี่ยวเหมยกำลังฝึกให้สิงโตลอดห่วงไฟอยู่

51. 尾牙 wěiyá คำนาม/ การเลี้ยงปลายปี (เป็นธรรมเนียมที่ทุกบริษัทจะดูแลพนักงานด้วยการจัดงานเลี้ยงให้)
公司尾牙訂在礁溪大飯店舉行。
gōngsī wěiyá dìng zài jiāoxī dàfàndiàn jǔxíng
งานเลี้ยงปลายปีของบริษัทจะจัดขึ้นที่โรงแรมเจียวซี (Art Spa Hotel)

52. 摸彩 mōcǎi คำนาม/ จับฉลาก , จับรางวัล
等一下有摸彩活動，你要不要參加？
děngyíxià yǒu mōcǎi huódòng nǐ yào bú yào cānjiā
เดี๋ยวอีกซักครู่จะมีการจับฉลาก คุณจะเข้าร่วมด้วยไหม

53. 履歷 lǚlì คำนาม/ เรซูเม่ , ประวัติโดยย่อ
找工作要先寄履歷。
zhǎo gōngzuò yào xiān jì lǚlì
เมื่อต้องการหางาน คุณต้องส่งเรซูเม่เข้าไปก่อน

54. 面試 miànshì คำนาม/ สัมภาษณ์
森川很用心的在準備明天的面試。
sēnchuān hěn yòngxīn de zài zhǔnbèi míngtiān de miànshì
เสินชวนตั้งใจอย่างมากในการเตรียมตัวสำหรับการสัมภาษณ์ในวันพรุ่งนี้

55. 機會 jīhuì คำนาม/ โอกาส
機會要自己去把握。
jīhuì yào zìjǐ qù bǎwò
เราต้องไปคว้าโอกาสด้วยตัวของเราเอง

56. 人事部 rénshìbù คำนาม/ ฝ่ายบุคคล , แผนกบุคคล
我們公司的人事部現在缺人，你要不要去應徵？
wǒmen gōngsī de rénshìbù xiànzài quērén nǐ yào bú yào qù yìngzhēn
ตอนนี้แผนกบุคคลของบริษัทเรากำลังขาดคน คุณอยากลองไปสมัครดูไหม

57. 回應 huíyìng คำนาม/ การตอบสนอง
他是個聾子，你再怎麼叫他都不會有回應的。
tā shì ge lóngzi nǐ zài zěnme jiào tā dōu búhuì yǒu huíyìng de
เขาเป็นคนหูหนวก คุณจะเรียกเขายังไงเขาก็ไม่สามารถตอบสนองได้

58. 惡補 èbǔ คำกริยา/ กวด(วิชา)เพิ่ม , เสริม , ชดเชย , เพิ่มเติม
子羽下星期就要去法國玩了，他現在正在惡補法文呢！
zǐyǔ xià xīngqí jiù yào qù fàguó wán le tā xiànzài zhèngzài èbǔ fǎwén ne
อาทิตย์หน้าจื่ออยู่ก็จะไปเที่ยวที่ประเทศฝรั่งเศสแล้ว ตอนนี้เขากำลังเรียนภาษาฝรั่งเศสเพิ่มเติมอยู่

59. 免得 miǎnde คำวิเศษณ์/ เพื่อหลีกเลี่ยง , เพื่อที่จะ , เพื่อว่า , เพื่อไม่ให้
你還是現在出去吧，免得到時候銀行關門，就麻煩了。
nǐ háishì xiànzài chūqù ba miǎnde dàoshíhòu yínháng guānmén jiù máfán le
คุณออกไปตอนนี้เลยดีกว่านะ เพื่อว่าพอถึงเวลาเดี๋ยวธนาคารปิดแล้วแย่เลย

60. 老是 lǎoshì คำวิเศษณ์/ มักจะ , เป็นประจำ , สม่ำเสมอ
龍爸老是忘記龍媽的生日。
lóngbà lǎoshì wàngjì lóngmā de shēngrì
คุณพ่อหลงมักจะลืมวันเกิดของคุณแม่หลงเสมอ

61. 奇怪 qíguài คำกริยาแสดงสภาวะ/ แปลก , แปลกประหลาด
他竟然在夏天穿著毛衣，真是奇怪。
tā jìngrán zài xiàtiān chuānzhe máoyī zhēnshì qíguài

มันแปลกมากที่เขาใส่เสื้อกันหนาวในช่วงฤดูร้อน

62. 經理 jīnglǐ คำนาม/ ผู้จัดการ
我的經理是一個嚴肅的女人。
wǒ de jīnglǐ shì yíge yánsù de nǚrén
ผู้จัดการของฉันเป็นผู้หญิงที่เอาจริงเอาจังคนหนึ่ง

63. 主修 zhǔxiū คำกริยา/ สาขาวิชา , วิชาเอก
子芸大學的時候主修經濟。
zǐyún dàxué de shíhòu zhǔxiū jīngjì
ตอนสมัยมหาวิทยาลัยจื่อหวินเรียนสาขาวิชาเศรษฐศาสตร์

64. 資訊 zīxùn คำนาม/ ข้อมูล , ข่าวสาร , ความรู้
網路上有很豐富的旅遊資訊。
wǎnglù shàng yǒu hěn fēngfù de lǚyóu zīxùn
ในอินเตอร์เน็ตมีข้อมูลเกี่ยวกับการท่องเที่ยวอยู่มากมาย
Microsoft 是全世界最大的資訊公司。
Microsoft shì quán shìjiè zuìdà de zīxùn gōngsī
Microsoft เป็นบริษัทข้อมูลที่ใหญ่ที่สุดในโลก

65. 服務 fúwù คำกริยา/ บริการ , งาน
阿宏已經在這家公司服務兩年了。
āhóng yǐjīng zài zhèjiā gōngsī fúwù liǎngnián le
อาหงทำงานในบริษัทนี้มาสองปีแล้ว
這家餐廳的服務態度很好。
zhèjiā cāntīng de fúwù tàidù hěn hǎo
ทัศนคติในการบริการของร้านอาหารร้านนี้ดีมาก

66. 外派 派遣到外 wàipài คำกริยา/ ถูกส่งไปทำงานต่างประเทศ
外交人員都必須外派到其他國家。
wàijiāo rényuán dōu bìxū wàipài dào qítā guójiā
บุคลากรทางการทูตจะต้องถูกส่งไปทำงานในต่างประเทศ

67. 合約 héyuē คำนาม/ สัญญา
SONY 決定要跟我們公司簽合約，一起合作這個案子。
SONY juédìng yào gēn wǒmen gōngsī qiān héyuē yìqǐ hézuò zhège ànzi
SONYตัดสินใจที่จะเซ็นสัญญากับบริษัทของเราร่วมมือกันทำโปรเจคนี้

68. 結束 jiéshù คำกริยา/ จบ , สิ้นสุด
表演結束後，請大家不要馬上離開。謝謝。
biǎoyǎn jiéshù hòu qǐng dàjiā búyào mǎshàng líkāi xièxie
เมื่อการแสดงจบลงแล้ว ขอให้ทุกคนอย่าเพิ่งรีบกลับ ขอบคุณ

69. 由於 yóuyú คำวิเศษณ์/ เพราะว่า , เนื่องจาก
由於颱風剛過，菜價全都漲了一倍。
yóuyú táifēng gāng guò càijià quán dōu zhǎng le yíbèi
เนื่องจากพายุไต้ฝุ่นเพิ่งจะผ่านไป ราคาอาหารต่างๆก็สูงขึ้นเป็นเท่าตัว

70. 吸引 xīyǐn คำกริยา/ ดึงดูด
這部車的設計很吸引人。
zhèbù chē de shèjì hěn xīyǐn rén
การออกแบบของรถคันนี้ดึงดูดผู้คนจำนวนมาก

71. 本 běn สรรพนาม/ [เป็นทางการ] ของฉัน .....นี้ ...ของเรา (คำทางการ)
本產品開封後禁止退換。
běn chǎnpǐn kāifēng hòu jìnzhǐ tuìhuàn
สินค้าชิ้นนี้เมื่อแกะสินค้าแล้วไม่สามารถเปลี่ยนหรือคืนได้

72. 觀察 guānnchá คำกริยา/ สังเกต
觀察星星是天文學家的工作。
guānchá xīngxīng shì tiānwén xué jiā de gōngzuò
สังเกตดวงดาวต่างๆเป็นงานของนักดาราศาสตร์

73. 方面 fāngmiàn คำนาม/ ด้าน , มุมมอง , แง่มุม
在音樂上，他對聲樂方面特別擅長。
zài yīnyuè shàng tā duì shēngyuè fāngmiàn tèbié shàncháng
ทางด้านดนตรีนั้น เขาเก่งในด้านการขับร้องเป็นพิเศษ

74. 前景 qiánjǐng คำนาม / โอกาสข้างหน้า
印度是一個有前景的國家。

yìndù shì yíge yǒu qiánjǐng de guójiā
อินเดียเป็นประเทศที่มีศักยภาพ (ในภายภาคหน้า) ประเทศหนึ่ง

75. 認為 rènwéi คำกริยา/ คิดเห็นว่า , เชื่อว่า
陳博士認為植物也是有感覺的。
chén bóshì rènwéi zhíwù yěshì yǒu gǎnjué de
ศาสตราจารย์เฉินเชื่อว่าต้นไม้ต่างๆก็มีความรู้สึก

76. 發展 fāzhǎn คำกริยา/ พัฒนา , ก้าวหน้า , ขยาย
埃及的觀光業發展得很好。
āijí de guānguāng yè fāzhǎn de hěn hǎo
อุตสาหกรรมการท่องเที่ยวของประเทศอียิปต์นั้นพัฒนาเป็นอย่างมาก

77. 空間 kōngjiān คำนาม/ ช่องว่าง , ที่ว่าง , พื้นที่
每個人都需要有自己的空間。
měige rén dōu xūyào yǒu zìjǐ de kōngjiān
ทุกคนต้องการมีพื้นที่ส่วนตัว

78. 貴 guì สรรพนาม/ ของคุณ (คำสุภาพ)
貴國的科技發達，是敝國學習的榜樣。
guì guó de kējì fādá shì bì guó xuéxí de bǎngyàng
ประเทศของคุณมีเทคโนโลยีที่ก้าวหน้า เป็นตัวอย่างในการเรียนรู้ให้กับประเทศของเรา

79. 資料 zīliào คำนาม/ ข้อมูล
圖書館裡的資料很豐富。
túshūguǎn lǐ de zīliào hěn fēngfù
ข้อมูลในห้องสมุดมีหลากหลายครบครันมาก

80. 國際化 guójìhuà คำกริยาแสดงสภาวะ/ ความเป็นสากล , ความเป็นนานาชาติ
紐約是一個國際化的城市。
niǔyuē shì yíge guójìhuà de chéngshì
นิวยอร์กเป็นเมืองที่มีความเป็นนานาชาติเมืองหนึ่ง

81. 有自信 yǒuzìxìn คำกริยา/ เชื่อมั่นในตัวเอง
艾婕對自己的中文很有自信。
àijié duì zìjǐ de zhōngwén hěn yǒu zìxìn
อ้ายเจี๋ยมีความเชื่อมั่นในภาษาจีนของตัวเองมาก

82. 接 jiē คำกริยา/ รับ , ครอบครอง
我接到一個助理的工作。
wǒ jiē dào yíge zhùlǐ de gōngzuò
ฉันได้งานในตำแหน่ง "ผู้ช่วย" (หมายถึง "เจ้าหน้าที่ทั่วไป")

83. 案子 ànzi คำนาม / เคส , กรณี , โปรเจค , งาน
老闆連續接了兩個大案子，把大家都忙壞了。
lǎobǎn liánxù jiē le liǎngge dà ànzi bǎ dàjiā dōu máng huài le
หัวหน้ารับโปรเจคใหญ่สองโปรเจคต่อเนื่องกัน ทำให้ทุกคนยุ่งมาก

84. 企業 qìyè คำนาม/ ธุรกิจ , องค์กร
臺灣的企業大都是中小型企業。
táiwān de qìyè dàdōushì zhōngxiǎo xíng qìyè
ธุรกิจส่วนใหญ่ของประเทศไต้หวันเป็นธุรกิจขนาดกลางและขนาดเล็ก

85. 能力 nénglì คำนาม/ ความสามารถ
古先生是個很有能力的人。
gǔ xiānshēng shì ge hěn yǒu nénglì de rén
คุณกู่เป็นคนที่มีความสามารถมากคนหนึ่ง

86. 信心 xìnxīn คำนาม/ ความมั่นใจ
對自己要有信心，做事才容易成功。
duì zìjǐ yào yǒu xìnxīn zuòshì cái róngyì chénggōng
ต้องมีความมั่นใจในตัวเอง ทำงานถึงจะประสบความสำเร็จได้ง่าย

87. 團隊 tuánduì คำนาม/ ทีม , ทีมงาน
團隊生活對軍人很重要。
tuánduì shēnghuó duì jūnrén hěn zhòngyào
การใช้ชีวิตแบบเป็นทีมนั้นเป็นสิ่งที่สำคัญมากสำหรับทหาร

88. 重要 zhòngyào คำกริยาแสดงสภาวะ/ สำคัญ , มีความสำคัญ
這支手錶對我來說很重要。
zhèzhī shǒubiǎo duì wǒ láishuō hěn zhòngyào
นาฬิกาข้อมือเรือนนี้มีความสำคัญกับฉันมาก

89. 勝任 shēngrèn　คำกริยา/ สามารถทำงานได้ , สามารถรับผิดชอบได้

你很聰明，我相信你一定可以勝任這個工作。
nǐ hěn cōngmíng wǒ xiānxìn nǐ yídìng kěyǐ shēngrèn zhège gōngzuò
คุณฉลาดมาก ฉันเชื่อว่าคุณจะต้องสามารถรับผิดชอบงานนี้ได้แน่

90. 小組 xiǎozǔ　คำนาม/ กลุ่ม

老師把學生分為兩個小組，要他們上臺報告。
lǎoshī bǎ xuéshēng fēn wéi liǎngge xiǎozǔ yào tāmen shàng tái bàogào
อาจารย์แบ่งนักเรียนออกเป็นสองกลุ่ม ให้พวกเขาออกไปรายงานหน้าห้อง

91. 人際 rénjì　คำนาม / ความสัมพันธ์ระหว่างบุคคล , ระหว่างบุคคล

森川對人很有禮貌，又負責任，所以人際關係很好。
sēnchuān duì rén hěn yǒu lǐmào yòu fùzérèn suǒyǐ rénjì guānxì hěn hǎo
เสินชวนเป็นคนที่มีมารยาทมากกับทุกคน ทั้งยังมีความรับผิดชอบ และมีมนุษยสัมพันธ์ดี

92. 溝通 gōutōng　คำนาม/ การสื่อสาร

有好的溝通，才能創造好的人際關係。
yǒu hǎo de gōutōng cái néng chuàngzào hǎo de rénjì guānxì
มีการสื่อสารที่ดี
จะสามารถสร้างความสัมพันธ์ที่ดีระหว่างบุคคลได้

คำกริยา/ ติดต่อ , สื่อสาร
夫妻相處要懂得如何溝通。
fūqī xiāngchǔ yào dǒng de rúhé gōutōng
สามีภรรยาอยู่ด้วยกันจะต้องรู้ว่าควรจะสื่อสารกันอย่างไร

93. 愉快 yúkuài　คำกริยาแสดงสภาวะ/ มีความสุข , สนุกสนาน

旅行令人心情愉快。
lǚxíng lìng rén xīnqíng yúkuài
การท่องเที่ยวทำให้คนมีความสุข

聽力練習
การฝึกฟัง

Lesson 1 聽力練習

老師：好，歡迎大家加入中級華語班這個大家庭，我是大家這十個禮拜的老師，我姓洪，叫洪美玲，大家好。
同學們：老師好。
老師：那我想大家的中文程度應該沒有什麼問題囉！老師想認識大家一下，請大家輪流自我介紹，好嗎？
同學們：好。
老師：那就從……來，你離我最近，從你開始好了！
羅強：大家好，我叫羅強，我來自美國，今年剛從耶魯大學畢業，就是Yale University，今年二十五歲，現在在河流大學唸書，我的興趣是打棒球、游泳，當然還有學習華語！謝謝大家。
老師：羅強，你的中文說得真好。
羅強：謝謝。
老師：那我再請下一位，來。
小泉妙子：大家好，我叫小泉妙子，我是日本人，今年二十一歲，現在在天空大學念書，我喜歡聽音樂、吃好吃的東西、寫一些文章等等，謝謝大家。
老師：哇～大家的程度都好好喔！來，換妳自我介紹一下。
莉妲：大家好，我叫莉妲，Rita，我來自英國，現在在臺灣的出版社上班，我今年三十一歲，我最喜歡小孩子，謝謝大家。
老師：謝謝莉妲的自我介紹，然後……來，請你自我介紹一下。

Lesson 2 聽力練習

老闆：歡迎光臨。Wel……welcome……welcome……。
艾婕：老闆，我會說中文，我們用中文就行了。
老闆：喔～很厲害耶！妳是從哪裡來的啊？
艾婕：我是法國人，你好。對不起，老闆，我想買雨傘。
老闆：好好好，我們剛好有這種大雨傘喔，上面還有巴黎鐵塔，怎麼樣？
艾婕：好漂亮啊！這把雨傘多少錢？
老闆：這把兩百九十九塊。
艾婕：嗯……老闆，對不起，我只要最便宜的雨傘。
老闆：看妳一個外國人來臺灣，很辛苦，那我打九折給妳，算妳兩百七十塊就好。
艾婕：老闆，不用了，我真的只要最便宜的雨傘。
老闆：好啦，這把小的最便宜。
艾婕：看起來真的好小，請問這把多少錢？
老闆：九十塊。
艾婕：我總共只有六十塊，我還要留二十塊坐公車，請問可以算我四十塊嗎？
老闆：四十塊！會虧本啦！
艾婕：老闆，拜託你，我一個人從法國到臺灣來，又沒有朋友，好可憐。
老闆：好啦！好啦！算妳四十塊啦，交個朋友好了。
艾婕：老闆，謝謝你，謝謝你，臺灣真有人情味。
老闆：以後要再來喔！
艾婕：Ok！Yeah！我也會殺價了。

Lesson 3 聽力練習

銀珠：嘿，伊凡，伊凡好久不見了。
伊凡：妳是銀珠，對不對？真的好久不見

了，妳去哪裡了？

銀珠：這兩個月我回韓國打工，昨天才剛回來，你呢？都好嗎？

伊凡：嗯，一切都好，妳還是住在之前的地方嗎？

銀珠：不是，不過很近。

伊凡：那在哪裡？

銀珠：我本來住在7-11的左邊，現在搬到7-11的右邊了。

伊凡：這麼近。

銀珠：本來的房東把房間租掉啦，我也沒辦法。那你呢？還住宿舍嗎？

伊凡：不住宿舍了，上個月搬到外面來住了。

銀珠：真的！在哪裡？

伊凡：妳家旁邊的7-11對面是一條小巷子，對不對？

銀珠：對啊！

伊凡：從那條巷子進去，看到理髮店就右轉，再直走下去就會看到幼稚園，我家就在幼稚園左邊的大樓裡。

銀珠：不好意思，哪一邊？

伊凡：妳面對幼稚園的話，就在妳的右手邊。

銀珠：房間大嗎？

伊凡：還好，不過有電視、床、大書桌跟冰箱，我很喜歡。

銀珠：那太好了，我們住得很近，我就可以常常去你家泡茶囉。

伊凡：那當然，歡迎，歡迎！

Lesson 4 聽力練習

語音：您有四通新留言，如要聽取留言請按一。

子芸：子維，你怎麼沒開機啊，我是你姊姊啦，我跟你講，我換新手機了，我唸新號碼給你聽，0933-164-085，快存起來喔，掰掰！

語音：聽下一通留言，請按一。

小陳：喂，我是小陳，跟你一起在餐廳打工的同事啦，我想問你，你這個禮拜天有沒有空？那天我有事不能上班，你可以代替我去嗎？我的手機是0923-961-478，0923-961-478，趕快打電話跟我講，拜託囉！

語音：聽下一通留言。

席維：喂，龍先生，你好，我是從法國來的留學生Sylvi，你可以叫我的中文名字——席薇，我看到你在找語言交換的對象，就打電話給你，看看我們可不可以約個時間做語言交換，我的宿舍電話是02-82362345，我再唸一次喔，02-82362345，你覺得可以的話，請打給我，謝謝。

語音：聽下一通。

林助教：喂，龍子維同學，這裡是法語系系辦，系辦這邊收到一份寄給你的包裹，請抽空過來領，有問題的話，請打02-29395707轉63911，找林助教，02-29395707轉63911，找林助教，謝謝。

語音：您沒有留言，您沒有傳真。

Lesson 5 聽力練習

艾婕：肚子好餓，不知道有沒有什麼好吃的東西。

子龍：我發現一家很好吃的義大利餐廳喔，要不要一起去吃？

艾婕：好啊，在哪邊呢？

子龍：跟我去就知道了。

過場音樂

店員：您好，歡迎光臨，這是我們的菜單。

子龍：謝謝。艾婕妳想吃什麼？
艾婕：我想吃海鮮墨汁麵，你呢？
子龍：那我也吃海鮮墨汁麵。小姐。
店員：可以點了嗎？請問兩位要點些什麼？
子龍：兩份海鮮墨汁麵。
店員：好的，請問要什麼飲料？
艾婕：我要紅茶。
子龍：我要咖啡，謝謝。
店員：沙拉吧是免費的，請自行取用，謝謝。

過場音樂

艾婕：哇！好飽、好飽，這家店的義大利麵真好吃。
子龍：妳喜歡吃就好。錢我來出吧！我請客。
艾婕：不不不，各付各的吧，別破費了。
子龍：沒關係！我剛領薪水，沒問題的。
艾婕：那下次要讓我請回來喔！
子龍：好。

過場音樂

子龍：我們要買單。
店員：一共是三百元，收您三百，這是您的發票。謝謝您，希望您下次再來。
子龍：一定的。
艾婕：沒問題！
店員：謝謝光臨。

Lesson 6 聽力練習

艾婕：現在就要起床了嗎？好冷喔，天都還沒有亮耶。
子維：當然要起床啊！我們要一起去看全臺灣最有名的日出呢！
龍媽：不只是日出，還有雲海呀！一定很漂亮。
艾婕：雲海？那是什麼？
子芸：雲海就是雲很多，多到看起來像海吧！
龍爸：對了，大家快點，上山的火車要出發了。

過場音樂

艾婕：這裡好美喔！你們看山好高，山谷好深。
子芸：對啊，這裡的花崗岩峽谷是舉世聞名的呢！
子維：沒錯沒錯！這是我最喜歡的國家公園，每次來玩的時候，都很喜歡在沿著懸崖的路上開車的感覺，一邊是高高的山，一邊是深深的峽谷，真是壯觀。
龍媽：我剛剛買了花蓮芋，要不要現在吃一吃啊？
大家：好。

過場音樂

艾婕：是海耶，海水好藍好漂亮，到臺灣來之後，就很少到海邊游泳了。
龍爸：這裡也算臺灣的最南邊了。
龍媽：大概也只有這個國家公園可以讓我們玩水了，有海灘、有陽光，多麼好。
子維：每年春天的搖滾音樂祭也很棒喔！
子芸：還有空聊天啊，我可是要先下水囉！

過場音樂

艾婕：這就是全世界最高的建築物嗎？
龍爸：我不確定這是不是全世界最高的建築物，但我確定這是我最愛的建築了。
子芸：每年跨年的時候，都會到這邊來倒數，數到零的時候，就可以看到每一層樓都放出煙火來，真的很漂亮喔！

子維：艾婕，妳想不想到頂樓眺望一下整個臺北市的樣子，我幫妳出錢。
龍媽：對啊，我們一起去看看。
艾婕：當然好啊！
大家：走吧！

Lesson 7 聽力練習

同學A：欸，子維，你來一下。
子維：怎麼了？
同學A：就是下星期一是嘉立的生日，我們想幫她辦一個慶生會，你覺得怎麼樣？
子維：好啊，什麼時候？
同學B：下星期一晚上，我們想大家買一個蛋糕，吃完飯以後拿出來給她一個驚喜。
子維：好主意，我知道一家蛋糕店，他們的蛋糕很精緻，價錢也不貴，我可以幫忙去訂。
同學B：你真貼心，那蛋糕就請你去訂了，記得要挑大一點的喔！
同學A：那我們要在什麼地方慶祝？
艾婕：我記得東區有一家叫Mammamia的餐廳還不錯，他們的義式烤雞和義大利麵都很好吃。
同學A：那就去Mammamia吧！下星期五晚上七點，在捷運市政府站集合。對了，子維，你可以幫我打個電話給千千嗎？我沒有她的手機號碼。
子維：好啊，我晚點打給她。

Lesson 8 聽力練習

千千：喂。
子芸：喂，千千，我是子芸。我想問妳去印度的簽證要怎麼辦？
千千：印度啊，妳機票訂了嗎？
子芸：還沒耶！
千千：妳要先訂機票，然後把身分證拿去影印，妳有三個月內的照片嗎？
子芸：沒有耶，我的照片是一年以前照的了。
千千：那不行，妳訂完機票以後，先去照相吧！因為相片要兩三天才會好。
子芸：先訂機票再去照相，然後再影印身分證，然後呢？
千千：然後就去準備錢，半年的簽證要1800塊。
子芸：嗯……印度臺北協會要怎麼去？
千千：搭公車611就可以到了，大概兩三天以後就會好了。
子芸：好，我記起來了，謝謝妳囉！
千千：不客氣，回來再跟我說妳玩得怎麼樣吧。

Lesson 9 聽力練習

過場音樂對話一

子芸：這部電影真感人，我看了都哭了。
森川：我不喜歡。
子芸：為什麼？你不覺得男女主角演得很好嗎？
森川：好是好，可是太誇張了，而且為什麼最後大家都死了。
子芸：就是因為這樣才浪漫啊！他們是為愛而死的，這才叫悲劇啊。
森川：算了，我不懂這種女生看的片。
子芸：你真是沒有情調！

過場音樂對話二

同學A：這部電影真精彩。
同學B：真的！我平常不喜歡看打打殺殺的片，可是這部片真的拍得很好。

同學C：德國攻擊那段真的好刺激！
同學A：是啊，嚇了我一大跳。
同學B：拍這種戰爭場面，不知道要花多少錢，導演真是了不起啊！
同學C：難怪這部片會得獎。

過場音樂對話三

同學A：天啊，那隻企鵝爸爸好可愛。
同學B：我沒想到你會喜歡動畫片耶！
同學A：為什麼？
同學B：因為跟你的風格不太一樣，你平常看起來總是很嚴肅。
同學A：所以妳覺得我不會喜歡好笑的片子。
同學B：嗯，我以為你比較喜歡有內涵的東西。
同學A：喔，可是這部片很有趣啊！而且妳忘了我是研究企鵝的。

過場音樂對話四

同學A：你覺得這部片怎麼樣？
同學B：爛死了，一點都不恐怖。
同學A：故事也很糟糕，就一直殺人殺人，也沒什麼其他內容。
同學B：什麼恐怖片嘛，花兩百五十塊來看這個，真是划不來。

Lesson 10 聽力練習

子維：你好，我們想探病，請問阿里住在幾號房？
櫃檯護理人員：嗯，我查一下。阿里巴巴嗎？
嘉立：對。
櫃檯護理人員：308號房，右邊直走就到了。
子維：謝謝。

過場音樂

同學們：阿里，我們來看你了。
阿里：真是謝謝你們，請坐請坐。
女同學：阿里，這是我和子維買的水果，你可以吃水果嗎？
阿里：可以，只是不能喝牛奶，也不能吃太鹹、太甜或太辣。
嘉立：可憐的阿里，你後來動了手術嗎？
阿里：有啊，昨天晚上動的，現在還在痛。
女同學：到底是怎麼一回事啊？
阿里：就星期三晚上跟朋友去吃海鮮，吃完回家，肚子就好痛，一直吐還拉肚子，痛死我了。
同學們：天啊！真慘。
嘉立：醫生說什麼？
阿里：可能是吃海鮮不新鮮，所以食物中毒了。
子維：真慘，你這樣要住院住幾天啊？
阿里：我現在好多了，應該後天就可以出院了吧。
女同學：下次要小心點啊，不要再亂吃了。
阿里：我會的，謝謝你們來看我。
嘉立：大家都是朋友，客氣什麼。你看我們還幫你帶了電腦跟DVD來，這樣你住院就不會無聊了。
阿里：哇，太棒了，謝謝你們。
女同學：我們跟你一起看吧！

Lesson 11 聽力練習

淑惠：你猜我昨天去逛街時看到誰？
怡君：誰啊？不會是老闆吧？
淑惠：錯！我看到子芸和森川在河邊散步。
怡君：森川！那個跟我們合作的日本工程代表嗎？
淑惠：沒錯。
怡君：天啊！子芸該不會在和跟他約會吧！

淑惠：說不定喔，他們兩個看起來很甜蜜呢。

怡君：真沒想到，子芸真是幸運，森川又帥又有紳士風度，辦公室裡有一半的女同事都喜歡他呢。

淑惠：喂，妳該不會也喜歡森川吧？

怡君：別亂講，我對森川可是一點意思也沒有喔。可是，他真的是一位令人心動的好對象啊。

淑惠：不知道他昨天有沒有行動，他看起來很害羞的樣子耶。

怡君：森川很害羞，子芸可不害羞喔，子芸很活潑的。

淑惠：那我還真期待他們的發展。感覺他們兩個還滿適合的呢。

怡君：唉，真好，我也真想談一場轟轟烈烈的戀愛。

淑惠：那妳明天來參加公司的活動吧！我保證幫妳介紹一些好男人。

Lesson 12 聽力練習

贏家：各位聽眾朋友大家好，我是贏家，歡迎收聽FM98.4風鈴音樂網，今天我們邀請到有名的鋼琴家——沈好霖到我們節目來，跟我們分享她學音樂的感想，好霖。

好霖：各位聽眾朋友大家好，我是沈好霖。

贏家：請問好霖，妳是什麼時候開始學音樂的呢？

好霖：嗯，我從六歲就開始彈琴了，一直到現在有十七年了。

贏家：對妳來說，音樂在妳的生活裡扮演著什麼角色呢？

好霖：對我來說，音樂是我生活的全部，我從小就喜歡音樂，聽到音樂就會跟它一起唱，音樂對我來說是很重要的。心情不好的時候，只要能彈琴，心情就會平靜下來。我想音樂裡面有一種很深的東西，是可以撫平人的靈魂的。就只要你靜下來去聽，你就能感覺到音樂裡的力量，那是一種鼓舞生命的力量。

贏家：妳的專長是古典鋼琴，請問其他的音樂也能給妳一樣的感覺嗎？

好霖：我想只要是音樂，它們帶給人的感動都是一樣的，這就是音樂神奇的地方。

贏家：我們知道妳上個月才從西班牙回來，還拿了Andorra鋼琴比賽的Gold獎回來，這個獎項對音樂家來說，是很了不起的，請問妳得獎的感覺如何呢？

好霖：我很驚訝，我之前從來沒有想過我竟然會得獎，為了這個比賽我很努力練習，不過當天的表現，我自己並不是很滿意，我有幾個地方彈得不好，我本來以為評審一定會把我淘汰的，所以當我知道自己得獎的時候，我還以為自己在作夢呢。

贏家：不不不，妳是真的很有才華的。我想請問妳，像妳這麼有才華，在學音樂的道路上有沒有遇過什麼困難呢？

好霖：怎麼可能沒有，我想學藝術的，不管是什麼藝術都一定會遇到瓶頸、遇到困難，可是這其實也是一個新的開始，只要不要害怕，做自己認為對的事，就一定會得到一些沒有想過的東西。我覺得碰到困難是很正常的，也是很必要的，因為只有這樣才會成長，不是嗎？

贏家：謝謝好霖的分享，接下來，我們要介紹大家一首曲子，拉赫曼尼諾夫的《愛之喜》，Love enjoy，這首也是好霖在Andorra得獎的曲子，我們來聽聽看拉赫曼尼諾夫的《愛之喜》。

國家圖書館出版品預行編目資料

實用生活華語不打烊．中級篇(泰語版)／ 楊琇惠著；劉文華譯． ——初版．——臺北市：五南，2019.04
面； 公分
ISBN 978-957-11-9690-9 (平裝)

1.漢語 2.讀本

802.86 107005309

1XCZ 華語／東南亞語／新住民語

實用生活華語不打烊
中級篇（泰語版）

編 著 者 — 楊琇惠(317.4)
譯　　者 — 劉文華
文字編輯 — 洪子芸　郭謦維

發 行 人 — 楊榮川
總 經 理 — 楊士清
副總編輯 — 黃惠娟
責任編輯 — 蔡佳伶
校對編輯 — 周雪伶
插　　畫 — 鄭雯允
封面設計 — 王麗娟
錄音人員 — 黃琡華　孔柏仁　林姮伶　范雅婷　盧俊良
出 版 者 — 五南圖書出版股份有限公司
地　　址：106台北市大安區和平東路二段339號4樓
電　　話：(02)2705-5066　傳　　真：(02)2706-6100
網　　址：http://www.wunan.com.tw
電子郵件：wunan@wunan.com.tw
劃撥帳號：01068953
戶　　名：五南圖書出版股份有限公司

法律顧問　林勝安律師事務所　林勝安律師

出版日期　2019年4月初版一刷
定　　價　新臺幣450元

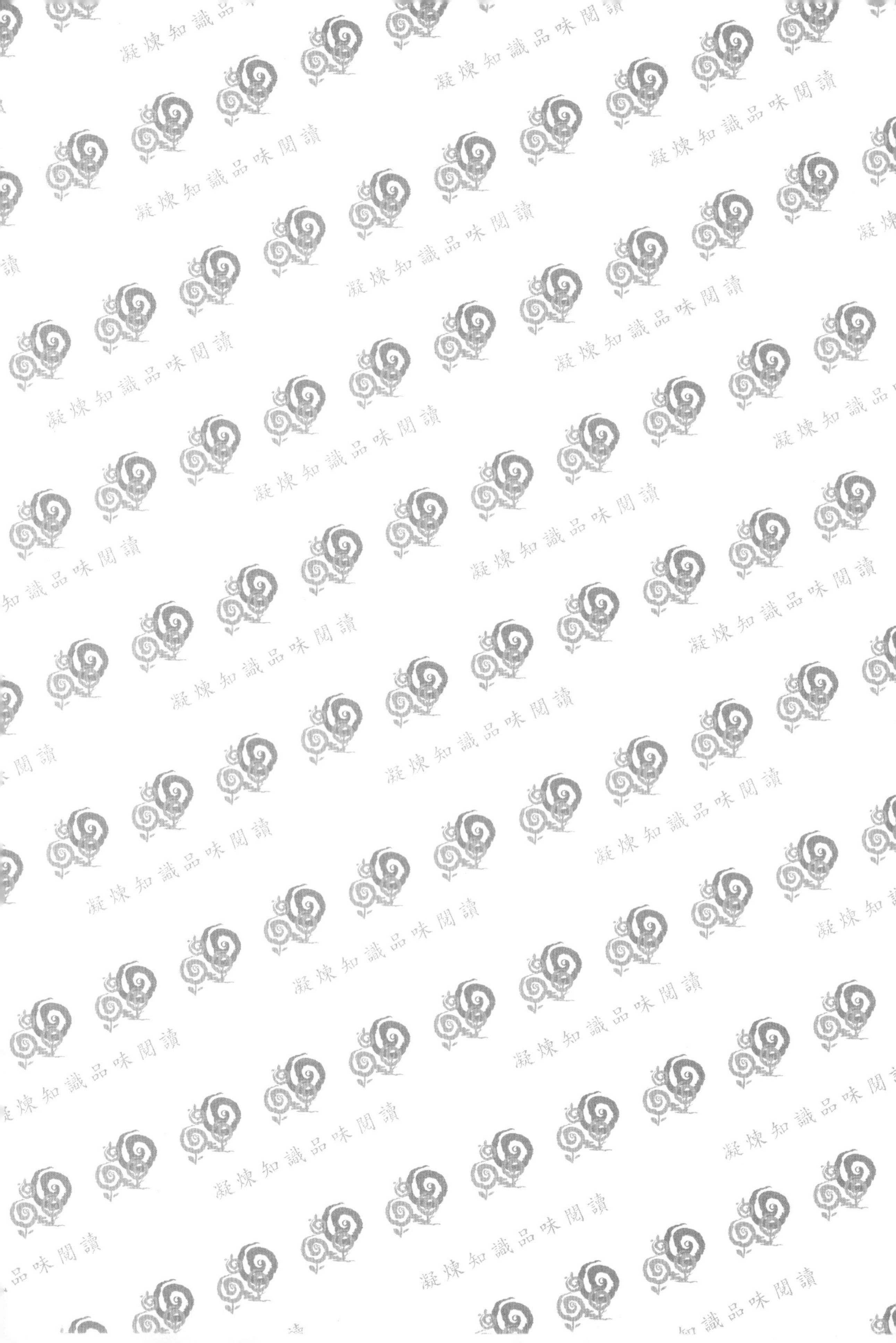
凝煉知識品味閱讀

凝煉知識品味閱讀